D1771483

க. அயோத்திதாசர் ஆய்வுகள்

# க. அயோத்திதாசர் ஆய்வுகள்
### ராஜ் கௌதமன் (பி. 1950)

ராஜ் கௌதமன் (எஸ். கௌதமன்) விருதுநகர் மாவட்டம் புதுப்பட்டி கிராமத்தில் பிறந்தவர். அங்கேயே தொடக்கக் கல்வி கற்றார். மதுரையில் உயர்நிலைப் பள்ளிப் படிப்பையும் பாளையங்கோட்டை புனித சேவியர் கல்லூரியில் விலங்கியல் இளங்கலைப் பட்டமும் தமிழ் முதுகலைப் பட்டமும் பெற்றார். பின்னர் அண்ணாமலைப் பல்கலைக்கழகத்தில் சமூகவியலில் முதுகலைப் பட்டம் பெற்றார். பொதுவுடைமைச் சித்தாந்தத்தில் ஈடுபாடு கொண்டு அதைக் கற்றறிந்தார். புதுச்சேரி ஒன்றியப் பகுதியில் அரசு கல்லூரிகளில் தமிழ் விரிவுரையாளராகப் பணிபுரிந்த இவர் புதுவை அரசு பட்டமேற்படிப்பு மையத்தில் தமிழ் ஆய்வுத் துறைத் தலைவராகப் பணியாற்றி ஓய்வுபெற்றுள்ளார்.

பொதுவுடைமைச் சித்தாந்தம், தலித்தியம், நவீன தமிழ் இலக்கிய விமர்சனம், பத்தொன்பதாம் நூற்றாண்டுத் தமிழகம், சமூக வரலாறு, சங்க இலக்கியம் ஆகியவற்றில் ஈடுபாடு கொண்டு தொடர்ந்து அவை குறித்து எழுதி வருகிறார். 19, 20ஆம் நூற்றாண்டில் வாழ்ந்த தமிழ்ச் சமூக நாவல் முன்னோடிகளில் ஒருவரான அ. மாதவையா படைப்புகள் பற்றி ஆய்வு செய்து முனைவர் பட்டம் பெற்றுள்ளார்.

மனைவி: க. பரிமளம். மகள்: டாக்டர் நிவேதிதா

## ராஜ் கௌதமனின் பிற நூல்கள்

- எண்பதுகளில் தமிழ்க் கலாச்சாரம் (1992)
- தலித் பண்பாடு (1993)
- தலித் பார்வையில் தமிழ்ப் பண்பாடு (1994)
- அ.மாதவையா (1995)
- பொய் + அபத்தம் = உண்மை (1995)
- அறம் / அதிகாரம் (1997)
- புதுமைப்பித்தன் எனும் பிரம்மராக்ஷஸ் (2000)
- கண்மூடி வழக்கம் எலாம் மண்மூடிப் போக! சி. இராமலிங்கம் (1823 – 1874) (2001)
- சிலுவைராஜ் சரித்திரம் (2002)
- தலித்திய விமர்சனக் கட்டுரைகள் (2003)
- காலச்சுமை (2003)

*மொழிபெயர்ப்பு:*

- விளிம்புநிலை மக்களின் போராட்டங்கள் – ரணஜித் குஹா, சூசி தாரு, தேஜஸ்வினி நிரஞ்சனா (2016)
- கிளிக் கதைகள் எழுபது – சுக ஸப்ததி (சமஸ்கிருத கதைத் தொகுதி) (2017)

ராஜ் கௌதமன்

# க. அயோத்திதாசர் ஆய்வுகள்

காலச்சுவடு பதிப்பகம்

அன்பார்ந்த வாசகருக்கு,

வணக்கம்.

காலச்சுவடு நூலை வாங்கியமைக்கு நன்றி.

நூலின் உள்ளடக்கம், உருவாக்கம், அட்டைப்படம் இன்ன பிற அம்சங்கள் பற்றிய உங்கள் கருத்துகளையும் ஆலோசனைகளையும் காலச்சுவடு வரவேற்கிறது. தகவல், எழுத்து, வாக்கியப் பிழைகள் தென்பட்டால் அவசியம் தெரிவித்து உதவுங்கள். நூல் தயாரிப்பில் கடும் குறைபாடு இருப்பின் மாற்றுப் பிரதி உங்களுக்குக் கிடைக்கக் காலச்சுவடு ஏற்பாடு செய்யும்.

மின்னஞ்சல்: **publisher@kalachuvadu.com**

காலச்சுவடு நாகர்கோவில் அலுவலகத்திற்குக் கடிதம் அனுப்பலாம்.

தங்கள்
எஸ்.ஆர். சுந்தரம் (கண்ணன்)
பதிப்பாளர் — நிர்வாக இயக்குநர்

க. அயோத்திதாசர் ஆய்வுகள் ♦ கட்டுரை நூல் ♦ ஆசிரியர்: ராஜ் கௌதமன் ♦ © ராஜ் கௌதமன் ♦ முதல் பதிப்பு: நவம்பர் 2004, பதினொன்றாம் பதிப்பு: அக்டோபர் 2024 ♦ வெளியீடு: காலச்சுவடு பப்ளிகேஷன்ஸ் (பி) லிட்., 669 கே.பி. சாலை, நாகர்கோவில் 629 001

**Ka. Ayothithasar Aaivugal** ♦ Essays on Pandit Ayothithasar ♦ Raj Gowthaman ♦ © Raj Gowthaman ♦ Language: Tamil ♦ First Edition: November 2004, Eleventh Edition: October 2024 ♦Size: Demy 1 x 8 ♦ Paper: 18.6 kg maplitho ♦Pages: 196

Published by Kalachuvadu Publications Pvt.Ltd., 669 K.P. Road, Nagercoil 629001, India ♦ Phone: 91-4652-278525 ♦e-mail: publications@kalachuvadu.com ♦ Printed at Mani Offset, Chennai 600077

ISBN: 978-81-87477-86-0

10/2024/S.No. 198, kcp 5339, 18.6, (11) 9ss

அன்பு மகள் நிவேதிதாவுக்கு

## பொருளடக்கம்

| | |
|---|---|
| என்னுரை | 11 |
| 1. இந்திய - தமிழக பௌத்த வரலாறு | 15 |
| 2. 19, 20ஆம் நூற்றாண்டுகளில் பௌத்த மறுமலர்ச்சி | 32 |
| 3. அயோத்திதாசரின் காலம் | 66 |
| 4. அயோத்திதாசர் கால தலித்துக்கள் | 79 |
| 5. சுதேசி அதிகார - உத்தியோக வர்க்கமும் சீர்திருத்த - சுயராஜ்யவாதிகளும் | 97 |
| 6. பௌத்தர் (பறையர்) இந்து (பிராமணர்) பகையின் வரலாறும் இந்திரர் தேச சரித்திரமும் | 116 |
| 7. இந்து, கிறிஸ்தவ மதங்களைப் பௌத்த மயமாக்கல் | 139 |
| 8. தமிழ் இலக்கியம் பற்றிய தாசரின் பொருள்கோடலும் சொல்லாராய்ச்சியும் | 160 |
| 9. அயோத்திதாசரின் ஆதிவேதம் | 178 |

● **என்னுரை** ●

'தொண்டை மண்டல வல்ல காளத்தி தெய்வப்புலமை வைத்திய சிம்ஹம் சங்கை. கவிராஜ பண்டிட் க. அயோத்திதாஸ தம்ம நாயகர்' என்றும், 'ஸ்ரீலஸ்ரீ. அயோத்திதாஸ பண்டிதர்' என்றும் பத்தொன்பதாம் நூற்றாண்டின் இறுதியிலும் இருபதாம் நூற்றாண்டின் தொடக்கத்திலும் பௌத்த தலித்துக்களால் மிகுந்த மரியாதையோடு விளிக்கப்பட்டவர் க. அயோத்தி தாசர் (1845-1914). இவர் ஒரு தலித்தாக இருந்த காரணத்தாலும், அவருக்குப் பின்னர் அவர் மீட்டெடுத்த பௌத்தத்தையும், வரலாற்றையும் பௌத்த தலித்துக் களும், பிறரும் போராடி வளர்க்காத காரணத்தாலும், வழக்கம்போல தலித்துக்களைப் பொருட்படுத்தாத தமிழ் அறிவுலகத்தின் சனாதன மேட்டிமை என்னும் காரணத் தாலும், இருபதாம் நூற்றாண்டு முடிவுற்ற காலத்தில்தான் அவர் மறுபிறப்பெடுத்தார். அவர் காலத்தில் அவர் புரிந்த நல்வினையின் பலன்கள் ஊழ்த்து வெளிப்படு வதற்கு எண்பது ஆண்டுகளாயின. அன்னாரது எழுத்துப் பணிக்குச் சாகாவரமளித்தவர்களில் ஒருவரான ஞான. அலாய்சியஸ் என்பவருக்குத் தமிழகம் கடமைப் பட்டுவிட்டது. இந்த எண்பது ஆண்டு காலத்தில் தலித்துக் களின் சக்திகள் இந்திய தேசிய காங்கிரஸ், பிராமணரல்

11

லாத திராவிட இயக்கம், வர்க்கப் போராட்டத்தை வலியுறுத்திய பொதுவுடைமை இயக்கங்கள் போன்ற அயலார்களின் இயக்கங்களுக் காகத் தொடர்ந்து எரிக்கப்பட்டன. அயோத்திதாசரால் தமிழகத்தில் உருவாக்கப்பட்ட நவீன - சாதி பேதமற்ற - திராவிட பௌத்தம், அவருக் குப் பின் நாற்பது ஆண்டு கழித்து மகாராஷ்டிரத்தில் டாக்டர் அம்பேத்கரால் புரட்சிகரமாக்கப்பட்டு, மீண்டும் இருபதாம் நூற்றாண்டின் இறுதிப் பத்தாண்டுகளில் அம்பேத்கர் நூற்றாண்டு விழாக் கொண்டாட் டத்தை ஒட்டித் தமிழகத்தில் தலித்திய இயக்கமாகக் கிளர்ச்சியுற்றது ஒரு விசித்திரமான வரலாறுதான். P. இலட்சுமி நரசு (1860-1934) குறிப்பிட்டதைப்போல ஒருவர் புரிந்த வினைகள் அழியாமல் பிறரிடமும் அவரது சந்ததியிடமும் சேகரமாகி மறுபிறப்பு எடுக்கும். இன்று தமிழக தலித்துக்களிடம் அயோத்திதாசர் மறுபிறப்பெடுத்துள்ளார் என்றே குறிப்பிடத் தோணுகிறது. தாசரின் சிந்தனைகளும், இலட்சியங்களும் சாதி மதமற்ற அற வாழ்க்கையும், கருணையும் அன்பும், பற்றியிருப்பதால் இவை மாந்த இனத்திற்கே சொந்தமானவை என்று உறுதிபடச் சொல்லலாம். ஏனெனில் அவரது சிந்தனைகளும் இலட்சியங்களும், ஆசியாவுக்கு மட்டுமின்றி முழு உலகிற்கே ஒளியாக உதித்த கௌதம புத்தரின் அகிம்சையிலிருந்து உருவானவை. பிராமணியத்தின் சனாதனம், மேற்கத்தியத்தின் இன - நிறவாதம், தந்தை வழிச்சமூகத்தின் ஆணாதிக்கம், மதவாதம், பயங்கரவாதம் ஆகிய சகலவிதமான இம்சைகளுக்கும் எதிரானவை, மாற்றானவை. தாசர், புத்தரிடமிருந்து பெற்றுக்கொண்ட அறத்தில் வன்முறையில்லை; ஆதிக்கமில்லை; சமத்துவம் உண்டு; கருணை உண்டு; ஒழுக்கம் உண்டு; புரோகிதம் இல்லை; கடவுள் இல்லை; ஒவ்வொருவனும் தன்னை உயர்த்திக் கொள்ளும் வழிமுறை உண்டு; பகுத்தறிவு உண்டு; சகமனிதனைச் சமமாக மதிக்கும் நேர்மை உண்டு; சாதி, மதம், நிறம், பால், இனம், நாடு, பொருள் ஆகிய அளவுகோல்கள் இன்றிச் சக மனிதனை அவனது செயல்களாலும், மொழியாலும், சிந்தனையாலும், பண்பாலும், ஒழுக்கத்தாலும் மதிப்பிடுகின்ற அணுகுமுறை உண்டு. இந்திய - தமிழகச் சூழலில் சாதி மத பேதமற்ற யாருக்கும் இவை சாத்தியமே என்பதை அயோத்திதாசரின் வாழ்க்கையிலிருந்து உணர்ந்துகொள்ளலாம். இங்கே மதங்களை விட்டால் மட்டும் போதாது; சாதிகளை விட்டால்தான் ஒருவனால் பண்புள்ள, ஒழுக்கமுள்ள மனிதனாக வாழ இயலும் என்பதை புத்தர் வழிநின்று அயோத்திதாசர் வலியுறுத்தி யுள்ளார். அதாவது பிராமணியத்தின் வஞ்சகமான - மூடத்தனமான வலையை அறுத்துத் தன்னை முற்றிலும் விடுவிக்கின்ற ஒருவனுக்கே இயல்பான மனிதனாக வாழும் சாத்தியப்பாடு கை கூடும். ஒரு நூறாண்டுக்கு முன்பே தாசருக்கு இந்த ஞானம் ஏற்பட்டுவிட்டது. ஈராயிரத்து ஐந்நூறு ஆண்டுகளுக்கு முன்பே புத்தருக்கு ஏற்பட்டுவிட்டது; தமிழகத்தில், அயோத்திதாசருக்கு முன் சித்தர்களுக்கு ஏற்பட்டுவிட்டது; இங்கே, இத்தகைய ஞானம் ஏற்படாதவாறு ஒவ்வொருவரின் அறிவுக்

கண்களையும் கட்டிப்போட்டிருப்பது பிராமணியமே என்பதைச் சரியாக இனம் கண்டவர் தாசரே. பிராமணராயினும் சரி, பிராமணரல்லாதாரா யினும் சரி, ஆதி திராவிடராயினும் சரி பிராமணியத்தைப் பூரணமாகக் கைவிட்டாலன்றி அவர்களுக்கு விடுதலை இல்லை; மாந்த வளர்ச்சி இல்லை; மானிட நேயமும் இல்லை என்பது தாசரின் தீர்க்கதரிசனம்.

பிராமணியத்தால் வஞ்சகமாகத் தாழ்த்தி ஒடுக்கப்பட்ட மக்களின் கௌரவமானதொரு வரலாற்றை தாசர் கட்டமைத்தார் என்பதால் அவரது பணி ஒடுக்கப்பட்ட மக்களின் விடுதலைக்கானது மட்டுமே என்று பிறர் கருதலாம்; சாதியைப் போற்றுகிற பிறரை, இயல்பான, சுயமரியாதைமிக்க, சுதந்திரமான, உறவுகளில் நேர்மை, கண்ணியம் பாராட்டுகிற மனிதர்களாக வாழவிடாமல் அதே பிராமணியம் ஒடுக்கிக் கொண்டிருப்பதால், தாசரது பணி அனைவருக்கும் பொதுவானது என்றே சொல்லலாம். ஒடுக்கப்பட்டோர்க்குரிய அம்பலப்படுத்துதல் (exposition) அழித்தொழித்தல் (annihilation) அபகரித்தல் (appropriation) ஆகிய மூன்று போர்முறைகளை முழுமையாக தாசரிடம் காணலாம்.

இந்த நூலாக்கத்தைப் பொறுத்தவரை அயோத்திதாசரின் சிந்தனை களைச் சுருக்கியும், தொகுத்தும் தருவதே எனது முக்கிய முயற்சியாக இருந்துள்ளது; நூலின் நடையிலும், சொற்பிரயோகத்திலும் தாசரின் நடையையும், சொற்களையும், தொடர்களையும் வேண்டுமென்றே கலந்துள்ளேன். தாசர் வாழ்ந்த காலச் சூழலையும், தமிழ்ப் பத்திரிகை உரைநடையையும் உள்ளவாறே கொண்டுவரவேண்டும் என்பது எனது நோக்கம்.

ஒவ்வொரு நூலையும் எழுதும்போது அதன் மூலமாக சகமனிதர்களுக்குச் சொல்லுபவற்றைவிட நான் கற்றுக்கொள்ளும் விசயங்களே அதிகம். இந்த நூலினை எழுதியதால் தாசரின் உழைப்பை யும், பி.லட்சுமி நரசுவின் நவீன பௌத்தத்தையும் கற்றுக் கொள்ள முடிந்தது. இந்நூலின் ஆக்கத்திற்கு உதவிய புதுச்சேரி இந்திய-பிரஞ்சு நிறுவன நூலகத்திற்குக் கடமைப்பட்டுள்ளேன். வ. கீதா அவர்களுக்கு ரொம்ப நன்றி. தலித் சாகித்திய அகாடமி வெளியிட்ட தாசரின் நான்கு நூல்களைத் தந்துதவிய ரவிக்குமாருக்கு நன்றி . ஞான. அலாய்சியஸ் தொகுப்பில் வெளிவந்த அயோத்திதாசர் சிந்தனைகள் நூலின் மூன்று தொகுதிகளைத் தந்து, தொடர்ந்து ஊக்கப்படுத்தி, தற்போது நூலாக வெளியிடுகிற காலச்சுவடு பதிப்பகத்தார்க்கு மிக்க நன்றி. நூல் எழுதுவதற்கு வேண்டிய மனநிலையையும், உடல் நலனையும் பேணிய என் துணைவி பரிமளத்துக்கு என் அன்பு.

**ராஜ் கௌதமன்**

*01.08.2004*

# 1

## • இந்திய – தமிழக பௌத்த வரலாறு •

க. அயோத்தி தாசர் (1845–1914) இந்திய – தமிழக பூர்வ பௌத்த வரலாறு ஒன்றை இருபதாம் நூற்றாண்டில் கட்டி எழுப்பினார். மிக நீண்டகால மௌனத்திற்குப் பின்னர் பதினெட்டாம் நூற்றாண்டின் பிற்பகுதியில் இந்தியாவில் பௌத்தத்தை 'அகழ்ந்து' எடுத்துத் தூசி துடைத்தவர்கள் காலனிய அரசாட்சியின் ஆதரவைப் பெற்ற ஐரோப்பிய கீழைதேய படிப்பாளர்களும் அவர்களைப் பின்பற்றிய இந்திய ஆர்வலர்களும் என்று ஞான அலாய்ஸியஸ் குறிப்பிடுகிறார் (2002 – முன்னுரை). மாக்ஸ் முல்லர், ஓல்டன்பர்க், மோனியர் வில்லியம்ஸ், ரைஸ்டேவிஸ் தம்பதிகள் முதலிய ஐரோப்பிய அறிஞர்களும், அனகாரிக தம்மபாலா போன்ற இலங்கை நாட்டாரும், ராகுல் சாங்கிருத்தியாயன், தருமானந்த கோஸாம்பி, ஆனந்த கௌசல்யாயனர், ஜகதீச காசியபர் போன்ற இந்தியர்களும் குறிப்பிடத்தக்கவர்கள் என்று பலரும் எழுதியுள்ளனர். இவர்களது முயற்சியின் காரணமாக கிறிஸ்தவம், இசுலாம் போல பௌத்தமும் ஒரு மத ஸ்தாபகர், ஒரு புனித மொழி, ஒரு புனித நூல், ஒரு வரலாறு கொண்ட பெரும் மதமாக நிறுவப்பட்டது (ஞான. அலாய்ஸியஸ், 2002 முன்னுரை)

ஒருபுறம் இம் முயற்சி நடந்து கொண்டிருந்தபோது இதை அடியொற்றி பத்தொன்பது – இருபதாம் நூற்றாண்டில் படிப்பாளிகளுக் கிடையில் விவாதிக்கப்பட்ட சமூக சீர்திருத்த முயற்சிகளில் அவரவர் வர்க்க நிலைபாடு, வாழ்நிலை மற்றும் இருத்தலியல் தேவைகளுக்கு அனுசரணையான கருத்துக்களை பௌத்தத்திலிருந்து மறுவிளக்கம் செய்யும் முயற்சியும் முக்கியத்துவம் பெற்றது. இம்முயற்சிகளில் ஒன்றாக க. அயோத்திதாசரின் பௌத்தம் அமைந்தது. பிராமணியத்துக்கு மாற்றாக, எதிர் மதமாக, தாழ்த்தப்பட்டோர் எனப்படும் ஏழைச் சாதியாரின் பூர்வ மதமாக, சாதிபேதமற்ற அறநெறியாக ஒரு பௌத்தமதத்தை, சரித்திரத்தையும் புனைவையும் கலந்து கட்டி எழுப்பினார். இன்றுவரை கிடைத்துள்ள தகவல்களின்படி வரலாற்றில் வஞ்சகமாக சாதி முறையால் தாழ்த்தப்பட்ட மக்களின் பூர்வீக மதம் பௌத்தமே என்று நிறுவமுயன்ற முன்னோடி க. அயோத்திதாச பண்டிதரே. இவர் கட்டமைத்த சாதி ஒழிப்பு பௌத்த மதத்தின் வரலாற்றைக் காண்பதற்கு முன், பதினெட்டு – பத்தொன்பதாம் நூற்றாண்டுகளில் அகழ்வு ஆய்வு, சுவடி வாசிப்பு, கல்வெட்டு ஆய்வு, மூலப்பிரதி வாசிப்பு, பதிப்பு ஆகியவற்றின் மூலமாக நிர்மாணிக்கப் பட்ட ‘அதிகாரபூர்வ’ பௌத்த மத வரலாற்றைச் சுருக்கமாகக் காண்பது அவசியம். இதேபோல, இந்த ‘அதிகாரபூர்வ’ பௌத்தச் சொல்லாடல்களிலிருந்து தங்கள் தங்கள் இருத்தலியல் தேவைகளுக்காக, சமூக – அரசியல் இயக்கங்களுக்காகப் பத்தொன்பது – இருபதாம் நூற்றாண்டுகளில் தமிழகப் படிப்பாளிகளில் பிராமணர், வேளாளர், பிராமணர் அல்லாதார், சுதேசியத்தார், ஆசார சீர்திருத்தவாதிகள், ஆரிய – வடமொழி எதிர்ப்பாளர்கள், இந்து மரபாளர்கள், தமிழ் தேசியவாதிகள், பகுத்தறிவாளர்கள் முதலான பல்வேறு தரப்பார்கள் மறுவாசிப்புச் செய்து உருவாக்கிய கருத்தியல்களையும் காண்பது இன்றியமையாதது. முதலில் ‘அதிகாரபூர்வமான’ பௌத்த மதம்.

தமது பதினைந்தாம் வயதில் இளவரசுப் பட்டம் கட்டி, பத்தொன் பதாம் வயதில் திருமணம் புரிந்து ஒரு மகனுக்குத் தந்தையாகி, பசி, பிணி, மூப்பு, சாவு என்ற உண்மைகளை உணர்ந்து இருபத்தொன்பதாம் வயதில் அரண்மனையை விட்டு வெளியேறித் துறவு பூண்டு, பசி பிணி மூப்பு சாவிலிருந்து விடுபடுவதற்குக் கடுமையான – உடலை வருத்தும் குரூரமான தவங்கள் – நோன்புகள் உதவா; சடங்கு ஆச்சாரங் கள் உதவா என்று அனுபவபூர்வமாக உணர்ந்து போதி மரத்தடியில் அமர்ந்து புலன் ஒடுங்கி மெய்யுணர்வு பெற்றுப் புத்தரான சத்திரியரே சித்தார்த்தர். இவர் பிறந்த நகரம் கபிலவாஸ்து; (கபில முனிவர் தங்கும் இடம்; வாஸ்து = இடம்); நாடு உத்தரகோசலம்; மகத நாடு; இக்ஷுவாகு பரம்பரை; சாக்கியகுலம்; கௌதம குடி; சுத்தோதனனும் மாயாதேவியும் பெற்றோர்கள். இவர் வாழ்ந்தகாலம் கி.மு. 563 – கி. மு. 483. மகத, கோசல நாடுகளில் புத்தர் தமது அறத்தை மக் களிடம் வட்டார வழக்கிலான மொழியில் போதித்தார்; மலை

உச்சிகள், மரங்கள், வனங்கள் அவருக்குப் பிடித்த இடங்கள்; இவருக்கு மக்கள் அன்றாட வாழ்வில் உறுகின்ற துக்கங்களிலிருந்து எவ்வாறு0 விடுபடலாம் என்பதே குறிக்கோள். கடவுள் உண்டு, இல்லை என்ற அநாவசியமான சிக்கலுக்குள் அவர் போக விரும்பவில்லை. அனுபவம், அறிவு, அறவாழ்வு என்பவற்றின் அடிப்படையில் எட்டுவகையான அங்கங்களையுடைய மார்க்கத்தை போதித்தார். இதனைப் பரப்பிட சங்கங்களை அமைத்தார். அவர் காலத்திலேயே அவர் போதித்த மார்க்கம் வடநாட்டில் பெரிதும் பரவியது; இவரது போதனைகளில், நான்கு வித சத்தியங்கள் (நோய், நோயின் காரணம், நோய் நீங்கும் வாய், நோய் நீங்கும் வழி), பன்னிரெண்டு நிதானங்கள் (பேதைமை, செய்கை, விஞ்ஞானம், நாம உருவம், வாயில்கள், ஸ்பரிசம், நுகர்வு, வேட்கை, பற்று, கருமக் கூட்டம், பிறப்பு, இறப்பு), அட்டாங்க மார்க்கம் (நற் காட்சி, நல்லூற்றம், நல்வாய்மை, நற்செய்கை, நல்வாழ்க்கை, நன்முயற்சி, நற்கடைப்பிடி, நல்தியானம்), பத்துவகைச் சீலங்கள் *(5+3+2)*, (தியானம், ஞானம்); காரண – காரியத் தொடர்ச்சியை ஒட்டிய வினைக்கோட்பாடு ஆகியவை பௌத்தத்தின் அடிப்படைக் கருத்தியல்களாகும். புத்தரின் போதனை அனைத்தும் அறம், பகுத்தறிவு, அன்பு, உயிர் இரக்கம் என்ற நான்கின் பேரில் கட்டப்பட்டவை. இதனால் இவை மனிதரையும், அவர்தமக்குள் வைக்கவேண்டிய சமத்துவமான உறவுகளையும் குறிக்கோளாகக் கொண்டிருக்கின்றன. சோ.ந. கந்தசாமி கூறுவதுபோல, 'மனிதரை வெளியே உள்ள யாருமே (external agencies) முன்னேற்ற முடியாது. மனிதன் தன்னாலேதான் உயரவேண்டும், தன் முயற்சியும் தன்னொழுக்கமுமே மனித முயற்சிக்கு அடிப்படையாகும் (சோ. ந. க. *1977:1)* என்பது பௌத்தத்தின் அடிப்படைகளில் ஒன்று. மாறாத, நிரந்தரமான, இயற்கை இகந்த, கால – இடம் கடந்த ஒரு வெளிச்சக்தி, கடவுள், பிரம்மம், பரமாத்மா என்பது இல்லை; இதேபோல ஆன்மா என்பதும் கிடையாது; பகுத்தறிவு சார்ந்த அற ஒழுக்கமே வேண் டப்படுவது.

சாக்ரடீசுக்கு நூறு ஆண்டுகளுக்கு முன்பும், லவோசியஸ், மகாவீரர், சொராஸ்டர் ஆகியோருக்குச் சில ஆண்டுகளுக்குப் பின்பும், கன்பூசியஸ், பிதாகோரஸ் முதலியோருக்குச் சமகாலத்திலும் வாழ்ந்த புத்தர் (சோ. ந. க. *1977: 120)*, லோகாயதத்தின் இன்பத் திளைப்பு நெறியையும், வைதீகமும், ஆசீவ – சமண நெறிகளும் வலியுறுத்திய உடலை வருத்தும் கடுந்துறவுக் கொள்கையையும் விடுத்து, மத்திய மார்க்கத்தை ஏற்படுத்தினார் *(" 99: 122)*. தேவையற்ற வீண் விவாதங்கள், நடைமுறைக் குப் பயன் தராதவை பற்றிய சர்ச்சைகள் முதலானவற்றை புத்தர் ஒதுக்கினார்; இவை குறித்து மௌனம் சாதித்தார். உபநிடதங்களை இதன் காரணமாகவே ஒதுக்கிவைத்தார் *("99: 123)*. அறிவுத்தேட்டத்தை புத்தர் வலியுறுத்தினார். கிறிஸ்து பிறப்பதற்கு அறுநூறு ஆண்டுகளுக்கு முன் முதன்முதலாக பகுத்தறிவை வாழ்வின் ஆதாரமாகக் கொண்டு, அதைப் போதித்தவர் புத்தராகத்தான் இருப்பார்.

புத்தரின் போதனைகளை உரிய சந்தர்ப்பங்களில் தேவைக்கு ஏற்றபடி பின்னர் விளக்கவிருப்பதால், புத்தரின் மார்க்கத்தின் வரலாற்றை ஓரளவு காணலாம். புத்தர் போதித்த அறங்களைத் தொகுத்துக் கொண்டால் அவை நான்கு வகைப்படும். அவை:

1. ஒழுக்கம் (சீலம், discipline)
2. புண்ணியம் (Virtue)
3. பொதுநலம் (altruism பரமிதிகள்)
4. செயல்பாடு (engagement)

இவற்றுள் ஒழுக்கமும், புண்ணியமும் தொடக்க நூற்றாண்டு புத்த வரலாற்றின் அம்சங்கள். பொதுநலமும், செயல்பாடும் பிற்காலத்தில் முக்கியத்துவம் பெற்றன (Christopher Queen, 2000: Introduction). புத்தர் மறைந்த நூற்றுப்பத்து ஆண்டுகளுக்குப்பின் மரபான பௌத்தம் (ஹீனயானம்), சீர்திருத்த பௌத்தம் (மகாயானம்) என்று இரு பிரிவுகள் உண்டாயின. வைசாலி நகரில் கூடிய பௌத்த பிக்குகள் எட்டு மாதங்களாக விவாதித்து, பௌத்தத்தில் புகுத்தப்பட்ட புதிய வழக்கங்களைக் கண்டித்தார்கள். இவர்களே ஹீனயானிகள் (தேர வாதிகள்); ஹீனயானத்திலும், மகாயானத்திலும் காலப்போக்கில் பற்பல பிரிவுகள் தோன்றின. இவை இரண்டிற்கும் இடையிலுள்ள வேறுபாடுகளை கிறிஸ்தோபர் கியூன் சுருக்கமாகக் கூறுகிறார். ஹீன + யானம் என்றால் சிறிய வாகனம், மஹா + யானம் என்றால் பெரிய வாகனம் என்பது நேரடியான சொற்பொருளாகும். ஹீனயானம் அறஹத் இலட்சியத்தை (அருகர்) நிருவாணத்தை முன்வைத்தது; மஹாயானம் போதி சத்துவ இலட்சியத்தை, மக்களை ஈடேற்றுவதை முன்வைத்தது. ஹீனயானம் சங்கத்தை மையமாகக் கொண்டது; மகாயானம் புத்தரை (கடவுளாக) மையமாகக் கொண்டது. முன்னது அறத்தை வலியுறுத்துவது; பின்னது பக்தியை, வழிபாட்டை வலியுறுத்து வது. ஹீனயானம் தத்துவம் பகுத்தறிவு சார்ந்தது, மஹாயானம் மிஸ்டிகலானது (mystical – ஞானம்?). ஹீனயானத்துக்குரிய நூல் புத்தரின் பூர்வ போதனையோடு முடிவுறுகிறது; மஹாயானத்தில் தொடர்ந்து புதிய புதிய நூல்கள் தோன்றுவது அனுமதிக்கப்படுகிறது. மஹாயானப் பிரிவு இந்து மதத்தைத் தாக்குப் பிடிக்க, அதன் தாக்கம் பெற்றது; குறிப்பாக வைணவத்தின் பிரபத்தி (சரணாகதி) கொள்கையின் தாக்கம் தமிழக மஹாயானத்தில் இருந்ததை சோ. ந. கந்தசாமி 'மணிமேகலை' கொண்டு நிறுவியுள்ளார் (மணி மேகலை 5 : 71 – 79, 5 : 98 – 105, 10 : 11 – 15, 11 : 61 – 70) (சோ. ந. க. 1977 : 10) தென்னிந்தியாவில்தான் பக்தியும், யோக நெறியும் மகாயான பௌத்தத் தில் இணைந்ததாக சார்லஸ் எலியட், தாமஸ் ஆகிய பௌத்த இயலார்களை சோ. ந. க. குறிப்பிடுகிறார் (சோ. ந. க. 1977 : 17). வஜ்ரயானம் எனப்படும் தாந்திரீக பௌத்தம் (வஜ்ரம் + யானம் = வைர வாகனம்) மஹாயானத்தின் ஒரு பகுதியே. புத்தரின் போதனைகளின் தொகுப்பு எனச் சொல்லப்படும் திரிபிடகம் ஹீனயான (தேரவாத) பௌத்தத்திற்

குரியது: மகாயானம் திரிபிடகத்தின் சில பகுதிகளைத் தள்ளியும், புத்தர் கூறாத வேறு சிலவற்றைப் புகுத்தியும் தனது நூல்களை சமஸ்கிருதத்தில் எழுதியது. தேரவாதிகள் பாலி மொழியில் எழுதினார்கள் என்று மயிலை. சீனி. வேங்கடசாமி (1972) குறிப்பிடுகிறார். சோ. ந. கந்தசாமிக்கு போதிசத்துவத்தைப் போற்றிய, பிறர்க்குரியவராக வாழ்ந்த, இந்து மதத்தின் தாக்கம் பெற்ற தமிழக மஹாயான பௌத்தம் பிடித்திருக்க, மயிலை. சீனி. வேங்கடசாமிக்குத் தமிழகத்தில் பரவியது, மணிமேகலையில் சொல்லப்பட்டது தேரவாத பௌத்தமே என்று பட்டிருக்கிறது. இந்தச் சர்ச்சைக்குள் போகாதிருத்தலே சால்பு எனத் தோன்றுகிறது!

வடக்கே தோன்றிய பௌத்தம் தென்னாட்டுக்குக் குறிப்பாக பழைய தமிழ்நாட்டுக்குள் எப்போது எப்படி வந்து பரவியது என்பது அடுத்த கட்ட வரலாறு. இந்த வரலாறு, அசோகனின் பாறைக் கல்வெட்டுக்களாலும் (Rock Edict), பாலி, சமஸ்கிருத பௌத்த மூலநூல்களிலுள்ள குறிப்புக்களாலும், பத்தொன்பதாம் நூற்றாண்டில் கண்டுபிடிக்கப்பட்ட தமிழக பிராமி குகைக் கல்வெட்டுக்களாலும், தமிழ் இலக்கியம், இலக்கண உரைச் சான்றுகளாலும், புகார் நகர அகழ்வு ஆய்வு வழியாகவும் மீட்டெடுக்கப்பட்டுள்ளது. பௌத்தம் உச்சநிலையில் இருந்ததாகக் கூறப்படும் களப்பிரர்கள் ஆட்சிக் காலத்தை அறிய காசக்குடி, கொற்றமங்கலம், வேள்வி குடி, தளவாய்புரம், கூரம், செப்பேடுகள் கண்டு அறியப்பட்டிருப்பது ஒரு முக்கிய வரலாற்றுச் சான்றாகும். க. அயோத்திதாச பண்டிதர் புனைந்த தமிழ்பூர்வ பௌத்த வரலாற்றுக்கும் கூட மேற்கூறிய சான்றாதாரங்களில் தகவல்கள் காணப்படுகின்றன.

அசோக சக்கரவர்த்தி (கி.மு. 3ஆம் நூற்றாண்டு) ஆதரவில் பாடலீபுரத்தில், மொக்கலபுத்த திஸ்ஸ என்ற தேரவாத பௌத்த பிக்குகளின் தலைவரின் தலைமையில் மூன்றாவது பௌத்த மாநாடு கூடியது. மாநாடு ஒன்பது மாதங்களாக நடைபெற்றதாம். அதில், பல நாடுகளுக்குத் தேரவாத பௌத்தர்களை அனுப்பி சமயபோதனை செய்வது என்று முடிவானதாம். இம்முடிவின் பிரகாரம் அசோகனின் தம்பி அல்லது மகன் என்று ஆய்வாளர்கள் கூறிய மகேந்திரரிடம் இலங்கையில் மிஷனரிப்பணி ஒப்படைக்கப்பட்டது. இவர் இலங்கை செல்லும் வழியில் 'திரமிளம்' எனப்பட்ட தமிழகத்தில் தங்கி காஞ்சிபுரம், மதுரை, பூம்புகார் போன்ற நகரங்களில் தேரவாத பௌத்தத்திற்கு அடிப்படை அமைத்ததாகப் பலரும் எழுதியுள்ளனர். இதற்கு ஆதாரமாக சீனயாத்திரீகர் யுவான் சுவாங் பயணக் குறிப்பை (கி. பி. 640) எடுத்துக்காட்டுகிறார்கள்.

மகேந்திரனைத் தெற்கே அனுப்பிய அசோகர், கி. மு. 273 முதல் 232 வரை தமிழகம் தவிர்த்த இந்திய உபகண்டம் முழுவதற்கும் ஏக சக்கரவர்த்தியாக இருந்தவர். இந்திய பௌத்தத்தைக் கீழை தேயங்களுக்குப் பரப்பியவர். மேலை தேயங்களான கிரேக்கம், அராபியப்

பிரதேசம் ஆகியவற்றிலும் பௌத்தத்தைப் பரப்பினார். வடக்கே கிர்னார் நகர் அருகில் உள்ள ஒரு பாறையில் செதுக்கிய கல்வெட்டு வாசகத்தின் மூலமாக, அசோகர், தமது ஆட்சிக்கு அப்பாற்பட்ட சோழ, பாண்டிய, சத்திய புத்திர, கேரளபுத்திர தேசங்களிலும், தாமிர பரணியிலும் (இலங்கை), யவன (கிரேக்க) அரசன் ஆண்டியொகஸ் நாட்டிலும் அதற்கப்பாலும் இரண்டுவிதமான மருத்துவ சிகிச்சை நிலையங்களை ஏற்படுத்தினார் என்பதை அறியமுடிகிறது. மனிதர்க்கும், கால்நடைகளுக்கும் என இருவகை மருத்துவ நிலையங்களை ஏற்படுத்தினார். புத்தரை ஒரு மருத்துவர் (healer) என்றே பழைய நூல்கள் குறிப்பிடுகின்றன. மருத்துவத்துக்கும், அறநெறிகளுக்கும், பௌத்தத்துக்கும் சம்பந்தம் உண்டு என்பது குறிப்பிடத்தக்கது. க. அயோத்திதாச பண்டிதர் என்ற மருத்துவரின் பௌத்த மறுமலர்ச்சி நடவடிக்கைகளைப் புரிந்துகொள்ள இது துணைபுரியும். கி. மு. 258இல் பெஷாவர் நகர் அருகில் அசோகர் ஏற்படுத்திய கல்வெட்டில், அறவெற்றியே முதல்தரமான வெற்றி; இந்த வெற்றி, அசோகரின் நாட்டிலும், ஆண்டியோகஸ், டாமலி, ஆன்டிகொனஸ், மகஸ், அலெக்ஸாந்தர் தேசங்களிலும், தெற்கே சோழ பாண்டிய தாமிரபரணி (இலங்கை) வரையிலும் ஈட்டப்பட்டதாகக் கல்வெட்டு இயம்புகிறது. (மயிலை சீனி.வேங்கடசாமி 1972).

தமிழகத்தில் பௌத்த (ஜைன) ஊடுருவல் நிகழ்ந்ததற்கான ஒரே பெரும் ஆதாரமாக தமிழ் பிராமி குகைக் கல்வெட்டுக்களை R. சம்பக லட்சுமி கருதுகிறார் (GJS 1998:79). இன்று இக்குகைகளை எளிதில் அணுகமுடியாவிடினும், அன்று அதாவது கி.மு. மூன்றாம் நூற்றாண்டில் அவ்வாறில்லை. இக்குகைகளும், அவற்றில் காணப்படும் பிராமி வாசகங்களும், அன்று கர்நாடகத்திலிருந்து தெற்கே தமிழகத்திற்குச் சென்ற தரைவழித் தடத்தில் உள்ளதாக சம்பகலட்சுமி எழுதுகிறார் (79). இத்தரைவழித் தடம், காவேரி டெல்டாப் பகுதியை (சோழநாடு) கொங்கு நாட்டுடன் இணைத்தது; மேலும் அது புதுக் கோட்டை வழியாகப் பாண்டிய நாட்டுக்குச் சென்றது. இத்தடத்தி லிருந்த குகைகள் தவிர, மலையமான் நாடு வழியாக (தென்னார்க் காட்டு மலைகள்) தொண்டைநாடு செல்லும் வழியிலுள்ள மலைகளி லும் சில குகைகள் உள்ளன. G. V. சரோஜாவின் கருத்துப்படி, அன்றைய தமிழ்நாட்டுப் பிரதேசம், தொன்மையான இருபெரும் பௌத்த மையங்களுக்கு இடையில் – வடக்கே ஆந்திரம், தெற்கே இலங்கை – இருந்தது. அப்போது, ஆந்திரம் அமராவதியிலிருந்து தென்கோடி இந்தியா வரை (சிலோன் அருகே), ஒரு தரைவழியிருந்துள்ளது (GJS : 1998 : 3). யுவான் சுவாங், அமராவதியிலிருந்து தென்மேற்காக நாகார்ஜுன கொண்டா, கர்நூல் காட்டுப் பகுதி வழியாக பல்லவர் ஆண்ட காஞ்சியை அடைந்ததாக எழுதியுள்ளார். இவ்வழியாக அசோகனின் பௌத்த மிஷனரிகள் தமிழகம், இலங்கை சென்று தேரவாத பௌத்தத்தை அறிமுகப்படுத்தினார்கள். இது கி. பி. 2ஆம் நூற்றாண்டு வரை நீடித்தது. இதன் பின் மகாயான பௌத்தம்

செல்வாக்குச் செலுத்தியது. தமிழக நகரங்களான காஞ்சிபுரம், பூம்புகார், நாகபட்டினம், மதுரை ஆகிய இடங்களில் மகாயான பௌத்தத்தின் சைத்தியங்களும் விஹாரைகளும், சங்கங்களும் (பள்ளி), ஸ்தூபங்களும் (தூண்) எழுந்தன. இக்குகைகள், பௌத்தசங்கம் போல பல துறவிகளும் நிரந்தரமாகத் தங்கிச் செயல்பட்ட குடியிருப் பாக இன்றி, தேசாந்திரிகளாக அலைந்த துறவிகள் தங்கும் இடங்களாக இருந்தன. (GJS 1998 : 79). இக்குகைகள், இலங்கைக் குகைகளின் அமைப்பை ஒத்திருந்ததாக மயிலை சீனி கூறுகிறார். இக்குகைகளில் செதுக்கப்பட்ட வாசகங்கள் தமிழ் பிராமி வரிவடிவில் (லிபி, அட்சரம், Script) எழுதப்பட்டன. அசோகர் பரப்பிய பிராமி வரிவடிவமே ஆதிகால பௌத்தத்தின் வரிவடிவமாக இருந்தது. இந்த பிராமி எழுத்துமுறை தமிழகத்தில் பௌத்த (ஜைனர்)ரால் அறிமுகமாகியதன் காரணமாகவும், கூடவே கிழக்குக் கடற்கரையில், குறிப்பாகப் பாண்டி நாட்டுக் கொற்கைத் துறைமுகத்தில் முத்து ஏற்றுமதியான கடல் வர்த்தகம் வடநாட்டுடன் ஏற்பட்டதன் காரணமாகவும், தென்னாட் டில் நாகரிக வளர்ச்சி துரிதப்பட்டது.

பிராமி கல்வெட்டு எழுத்து வாசகம் தரும் தகவல்படி பார்த்தால், மேற்படி குகைகளில் தங்கிய பௌத்த (ஜைன) துறவிகளை (இருபிரி வார்க்கிடையில் வேறுபாடு காண்பது கடினம் (GJS 1998 : 80) சேர, பாண்டிய அரச குடும்பங்கள், இளவரசர்கள், அரசதிகாரிகள், வேளிர்கள், வர்த்தகர்கள், கைவினைஞர்கள் முதலானோர் ஆதரித்தார் கள். புரவலர் வரிசையில் சோழர் யாரும் இடம்பெறவில்லை. ஒருவேளை அப்போது சோழர்கள், பிராமணிய வைதீக யாக முறையை ஏற்றுக் கீழ்க் காவேரிப் பகுதியில் வேளாண்மை அடித் தளத்தை உருவாக்கியிருக்கலாம் என்பது சம்பகலட்சுமியின் யூகம் (GJS 1998 : 81)

பிராமி குகைக் கல்வெட்டுக்கள், உள்நாட்டில் தரைவழித் தடங்களி லிருந்த வர்த்தக மையங்களோடு சம்பந்தப்பட்டிருந்தன. இங்கு 'நெகமம்' (நிகமம்) என்னும் வணிகக் குழுக்கள் இருந்தன. இந்த 'நெகமத்தோர்'களும் குகைகளை வெட்டுவித்தார்கள் ('வெள்ளறை நிகமத்தோர்' – மாங்குளம் கல்வெட்டு (GJS 1998 : 81).

'அர்த்தசாஸ்திரம்' பாண்டிநாட்டுக் கடற்கரை முத்து பற்றியும் வர்த்தகம் பற்றியும் குறிக்கிறது. பௌத்தம் புகுந்து பரவியதற்கு இந்தக் கடல் வழி வர்த்தகமும் முக்கிய பங்காற்றியது. பூம்புகார், கொற்கை, துறைமுகங்கள் குறிப்பிடத்தக்கவை. இவற்றிலிருந்து மத்திய தரைக்கடல் நாடுகள், அரபு பிரதேசங்கள், தென்னிந்தியா, இலங்கை, தென்கிழக்கு ஆசிய நாடுகள் (தீவுகள்) ஆகியவற்றுடன் கடல் வழி வர்த்தகம் பெருகியது. இத்துறைமுகப் பகுதிகள், நகரங்கள், நகர்ப்புறங்கள் பௌத்த மத வளர்ச்சிக்குரிய முக்கிய கேந்திரங்களாயின. தமிழ் பிராமி வாசகங்களில் 'கிழார்' பற்றிய குறிப்பு இல்லை. இவர்கள் விவசாயத் தோடு சம்பந்தப்பட்ட மேற்குடியினர். பௌத்த (ஜைன) துறவிகளுக்கு

இவர்கள் குகைதானம் செய்த தகவல் இல்லை (GJS 1998:81) . வேளாண்பகுதி மக்களிடம் பௌத்தம் அவ்வளவு செல்வாக்குச் செலுத்தவில்லை என்றே தெரிகிறது.

உள்நாட்டு வணிக வழித்தடங்கள், அவற்றை ஒட்டி எழும்பிய வர்த்தக மையங்கள், கடல்வழி வர்த்தக துறைமுகப் பட்டின மையங்கள், நகரங்கள் – இவற்றைச் சார்ந்தே பௌத்தம், ஜைனம் வளர்ந்தன என்ற முடிவுக்கு வருவதில் தவறில்லை. இன்னும் சுருங்கச் சொன்னால், அரச – வணிக – வர்க்கத்தாரின் ஆதரவில் வடக்கே உருவான பௌத்த (ஜைன) மார்க்கங்கள் தென் தமிழகத்தில் வணிகர், கைவினைஞர் மண்டியிருந்த கடற்கரை மற்றும் உள்நாட்டு நகரங்களில் மையமிட்டு வளர்ந்தன எனலாம். தொடக்கத்திலிருந்தே உள்நாட்டு ஆற்றங்கரை வேளாண் மையங்களுக்கும் பௌத்தத்துக்கும் பெரிய அளவில் சம்பந்தம் இருந்ததில்லை என்று யூகிக்கலாம். இந்த யூகம், தமிழகத்தின் பல்லவ – பாண்டிய (கி. பி. 6 – 9) காலகட்டத்தில் எதார்த்த நிலைமை யாயிற்று! அதன் பின்னர் தொடங்கிய பிற்கால சோழர் காலத்தைப் பற்றிக் கேட்கவே வேண்டாம்.

தமிழகக் கடற்கரைப் பட்டினங்களில் பௌத்தம் செழித்து வளர்ந்த தற்கு 'சிலப்பதிகாரம்', 'மணிமேகலை' இலங்கை 'மஹாவம்சம்' ஆகிய நூல்கள் சான்று. இப்படி வடக்கிருந்து வந்து தமிழகக் கடற்கரை வர்த்தக மையங்களில் நிலைகொண்ட பௌத்தத்திற்குத் தமிழக வர்த்தகப் பிரிவைச் சேர்ந்த மக்கள் மாறினார்கள் என்பதை யூகிப்பதில் சிரமமில்லை. இதற்கு சம்பகலட்சுமி ஒரு யூகத்தை முன்வைக்கிறார். ஆந்திரத்தின் கிழக்கே தொடங்கும் கடற்கரையானது தமிழகம் வழியாக தொடர்ச்சியாக இலங்கை வரை நீடித்தது. சங்க இலக்கிய அகத்திணை மரபுப்படி கடலும் கடல் சார்ந்த பகுதியும் (நெய்தல்) பரதவர் எனும் மீன், உப்பு, முத்து, பவளம் சேகரிக்கும் திணைநிலை மக்கள் வாழ்ந்த பகுதிகளாகும். இப்பரதவர்களிடமிருந்தே தொடக்க காலத்தில் தமிழ்ப் பௌத்தர்கள் தோன்றியிருக்கலாம். சங்க இலக்கி யத்திலேயே பரதவர்களில் செல்வர்கள் தோன்றி மாடங்களில் குடியிருந்த தகவல் உண்டு. அகநானூறு (340 : 16 – 17), மதுரைக் காஞ்சி (313 – 323), பின்னர் சிலப்பதிகாரம் ஆகிய தொல்பெரும் தமிழிலக்கியங்களிலிருந்து பரதவர்கள் மேல்நிலைக்கு வந்துவிட்ட வர்த்தகப் பெருங்குடிகளாக, முத்து, மணி, குதிரை முதலிய பண்டங் களில் வர்த்தகம் செய்தவர்களாக வளர்ந்துவிட்ட சமூக நிலவரம் தெரிகிறது. சிலப்பதிகாரம், 'பரதகுமாரர்' என்று பெரும் வணிகர்களைக் குறிப்பது கவனத்திற்குரியது. இவர்கள் பௌத்தர் (சமணர்)களாக மாறியிருந்தமை இலக்கியங்களில் பதிவாகியுள்ளன (GJS 1998 : 83). நமது அயோத்திதாச பண்டிதர், சாதிபேதமற்ற பூர்வ பௌத்தர்கள் என்று அவர்காலப் பறையர் சாதி மக்களை அல்லது வேஷப்பிராமணரால் தீண்டாராகத் தாழ்த்தப்பட்ட ஆறில் ஒருபங்கு மக்களை முன்னிறுத்தி 'இந்திரர்தேச சரித்திரம்' ஒன்றைப் புனைந்திருப்பதை இச்சந்தர்ப்பத்தில்

யோசித்துப் பார்க்க வேண்டும். பின்னாளில் பதினாறு – பதினேழாம் நூற்றாண்டுகளில் தமிழகக் கடற்கரைவாழ் பரதவர்களே கிறிஸ்தவம் தழுவியதையும் எண்ணிப் பார்க்கலாம். வைதீக மேற்குடிகளால், குறிப்பாக பார்ப்பனரால் வன்கொடுமைகளுக்கு ஆளான பறையர் முதலானோர் நேற்றைய காலனிய ஆட்சிக்காலத்தில் கிறிஸ்தவம் மாறி முன்னேற முயன்றதுபோல, அக்காலத்தில் வைதீகக் கொடுமை தாங்காமல் மருந்து, உணவு, கல்வி அளித்துப் பராமரித்த பௌத்த (ஜைன) மதத்துக்குத் திரளாக மாறியிருக்கும் சாத்தியப்பாட்டை விலக்கிட முடியாது? இது குறித்து மேலும் ஆய்வு தேவை. இலங்கையிலும் கூட வடமேற்குக் கடற்கரையில் வாழ்ந்த பரதவர்களும், தமிழகப் பரதவர்களைப்போல கிறிஸ்து சகாப்தம் தொடங்கி ஓரிரு நூற்றாண்டுகளுக்குப் பிறகு, தங்களது கடல் வழி வர்த்தகத்தால் வடக்கத்திய மரபுகளான பிராமணிய மற்றும் பௌத்த மரபுகளோடு கலாச்சாரக் கலப்புற்ற குடியினராக ஆகியிருக்கலாம். இதே காலத்தில் இலங்கையில் தோன்றிய கல்வெட்டுக்களில் ‘பரதர்’ எனக் குறிக்கப்பட்டவர்கள் பரதவர்களாகவும் இருக்கலாம் (GJS *1998 : 83*).

V. பாலாம்பாள் தமிழகத்தில் களப்பிரர்கால பௌத்தம் பற்றி எழுதிய கட்டுரை மேலும் முக்கியத்துவம் வாய்ந்தது. சங்க காலத்தை ஒரு முடிவுக்குக் கொண்டுவந்த களப்பிரர்கள் தமிழகத்தின் மையப் பகுதிகளை (சோழ பாண்டிய தொண்டைப்பகுதிகள்) கி. பி. *3*ஆம் நூற்றாண்டு முதல் கி. பி. *6*ஆம் நூற்றாண்டு வரை சீராக ஆண்டார்கள். ஏறத்தாழ முந்நூறு ஆண்டுகாலம் இவர்கள் ஆட்சி நீண்டது. இக்களப்பிரர் ஆட்சிக்காலமே பௌத்த (ஜைனர்)ரின் பொற்காலம் என்று தமிழக பௌத்தர்கள் கொண்டாடுவர். அது நியாயமானதே. பாலி, சமஸ்கிருத மொழி இலக்கியத்தோடு தமிழ் பௌத்த இலக்கியத்தையும், மதத்தையும், கலாச்சாரத்தையும் ஆதரித்த களப்பிரர்களை வைதீகர்கள் ‘நாகரிகத்தின் எதிரிகள்’ என்றும், அவர்கள் ஆண்ட காலத்தை ‘இருண்டகாலம்’, ‘வரலாற்று மூடுபனி’ என்றும் கண்டனம் செய்தது எதிர்பார்க்கத்தக்கதே (GJS *1998 : 31*). களப்பிரர்கள் தமிழ்க் குடியினர் அல்லர் என்பது உறுதியான தகவல். மற்றப்படி அவர்களது மூலத்தை அறிவதில் ஒருமித்த கருத்து எழவில்லை. இவர்களது ஆட்சிக் காலத்தில் சங்கமித்திரர், புத்ததத்தர், புத்த மித்திரர், ஜோதிபாலர், சுமதி, ஆசாரியர் திக்நாகர், போதி தருமர், தருமபாலர், சாக்கிய நாயனார் முதலிய பௌத்த அறிஞர்கள் செயல்பட்டார்கள் (GJS *1998 : 34*). இலங்கைக்கும், தமிழகத்துக்கும் இடையே பௌத்த அறிஞர்களின் போக்குவரத்து அதிகரித்தது. இலங்கையில் ஹீனயானர் x மகாயானர் உட்பூசலும், போராட்டமும், கொலை வெறித்தாக்குதல்களும் உச்சசத்திலிருந்தது இக்காலத்தில்தான். இலங்கை சென்று மகாயான பௌத்தம் போதித்த சங்கமித்திரர் இலங்கை அரசியால் (ஹீனயானி) கொலை செய்யப்பட்டார் (GJS *1998 : 34*). களப்பிர அரசருள் அச்சுத விக்கந்தன் முக்கியமானவன். இவன் காலத்தில்

வாழ்ந்த பௌத்த அறிஞரான புத்ததத்தர் பாலி மொழியில் அநேக நூல்களை எழுதினார். இவருடைய 'அபிதம்மாவதாரம்' என்ற நூலின் இறுதியில் காவேரிப்பூம்பட்டினம் பற்றிய சிறப்பான வருணனை உண்டு. புகாரிலிருந்த செல்வர் மாடமாளிகைகள், வணிகர்கள், வனங்கள், காவேரி நதி, பிக்குகளின் பள்ளிகள் பற்றிய விவரங்கள் இடம் பெற்றுள்ளன (GJS 1998 : 35).

இலங்கையின் புத்த கோஸர், தமிழகம் வந்து காஞ்சிபுரம் பௌத்த விகாரையில் தங்கி நூல்கள் எழுதினார். சிலகாலம் 'மயூரபட்டணம்' (மாயவரம்) சென்று அங்குள்ள விகாரையிலிருந்த புத்தமித்திரருடன் தங்கியிருந்தார். புத்தமித்திரர் கேட்டுக் கொண்டதன் பேரில் 'மஜ்ஜிம நிகாய'த்துக்கு உரை எழுதினாராம் (GJS 1998 : 36). (பௌத்த சாத்தனார் கேட்டுக் கொண்டதன் பேரில் ஜைன இளங்கோ அடிகள் 'சிலப்பதி காரம்' எழுதியது நமது நினைவில் ஊடாடுவதைத் தவிர்க்க முடியாது. பௌத்த – ஜைனரிடையே இப்படி நூல் எழுதும் ஒரு வழக்கம் இருந்திருக்குமோ?) இங்குக் கூறப்படும் புத்தமித்திரர் வேறு, கி. பி. 11ஆம் நூற்றாண்டில் 'வீரசோழியம்' இயற்றிய புத்தமித்திரர் வேறு.

காஞ்சி அரசனின் மகன் அல்லது பல்லவ அரசனின் அமைச்சர் மகன் போதி தருமன் என்பவர் தியானமார்க்க பௌத்தம் என்ற பிரிவைச் சீனாவில் பரப்பினார் இவர் காலம் கி. பி. 520. சீன அரசவையில் இடம் பெற்றார். இவரது மார்க்கம் மகாயானத்தில் ஒரு பிரிவென்பர். இது தியானத்தை வலியுறுத்தியது. 'தியானம்' என்ற சமஸ்கிருதச் சொல்லை சீனமொழியில் 'சான்' (Chan) என்று உச்சரித்த தாகவும், இதுவே ஜப்பானில் பரவியபோது அம்மொழியில் 'ஜென்' (Zen) என்று உச்சரிக்கப்பட்டதாகவும் கிறிஸ்தோபர் குயின் எழுதுகிறார். ஆசாரிய திக்நாகர் காஞ்சி அருகே பிறந்த ஒரு பிராமணர். வேதங்களைக் கற்றார். பின்னர் ஹீனயான பௌத்தரானார். வடநாடு சென்று மகாயான பௌத்த கொள்கைகளை வசுபந்து என்பாரிடம் கற்றார். இந்த வசுபந்துவின் மாணவர்களே ஹீனயானத்தின் ஒரு பிரிவான சௌத்திராந்திகத்தையும், மகாயானத்தின் ஒரு பிரிவான யோகாசாரத்தையும் இணைத்து 'சௌத்திராந்திக யோகாசாரம்' என்ற நெறியை உண்டாக்கியதாகவும், இந்நெறியைச் சேர்ந்தவரே மதுரைக் கூலவாணிகன் சீத்தலைச் சாத்தனார் என்றும் சோ.ந.க. குறிப்பிடுகிறார் (சோ. ந. க. 1977 : 51).

திக்நாகர் சௌத்திராந்திக யோகாசார பௌத்தரானார். வாதங் களில் வென்றார். நாளந்தா பல்கலைக்கழகத் தலைவராய்த் திகழ்ந்தார். நாற்பதுக்கு மேற்பட்ட நூற்களை இயற்றினார். இவற்றுள் பல சீன மொழியில் மொழிபெயர்க்கப்பட்டன என்றும் இவரை சீனத்தில் 'தின்னர்' என்று அழைத்தனர் என்றும் சோ. ந. க. எழுதுகிறார் (1977 : 187 – 88). வடக்கே சாஞ்சி போலத் தெற்கே காஞ்சி பௌத்த விளைநிலமாகவும், பௌத்த கல்வியின் கேந்திரமாகவும் விளங்கியது

(1977 : 185). காஞ்சி நகரில்தான் மகாயான பௌத்தர்கள் தருக்க நூல்களை இயற்றினார்கள். காஞ்சியில் தோன்றிய திக்நகர், சமஸ்கிருதத்தில் ‘நியாய பிரவேசம்’, ‘நியாயத்வாரம்’ என்ற நூல்களை (அளவை நூல்?) இயற்றினார். இவரது சீடர்களில் தருமபாலர் என்பவர் குறிப்பிடத்தக்கவர். நாளந்தா பல்கலையில் தலைவராயிருந்தார் (GJS 1998 : 36). இவர், காஞ்சி அரசனின் மந்திரியின் மைந்தன். மஹாயான பௌத்தர். இவரைப்பற்றி யுவான் சுவாங் விரிவாகத் தமது குறிப்பில் எழுதியுள்ளார். இந்த தருமபாலரையே, சாத்தனார் தமது காவியத்தில் அறவண அடிகளாகப்படைத்ததாக சோ. ந. க. அபிப்பிராயப்படுகிறார். இதனை பாலாம்பாள் மறுத்துள்ளார் (GJS 1998 : 37). இன்னொரு தருமபாலர் பாண்டி நாட்டவர், கி. பி. ஆறாம் நூற்றாண்டில் வாழ்ந்தவர். பாலி, சிங்கள மொழிகளில் வல்லவர் (GJS 1998 : 37).

பௌத்த தருக்கவியலை மகாயானப் பிரிவினரே வளர்த்தார்கள். புத்தரும், தேரவாத பௌத்தமும் தருக்கத்தை ஒதுக்கியதாக சோ. ந. க. குறிப்பிடுகிறார் (1977 : 189). இவ்வகையில் கி. பி. 400 முதல் 700 வரையிலான காலகட்டத்தில் பௌத்த தருக்கத்தை வளர்த்ததில் தமிழக மகாயான பௌத்த முனிவர்களுக்குப் பெரும் பங்கு இருந்ததாகச் சொல்லலாம். பௌத்தம் தமிழகம் வந்த கிறிஸ்து சகாப்தத்துக்கு முந்திய வருடங்களில் பௌத்த அறத்துக்கும் (தேரவாத பௌத்தம்) கி. பி. 400 வரை பௌத்த தத்துவத்துக்கும், பின்னர் பௌத்த தருக்கத்துக்கும் முக்கியத்துவம் கொடுத்தார்கள் (சோ. ந. க. 1977 : 187). காஞ்சிபுரமும், புகாரும், நாகபட்டினமும், மதுரையும் இவற்றுக்கான விளைநிலங்களாக இருந்தன.

‘மணிமேகலை’ இயற்றிய கூலவாணிகர் சாத்தனார் தமிழும் பாலியும் தெரிந்தவர். (இவரது காலம் கி. பி. 5–ஆம் நூற்றாண்டின் இறுதி, கி. பி. 6–இன் முற்பகுதி என்பார் சோ. ந. க. (பக். 188). இவர் திக்நாகருக்குப் பிற்பட்ட மகாயான பௌத்தர். திக்நாகரின் தருக்கத்தைப் பின்பற்றி ‘மணிமேகலை’ இருபத்தொன்பதாவது காதையில் (29 : 45 – 472) 427 அடிகளில் தருக்க நூலை அமைத்துள்ளார் (1977 : 186). இதற்கென அறவண அடிகள் என்ற பாத்திரத்தை அமைத்தார். பௌத்த தருக்கவியலில் பிரத்தியட்சம், அனுமானம் என்ற இரண்டே அளவைகள் உண்டென்பர். வர்த்தகரான சாத்தனார் இயற்றிய ‘மணிமேகலை’ காவியம், பௌத்தம் கோலோச்சிய காலத்தில் வந்தது. சாத்தனார் தமது காலத்துக்கு முன்பும் தம் காலத்திலும் பெருவழக்காயிருந்த மகாயான பௌத்த தருமத்தை (‘தருமம்’ என்பது அறத்தையும் தத்துவத்தையும், பின்னர் தருக்கவியலையும் குறித்தது) நன்கு அறிந்தே காவியம் படைத்தார். குறிப்பாக, சாத்தனார், மகாயானத்தின் யோகாசாரப் பிரிவைச் சேர்ந்தவராக சோ. ந. க. கருதுகிறார் (1977 : 189). இவரது தருக்கவியல், திக்நாகர், வசுபந்துவின் சீடர்கள் வழிப்பட்டதாக குறிப்பிடுகிறார் (1977 : 191).

சாத்தனார் கூறியது மகாயான பௌத்தமே என்பதற்குச் சோ. ந. க. பல ஆதாரங்களைத் தந்துள்ளார். புத்தர் கடவுள் அவதாரம், எண்ணற்ற புத்தர்கள் உள்ளார்கள், இனியும் தோன்றுவார்கள் என்ற மகாயான பௌத்தம் சாத்தனாரின் 'இறந்த காலத்து எண்ணில் புத்தர்களும்' (1977 : 14) என்ற அடியால் புலப்படுகிறது. புத்தரை அவதாரமாகக் கருதியது மஹாயானம். அறியாமை வறுமை மிக்க உலகில் மக்களின் மனமாசுகள் நீங்கவும், அறம் தழைத்து மழை பெருகி, உயிர்கள் ஏமுறவும், மறமான இருளகற்றி அறக்கதிர் பரப்பும் நோக்குடன் புத்த ஞாயிறு உதயமாவான் என்று சாத்தனார் எழுதியுள்ளார் (21 : 165 – 6). சாத்தனாரின் இந்தக் கருத்து பகவத் கீதையின் 'பரித்ராணாய சாதூனாம்' என்ற வைதீகக் கருத்தை எதிரொலிப்பதாக சோ. ந. க. குறிப்பிடுகிறார் (1977 : 5) . மகாயானம் புத்தரின் அவதாரத்தைக் கொள்கையாக ஏற்றதற்கு வைதீகத்தின் தாக்கம் என்று பௌத்தர் அல்லாதார் கூறுவது வழக்கமே. ஆயின், புத்தரின் அவதாரத்தில் அறமும், அகிம்சையும், கருணையும், அடிப்படையாயிருக்க, வைதீகக் கடவுள் அவதாரத்திலும், வீர அட்டானங்களிலும் ஹிம்சையே தர்மபரிபாலனத்துக்கு அடிப்படையாக இருப்பதைக் கவனிக்க வேண்டும், பகவத்கீதை சாத்தானாருக்குப் பிற்பட்டதாகும்.

'மணிமேகலை'யில் புத்த பக்திப்பாடல்கள் இடம் பெற்றுள்ளன. 'வீரசோழியம்' உரையில் உள்ள மேற்கோள் பாடல்கள் பலவும் புத்த பக்திப் பாசுரங்களே என்று சோ. ந. க. குறிப்பிடுகிறார் (1977 : 11).

தொடர்ந்து 'மணிமேகலை'யில் விளக்கப்படும் பௌத்த தலங்கள், புத்தரின் பாதபீடிகை வழிபாடு, பௌத்த விகாரங்கள், கோவில்கள், பள்ளிகள், அட்டில் சாலை, அருந்துவோர் சாலை, புத்த சிலை வழிபாடு பற்றிச் சோ. ந. க. விளக்கமாக எழுதுகிறார். மேலும் கிழக்கிந்திய தீவுகளான மணிபல்லவம் (யாழ்ப்பாணம்?) இரத்தினத் தீவு, இலங்காத்தீவு, சாவகத்தீவு, நக்கசாரணர் வாழும் தீவு (நிக்கோபார்) ஆகிய பகுதிகளில் மகாயான பௌத்தம் பரவியிருந்த தகவல்களைச் சோ.ந.க. 'மணிமேகலை'யிலிருந்து திரட்டித் தருகிறார். இவற்றோடு வஞ்சி, காஞ்சி, மதுரை ஆகிய நகரங்களில் நடைபெற்ற பௌத்த வழிபாடுகளையும் குறிப்பிடுகிறார். இந்திரன் தொடர்பான பௌத்த தேவதைகள், விழாக்கள், விகாரைகள் பற்றியும் 'மணிமேகலை' விரிவாகக் கூறியுள்ளது. பௌத்த ஜாதகக் கதைகள், மஹாஜன ஜாதகம், சங்க ஜாதகம் ஆகியவற்றில் (மகாயான பௌத்த நூல்கள்) சொல்லப்பட்ட பெண் தெய்வங்கள், தேவதைகள் குறித்த கதைகள் பலவும் 'மணிமேகலை'யில் இடம் பெற்றுள்ளன (1977 : 43) . மணிமேகலா தெய்வம் கடல்காவல் தெய்வம்; கடலில் மரக்கலம் ஏறி வர்த்தகம் செய்த பௌத்தவர்த்தகர்களைக் கடல் விபத்துக்களிலிருந்து காப்பாற்றி யது; தீவுகளுக்குக் காவலாக இருந்தது தீவதிலகை என்ற பெண் தெய்வம்; ஊர்க்காவலுக்குப் பூதங்கள், மதுரைக் காவலுக்கு மதுராபுரி தெய்வம், தரைக்காவலுக்கு சம்பாபதி தெய்வம், மதுரையில் வைதீகக்

கலைமகளை யொத்த சிந்தாதேவி தெய்வம், கண்ணகி எனும் கற்புத்தெய்வம், (சோ. ந. க. 1977 : 49) ஆகியவை சாத்தனார் விளக்கிய பௌத்த சிறு தெய்வங்களாகும். பௌத்த அறவியல், தத்துவ இயல், பிரபஞ்சவியல், தருக்கவியல், வழிபாடு, முதலான அனைத்தையும் விளக்கிய சாத்தனார், துக்கநிவாரணத்திற்காக புத்தர் போதித்த அடிப்படையான அட்டாங்கமார்க்கம் பற்றி அறவே குறிப்பிடாததற்கு, அவர் ஒரு மஹாயான பௌத்தர் என்பதைச் சோ. ந. க. காரணமாகக் குறிக்கிறார். மகாயானத்தில் அட்டாங்கமார்க்கத்திற்குச் சிறப்பிடம் தரப்படுவதில்லையாம். (ஹீனயானத்தின்) பாலி நூல்களில்தான் இதுபற்றி மிகுதியாகக் கூறப்படுகிறதாம்! *(1977 : 151).*

'மணிமேகலை', பௌத்தத்தின் அறச்செயல்கள், வைதீக வருண மறுப்புக் கொள்கைகள் பலவற்றையும் பற்றி விளக்கமாக எடுத்து இயம்பியுள்ளது; பௌத்த பள்ளிகளில் உள்ள பாடசாலைகளில் பௌத்தர்கள் சிறுவர்க்குக் கல்வி கற்பித்தனர்; பௌத்த சமய நன்னாட்களில் மக்களைப் பள்ளிக்கழைத்து முற்றத்தில் மணல்பரப்பில் அமரச் செய்து, திரிபிடகம், பௌத்த ஜாதகக் கதைகள், புத்தசரித்திரம் ஆகிய நூல்களை ஓதிப் பொருள் சொன்னார்கள். உடல் ஊனமுற்றவர் களுக்கும், ஏழையர்க்கும் உணவு தர அறச்சாலைகள் நிறுவினார்கள் (மணி 17ஆவது காதை); பசிப்பிணிபோக்குவதே தலை சிறந்த அறமாக 'மணிமேகலை' வலியுறுத்தியது; சிறைச்சாலைகள் அகற்றப்பட்டு அறச்சாலைகள் ஏற்படுத்தப்பட்டன; 'ஆபுத்திரன்' கதை வழியாக பிராமணிய மதத்தின் சாதியமும், வன்முறையும், உயிர்க்கொலையும், சடங்கும், வேள்வியும், வேதமும் விமர்சிக்கப்பட்டன. பௌத்தம் பரவிய காலத்தில் '...சாதிப்பாகுபாடற்றிருந்த தமிழர் இந்த மதத்தை (பௌத்தம்) மேற்கொண்டனர் என்றும் தோன்றுகிறது. இச்செய்திகளெல் லாம் தமிழ் நூல்களிலும் பிறநூல்களிலும் ஆங்காங்கே காணப்படும் குறிப்புக்களைக் கொண்டு அறியலாம்' என்று மயிலை சீனி. வேங்கட சாமி எழுதியது க. அயோத்திதாசரின் நிலைபாட்டினைப் புரிந்து கொள்ளத் துணை செய்கிறது (மயிலை 1972 : 31) .பௌத்தத்தின் செல்வாக்கினைப் பற்றி இவர் குறிப்பிடும்போது, பூம்புகார், நாகபட்டி னம், காஞ்சிபுரம், சங்கமங்கலம், போதிமங்கலம், கும்பகோணம், உறையூர், திருப்பாதிரிப்புலியூர், பல்லாவரம் (பல்லவபுரம்) மதுரை, வஞ்சி, பாண்டவமலைகள், கழுகு மலை, நாகமலை, சித்தர்மலை, ஆனைமலை ஆகிய இடங்களிலிருந்த புத்த விகாரைகள், பள்ளிகள், குகைப்படுக்கைகள், கோவில்கள், பல்கலைக்கழகங்கள் ஆகியவற்றை எடுத்துக்காட்டுகிறார்.

இலக்கிய இலக்கண ரீதியில் பௌத்தம் தமிழில் அரிய சாதனை களை நிகழ்த்தியிருந்தாலும், தற்போது எஞ்சியிருப்பவை 'மணிமேகலை' யும், 'வீரசோழிய'மும்தான். 'குண்டலகேசி'யின் பௌத்த தருக்க கருத்துக்களை, ஜைனசமய 'நீலகேசி' வழியாகவே அறிய முடிகிறது. பிற தகவல்கள் எல்லாம் பரபக்கமாகச் சொல்லப்பட்டவையே.

மகேந்திரவர்மபல்லவன் I எழுதியதாகக் கூறப்படும் சமஸ்கிருத நாடகத்தில் ('மத்தவிலாஸ பிரஹஸனம்') காஞ்சிபுரத்திலிருந்த பௌத்த துறவிகள் பலத்த அங்கதத்துக்கு உள்ளாக்கப்பட்டனர்; சங்கத்தின் வீழ்ச்சி சுட்டப்பட்டது; கி. பி. ஆறாம் நூற்றாண்டுக்குப்பின் பௌத்தம் புறப்பகையாலும், அகப்பூசல் பிளவுகளாலும் செல்வாக்கை இழக்கத் தொடங்கியது. களப்பிரர் ஆட்சி அரசியல் ரீதியாக பல்லவ, பாண்டிய மன்னர்களால் ஒரு முடிவுக்குக் கொண்டுவரப்பட்டது (கி. பி. 600). பௌத்த வீழ்ச்சிக்கு முக்கிய காரணம் ஜைனம் x பௌத்தம், மற்றும் வைதீகம் x பௌத்தம் என்ற புறப்பூசலோடு, உட்பூசலும் ('அறுவகைத் தேரரும்' – சம்பந்தர்), பௌத்த விகாரைகளில் வாழ்ந்த பிக்குகளின் ஆடம்பரமும், என்று கூறுவர். வைதீகம் அரசியல், சமூக ரீதியில் செல்வாக்கு உற்ற காலகட்டத்தில், பௌத்த தலங்கள், இலக்கியங்கள், ஊர்கள், எல்லாம் அழித்தொழிக்கப்பட்டன. சாத்தமங்கை என்ற இடத்தில் சம்பந்தர் வாதம் புரிந்து பௌத்தர்களைச் சைவராக்கினார், மதுரையில் ஆயிரக்கணக்கான பௌத்தர்கள் கழுவேற்றப்பட்டார்கள். சிதம்பரத்தில் மாணிக்கவாசகர் வாதத்தில் பௌத்தர்களை வென்று இலங்கைக்கு விரட்டினார். திருமங்கையாழ்வார், நாகபட்டின பௌத்த ஆலயத்திலிருந்த புத்தரின் பொற்சிலையைப் பெயர்த்து வந்து உருக்கித் திருவரங்கப் பணிசெய்தார். பெரிய புராணத்தின் வழியாக, தொண்டை நாட்டுச் சங்கமங்கையில் பிறந்த சாக்கிய நாயனார் பௌத்த முனிவராகயிருந்து சைவநாயனாரான தகவலும், மூர்த்திநாயனார், கூற்றுவ நாயனார், கொடும்பாளூர் இடங்கலை நாயனார் ஆகியோர் களப்பிரர் காலத்தவர்கள் என்றும், தொடக்கத்தில் பௌத்தர்களா யிருந்து சைவம் மாறியவர்கள் என்றும் தெரிகிறது. மகேந்திரவர்மன் காலத்தில் பாடலிபுத்திரத்தில் இருந்த சமணப்பள்ளியில் தருமசேனராக வெகுகாலம் வாழ்ந்தவர், திருநாவுக்கரசர் என்ற பெயரில் சைவம் மாறிய தகவல் அனைவருக்கும் தெரிந்ததே.

கி. பி. 7, 8ஆம் நூற்றாண்டுகளில் வாழ்ந்தவர்களாகச் சுந்தரர் குறிப்பிட்ட சைவ நாயன்மார்களைப் பற்றி கி. பி. 12–இல் வாழ்ந்த சேக்கிழார் புராணங்களை இயற்றியுள்ளார். பௌத்தர்களை விவாதங்கள் மூலமும், வன்முறைகள் மூலம் சைவர்கள் அழித்த புராணச் செய்திகள் இவற்றில் உள்ளன. மதுரைச் சமணர்களை வாதங்களாலும் வன் முறைகளாலும் அழித்துத் திரும்பிய சம்பந்தர், போதிமங்கை என்ற ஊரில் சாக்கியர்களை (பௌத்தர்கள்) எதிர்கொண்டு வாதில் வென்றதாகச் சேக்கிழார் எழுதியுள்ளார். சம்பந்தர் சார்பாக சம்பந்த சரணாலயரும், சாக்கியர் சார்பாக திரிபிடகத்தில் தேர்ந்த சாரிபுத்தனும் விவாதப் போரிட்டார்கள். சம்பந்த சரணாலயர் தமது சைவ நிலையிலிருந்து, புத்தர் முத்தி பெறவில்லை; முக்காலமும் எப்பொருளும் உணர்ந்தவர் அல்லர் என்று விவாதிக்க, அந்தத் தளத்துக்குள்ளிருந்தே சாரிபுத்தர் பதிலிறுத்துத் தோல்வியடைகிறார். வினா தொடுப்பவர் சைவர், அதற்குப் பதில் கொடுப்பவர் பௌத்தர். சேக்கிழாரின் நோக்கில் சாரிபுத்தர் மேற்படி மறுப்புக்களுக்கு விளக்கம்

தந்தார். பௌத்தம் 'கணபங்க' இயல்பினைக் கூறுகிறது. கற்பங்கள் அனைத்திலும் பிறந்து இறந்து கதிகள் மாறிக்கொண்டேயிருக்கின்றன என்பதை விளக்குவதே கணபங்கம் (க்ஷணியவாதம்). ஒரு கணத்தில் இருந்தது மறுகணத்தில் இல்லை; புதியது தோன்றும். இந்த அநித்திய தத்துவத்தை உணர்ந்து, தானம், தவம், யோகம் புரிந்தால் அதனால் ஞானம் உண்டாகும்; அழியாப் பேரின்பமுத்தி கிட்டும். இதனைப் பெற்றவர் புத்தர். உயிர்கள் பிழைத்து உய்ய அறம் சொன்னவர் புத்தர். அவரே பௌத்தர் தொழும் கடவுள். முத்தி பெறுதல் என்பது பஞ்சஸ்கந்தங்களின் அழிவாகும்; உரு, வேதனை, குறிப்பு, செய்கை, ஞானம் என்பவை பஞ்சஸ்கந்தங்கள். இவை இணைந்த நிலையில் பிறவிகளும் வினைகளும் தொடரும். இவை பிரிந்து முற்றாகத் தீர்கிற நிலைதான் அழிவற்ற முத்திநிலை. பஞ்ச ஸ்கந்த வினையுடம்பு நீங்கி, முத்தி அடைந்ததால் புத்தருக்குக் கோவிலும் விழாவும் எடுப்பது தகும். இங்கே சாரிபுத்தர் உரைத்தவை பெரிதும் ஹீனயான (தேரவாதம்) பௌத்தமே. புத்தரைக் கடவுள் என்று சொன்ன ஒன்றுமட்டுமே மஹாயான பௌத்தக் கருத்தாகும். இந்த மஹாயான பௌத்த கருத்தை வைத்துக்கொண்டு சம்பந்த சரணாலயர் சாரிபுத்தரை மடக்குகிறார். புத்தர் அடைந்த முத்திநிலை முத்திநிலை யன்று; அவர் முற்றும் உணர்ந்தவர் அல்லர், நிகழ்காலத்தை மட்டுமே உணர்ந்தவர். அதனால் அவர் கடவுள் அல்லர். தமது கருத்தை விளக்க சாரிபுத்தர் எடுத்துக்கொண்ட உதாரணங்கள் பலவீனமானவை; அந்த பலவீனமான உதாரணங்களை (திருஷ்டாந்தம்) கொண்டே சம்பந்த சரணாலயர் வாதில் வெற்றி பெறுகிறார். இந்த வெற்றிக்குப் பிறகு போதிமங்கையில் சாக்கியம் வீழ்ந்து சைவம் ஓங்கியது என்று சேக்கிழார் கூறவருகிறார்.

மற்றொரு சைவநாயனாரான தண்டியடிகள் புராணத்தில் சைவர் களின் பிம்பத்தில் சித்திரிக்கப்பட்ட திருவாரூர் கோவில் சிவன், திருவாரூர் கோவில் குளத்தை அகலப்படுத்துகிற சாக்கில் சுற்றியிருந்த பௌத்த விகாரைகளையும், குடியிருப்புக்களையும் அரசனைத் தூண்டி விட்டு அழித்து ஒழிக்கிறான். தண்டியடிகளிடம் சபதம் செய்த சமணர்களைச் சிவன் தோற்கடித்து, அரசனை விட்டு அவர்களைத் திருவாரூரிலிருந்து துரத்துகிறான். அவர்களது பாழி, பள்ளிகளை அழித்து, குளக்கரையை அகலப்படுத்துகிறான்.

வாதங்கள், அரசியல் ஆதரவு, வன்முறை, பக்தி வழிபாட்டுமுறை, கோயில் கலாச்சாரம் ஆகியவற்றால் மட்டும் பௌத்தம் வைதீக நெறியால் வீழ்த்தப்படவில்லை. பௌத்தத்தின் ஆதாரமான கொள்கை களையும், நிறுவன முறைகளையும், வழிபாடுகளையும் வைதீகம் தனக்குள் தன்வயப்படுத்திக் கொண்டது. பௌத்தம் வீழ்த்தப்பட்டதற்கு இதை மிக முக்கியமான காரணமாகக் கருதலாம். மயிலை சீனி. வேங்கடசாமி, இந்துமதத்துக்குள் செறிக்கப்பட்ட பௌத்த மதக் கருத்துக்களை விளக்கமாக எழுதியுள்ளார். அவை:

1. புத்தரைத் திருமாலின் ஓர் அவதாரமாகக் கொண்டது.
2. மணிமேகலா, சம்பாபதி, தாரா ஆகிய பௌத்த பெண் தெய்வங்களை காளி, பிடாரி, திரௌபதை என மாற்றியது.
3. யாகத்தில் உயிர்க்கொலையை நீக்கியது.
4. அரசமரத்தைத் தொழுவதை ஏற்றது.
5. சங்கம், விகாரை, பள்ளி அமைப்பில் சைவ, வைணவ, ஸ்மார்த்த மடங்களை ஏற்படுத்தியது.
6. ஏகான்மவாதம் மாயாவாதம் பிரசன்ன பௌத்தம் என வருணிக்கப்பட்ட சங்கரரின் அத்வைதம் பௌத்தத்தின் ஒரு பதிப்பாக அமைந்தது.

பௌத்த சக்கரவர்த்தி அசோகன் தமிழ்க் குகைகளில் அறிமுகப் படுத்திய பிராமி எழுத்துமுறை தமிழ் நாகரிக வளர்ச்சிக்கு உத்வேகம் தந்தது. இதனைத் தமிழகத்தில் பௌத்தர்கள் பரப்பினார்கள். தமிழ ஒலிவடிவ மொழியை பிராமி வரிவடிவில் எழுதிய முறை பரவியது. கி. பி. 2ஆம் நூற்றாண்டில் புகழ்வாய்ந்திருந்த அரிக்கமேடு துறைமுகப் பட்டினத்தை அகழ்வாய்வு செய்தபோது கிட்டிய மண்பாண்டங்கள் சிலவற்றில் பிராமி எழுத்துக்கள் உள்ளதாக மயிலை சீனி குறிப்பிடு கிறார். பிராமி எழுத்திலிருந்தே தமிழ் வட்டெழுத்து உருவாக்கப்பட்ட தாகவும் குறிப்பிடுகிறார். தமிழக பௌத்த ஜைன அறிஞர்கள், தங்களது சமய நூல்களை எழுத பிராமியிலிருந்து உருவாக்கிய கிரந்த எழுத்து முறையைப் பயன்படுத்தினார்கள். கிரந்த லிபியில் சமஸ்கிருத, பிராகிருத நூல்களை எழுதினார்கள். பௌத்தர்கள் அறிமுகப்படுத்திய பிராமி எழுத்திலிருந்தே (நாகரி) தமிழ், தெலுங்கு, கன்னடம், மலையாளம் முதலிய மொழிகளின் எழுத்துக்கள் உண்டானதாக மயிலை சீனி குறிப்பிடுகிறார் (பக். 91). இது தனித்த ஆய்விற்குரியது. கிரந்த லிபியால் சமஸ்கிருத சொற்களை எழுத்துக்களை மிகுதியாகத் தமிழில் கலக்கவும் முடிந்தது.

இதுவரை பல்வேறு பௌத்த வரலாற்றாய்வாளர்கள் எழுதியவற்றி லிருந்து பௌத்த வரலாறு தொகுத்துக் கூறப்பட்டது. ஏற்கனவே குறிப்பிட்டமாதிரி இந்த வரலாறு பல்வேறு ஆதாரங்களின் அடிப்படை யிலும், அவற்றால் அமைத்துக்கொண்ட சாத்தியமான யூகங்களின் பேரிலும் கட்டமைக்கப்பட்ட 'அதிகாரபூர்வ வரலாறாகும்'. பௌத்தம் தமிழகத்தில் கி. பி. 300 முதல் 600 வரை மிகச் செல்வாக்கோடு இருந்ததை இதிலிருந்து அறியலாம். இந்த வரலாற்றை வைதீகர்கள் பலரும் மூடிமறைக்க முயன்று வந்துள்ளனர். தமிழக வரலாறே சைவத்தின் வரலாறுபோல 19, 20—ஆம் நூற்றாண்டுகளில் பிராமண வேளாள அறிவாளிகள் தோற்றுவிக்க முயன்றார்கள். பாடநூல்களில் இதனையே முன்னிறுத்தினார்கள். சைவத்தையும் தமிழையும் ஒரு நாணயத்தின் இரண்டு பக்கங்களாக நம்பவைத்தார்கள். மரபான தமிழ்க்கல்வி கற்ற நவீன தமிழரின் ஆழ்மனங்கள் வரை இதுவே வேர்பிடித்துள்ளது. இந்தச் சைவத்தமிழர்கள் கட்டி எழுப்பிய அவர்

களது வரலாற்றுக்கு மாறான – மறைக்கப்பட்டதொரு பௌத்த வரலாறு இருந்தமையை ஒருவாறு அறிந்திடலாம். இது பற்றி மேலும் விரிவாக அறியமுனைவோர் மூலநூல்களைக் கற்கலாம்.

இந்த பௌத்த வரலாற்றை மனதில் கொண்டு, அயோத்திதாசர் புனைந்த பௌத்தம் மற்றும் பௌத்தர் தேச வரலாற்றை அணுகலாம். இருபதாம் நூற்றாண்டு தொடக்கத்தில் மேற்கொண்ட சரித்திர ஆராய்ச்சியைக் காணும் முன்பாக, இக்காலகட்டத்தில் தமிழகத்தில் ஏற்பட்ட பௌத்த மறுமலர்ச்சியைப் பற்றியும், அதற்குக் காரணமான வர்கள் பற்றியும், இவர்கள் விளக்கிய நவீன பௌத்த தன்மம் பற்றியும் அறிய முயற்சிக்கலாம்.

●

# 2

## • 19, 20–ஆம் நூற்றாண்டில் பௌத்த மறுமலர்ச்சி •

பௌத்தம் தமிழகம் வந்த வரலாறு பற்றி எழுதுகையில் A. மாரியப்பன், 1. பௌத்தம் தோன்றிப் பரவிய காலம் (கி. மு. 250 – கி. பி. 250); 2. மேன்மையுற்ற காலம் (கி. பி. 250 – 600); 3. போராடி வீழ்ச்சியுற்ற காலம் (கி. பி 600 – 1200); 4. மறைந்த காலம் (கி. பி. 1200 – 1800); 5. மறுமலர்ச்சிக் காலம் (கி. பி. 1800) என்று காலவரிசைப்படுத்தியுள்ளார். ('Buddhist Themes in Modern Tamil Writings' GJS 1998).

மறுமலர்ச்சிக்கு வித்திட்டவர்கள் ஐரோப்பிய கீழை தேயத்துறை அறிஞர்களும் அவர்களது இந்தியப் பின்பற் றாளர்களும் என்பதில் மாற்றுக் கருத்தில்லை. இம்மறு மலர்ச்சியை இருவகையாக மாரியப்பன் காண்கிறார். ஞான. அலாய்ஸியஸ¨ம் இரண்டு வகையாகக் காணு கிறார். முதலில் மாரியப்பனின் வகைகளைக் காணலாம். 1. அறிவாளரின் படைப்புக்கள். 2. சமூக – அரசியல் இயக்கங்கள். இவற்றை அலாய்ஸியஸ் 1. கல்வி வட்டார – வரலாற்றுப் போக்கு என்றும், 2. விளிம்புநிலைக்குத் தள்ளப்பட்டோரின் விடுதலை (சமூக – அரசியல் – கலாச்சார – பொருளாதார விடுதலை) போக்கு என்றும் குறிப்பிடுகிறார்கள். இவர்கள் கூறுகிற வகைகளிலிருந்து

நாம் 1. ஐரோப்பிய கீழை தேய வல்லுநர்கள் மற்றும் பௌத்தர்களின் எழுத்துக்கள், 2. பௌத்தரல்லாத வைதீகர், தமிழர், பிராமணரல்லாதார் எழுத்து, இயக்கம் (அதாவது சமூக சீர்திருத்தவாதிகளின் எழுத்தும், இயக்கமும்) 3. நவயான பௌத்தர்களின் (அம்பேத்கர் சொல்லாட்சி) எழுத்து, இயக்கம் என மூன்றாக விரித்துக் கொள்ளலாம்.

முதல் வகை பற்றி விளக்க இது சந்தர்ப்பம் இல்லை. கிறிஸ்தவம் போன்றதொரு கட்டுக்கோப்பான மதமாக முதல் வகையினரின் கண்டுபிடிப்புக்களும், எழுத்துக்களும் பௌத்தத்தை நிர்மாணித்தன என்று அலாய்ஸியஸ் கூறியதை ஏற்றுக் கொள்ளலாம். இரண்டாம் வகையார் எழுத்துக்களும், இயக்கங்களும், பௌத்தத்தில் இவர்களுக் கிருந்த ஈடுபாட்டுக்கான பின்புலங்களும், சமூக – அரசியல் காரணங் களும் முக்கியமானவை. பத்தொன்பதாம் நூற்றாண்டின் பின்பாதியிலும், இருபதாம் நூற்றாண்டின் முற்பகுதியிலும் செயல்பட்ட சமூக – அரசியல் சீர்திருத்த இயக்கங்களுக்கும் நவீன பௌத்தத்திற்குமான உறவினை அறிய முயன்றால் இவை புலப்படும். இவர்களில் வைதீக ஆதரவாளர்கள், எதிர்ப்பாளர்கள் என இரு நிலைபாடுகளை எடுத்தவர் களை அடையாளம் காணலாம். இந்தியா முழுவதும் இந்துமதம் பரவியிருந்தது; அதுவே இந்தியாவின், பாரததேசத்தின் தலையாய தருமம்; இந்திய மக்கள் அனைவரையும் இந்துக் கலாச்சாரமே ஒன்றிணைக்க வல்லது; இதிலிருந்தே பௌத்தம், சமணம் போன்ற புறச்சமயங்களும், வேதத்தை ஏற்றுக் கொண்ட அகச் சமயங்களும் தோன்றின என ஒற்றை தேசம், ஒற்றைக் கலாச்சாரம், ஒற்றை தேசியம், ஒற்றை மதம், ஒற்றை இனம் என்றொரு சுதேசிய அரசியல் தேவைக்குரிய செயல்பாடுகளில் இறங்கியவர்கள் பௌத்தம் பற்றி எழுதினார்கள். பிராமண – ஆரிய – வேத – வைதீக தலைமையை ஆதிக்கத்தை எதிர்த்தவர்கள்; சாதி மத சீர்திருத்தம் பேசியவர்கள், திராவிடர், பிராமணர் அல்லாதார், சூத்திரர் நலன்களுக்காக இயக்கம் அமைத்துச் செயல்பட்டவர்கள், தமிழ் தேசியம், தமிழர் மதம் குறித்து எழுதியவர்கள், மேற்கத்திய சுதந்திரம் – சமத்துவம் கருத்தியலை ஆரத் தழுவியர்கள் முதலானவர்கள் தங்களது கருத்தியலை வளப் படுத்த, பௌத்தத்திலிருந்து தங்களது இருத்தலியல் தேவைக்கேற்ப விசயங்களை எடுத்துக் கொண்டார்கள். இவர்களது முயற்சிகளுக்கும், 'நவயான பௌத்தர்களின்' முயற்சிகளுக்கும் அடிப்படையான வேறுபாடுகள் இருந்தன.

சீர்திருத்தவாதிகளான படித்த வைதீகர் மற்றும் வைதீகரல்லாதாரின் பௌத்த மறுமலர்ச்சிக் கருத்துக்களைக் காணலாம். இந்து சமய சமூக சீர்திருத்தவாதிகளுக்கு பௌத்தம் என்பது வைதீகத்தில் கிளைத்த ஒரு சிறு கிளைமட்டுமே. அக்காலத்தில் வைணவர்கள் விஷ்ணுவின் அவதாரங்களில் ஒருவரே புத்தர் என்று ஒரே வரியால் பௌத்தத்தைத் துடைத்தெறிந்த மாதிரியே இவர்களும் நடந்துகொண்டார்கள். உ. வே. சாமிநாதையர் எந்தவித இந்து சமூக சீர்திருத்த இயக்கங்களிலும்

முழுமூச்சாகப் பங்கெடுக்கவில்லை யென்றாலும், அந்த இயக்கங்களோடு தொடர்புடைய பிராமண அறிவாளிகள் – உத்தியோகஸ்தர்கள் ஆகியோரின் சூழலில் பதிப்புப் பணியை மேற்கொண்டவர். 'மணி மேகலை' என்ற பௌத்த காவியத்தை 1898–இல் அச்சேற்றி 'புத்தசமய பிரபந்த பிரவர்த்தனாச் சாரியார்' என்ற பட்டம் பெற்ற உ. வே. சா. அன்றைய ஆசாரசீலர்களால் வசைபாடப்பட்டாலும், 'மணிமேகலை' பதிப்புக்கு எழுதிய முன்னுரையில் ('பௌத்த மதத்துள் மும்மணிகள் என்று வழங்குகிற புத்த சரித்திரம், பௌத்த தருமம் பௌத்த சங்கம்'. இது 1951–இல் தனி நூலாக உ. வே. சா. நூல்நிலைய வெளியீடாக வந்தது) தமது வைதீக ஆர்வத்தை வெளியிடத் தவறவில்லை. புத்தரின் வாழ்க்கை வரலாற்றையும், பஞ்சஸ்கந்த தத்துவத்தையும், காரணகாரிய வினைக் கொள்கையையும், நான்கு உண்மைகள், அஷ்டாங்கமார்க்கம், துக்கத்தை உண்டாக்கும் பத்துவித உற்பத்திகளையும் பற்றித் தெளிவாக விளக்கி வரும் உ. வே. சா., மேற்கத்திய ரைஸ் டேவிட்ஸ் (Rhys Davids), மோனியர் வில்லியம்ஸ், மாக்ஸ் முல்லர் போன்றோரின் ஒரு தலைப்பட்சமான, சர்ச்சைக்குரிய, முற்றிலும் நிரூபணம் ஆகாத விமர்சனக்கருத்துக்களை மொழிபெயர்த்துத் தந்துள்ளார். 'கௌதமர் ஒரு இந்து; இந்துவாக வாழ்ந்தார்; இறந்தார், அசோகனும் தன்னை 'தேவாநாம்ப்ரிய' (தேவர்களுடைய அன்புக்குரியவன்) என்றே அழைத்தான். இந்து தர்சனங்களில் இல்லாதது ஒன்றும் புத்தரின் போதனையில் இல்லை. முன்னர் கூறியவற்றை இவர் அபிவிருத்தி செய்தார். பிறரிடமிருந்து இவர் வேறுபடுவது 1. அவரது ஆழமான சிரத்தை 2. விசாலமான ஜீவகாருண்ய பாவம் என்ற இரண்டில்தான். அவரது முக்கிய சீடர்களில் சங்கத்திலிருந்த பலரும் பிராமணர்களே. பௌத்த அருகத்துக்களை பிராமணர் என்ற நாமத்தாலே அழைத்து வந்தார் – சங்கத்தாருக்குள் ஜாதி பேதம் பாராட்டாது, பிராமணனுக்கும் சண்டாளனுக்கும் ஒரே விதமாகவே நிர்வாணத்துக்குரிய வழி திறந்துள்ளது என்று அவர் கூறியதும் அவர் மீது அதிக அதிருப்தியை ஏற்படுத்தின. யாகம் முதலிய கர்ம மார்க்கத்தில் அவருக்கு மதிப்பு கிடையாது; இந்தப் பிறவியில் இவ்விடத்திலேயே கரையேறுவதற்குரிய வற்றைச் செய்யும் யோக்கியதை ஒவ்வொருவனுக்கும் உண்டு – என்று அவர் போதித்தவை புராதனிகளுக்கு அபாயகரமாகத் தோன்றின ... வழி வழியே வந்த இந்து மதத்தின் அகத்திருந்தே பௌத்தம் வளர்ந்து பெருகியது. பௌத்தத்தின் மேலான விஷயம் எல்லாம் மூலமதமான இந்து மதத்தின் சிறப்பையே விளக்கும். கௌதமரின் பயிற்சி எல்லாம் பிராமண மதத்திற்குள்ளேதான்' என்று ரைஸ் டேவிட்ஸை உ. வே. சா. தமிழ்ப்படுத்தியுள்ளார். 1880 வரை ஆங்கில வாடையே அறியாது திருவாவடுதுறை ஆதீனத்தின் பழஞ்சுவடிப் புழுக்கத்தில் வளர்ந்து வந்த உ. வே. சா. 1898–இல் ரைஸ் டேவிட்ஸை மொழிபெயர்க்கும் அளவுக்கு ஆங்கிலப்புலமை பெற்றது வியக்கத்தக்கதே. பாராட்டுதற்குரியதே. ரைஸ் டேவிட்ஸைக் கொண்டு புத்தரை இந்துவாக்கிய உ. வே. சா., பிராமணருக்கும், சாதியத்துக்கும், கர்மகாண்

டத்துக்கும் புத்தர் முதலிடம் தராததைக் கவனப்படுத்தியுள்ளார். ஏனைய ஐரோப்பிய பௌத்தவியலாளர் கருத்துக்களும் இவையே என்கிறார் (உ. வே. சா. 1992 : 74). ‘உபநிடதங்களே புத்த மதத்திற்கு மூலம். அவையே அதன் கொள்கை – கோட்பாட்டிற்கு ஆதாரம் . . .’ என்ற மாக்ஸ் முல்லர் கருத்தை உ. வே. சா. மேற்கோளிடுகிறார் (74). உ. வே. சா. கவனப்படுத்திய கருத்துக்கள் அன்று பிராமண சீர்திருத்த வாதிகளுக்கு உடன்பாடானவையே. இவர்களது பௌத்த அக்கறை புரிந்துகொள்ளத்தக்கதே. இந்துச் சாதிய சமுதாயத்தில் தங்களது முதன்மை இடத்தைத் தக்கவைப்பதற்கு ஏற்றபடியே பௌத்தத்தை அணுகினார்கள் என்று கொள்ளலாம்.

பிராமணியத்தை – ஆரியத்தை எதிர்த்துத் தனித்தமிழ், தமிழர் சமயம் பற்றி ஆவேசமாகச் செயல்பட்டவர் தமிழ் வேளாள அறிஞர் வேதாசலம் என்ற மறைமலை அடிகள். இவர் பௌத்தத்தைத் தமிழர் சமயம் என்றார். ஏனெனில் பௌத்தம் வலியுறுத்திய கொல்லாமை, சைவ உணவு என்ற கொள்கை பழந்தமிழரின் கொள்கை. இதற்கு எதிரானது ஆரிய கலாச்சாரம். உயிர்க்கொலை, புலால் உணவு வழக்கத்தை ஆரியர் தமிழர் மீது திணித்தனர். புத்தர் இதனை எதிர்த்தார். ஆரியர் வருவதற்கு முன்பே தமிழ் அரசரின் வம்சத்தவரான தமிழரசர் புத்தர் தமது கொள்கையை இந்தியா முழுவதும் பரப்பினார். எனவே தமிழரின் சமயமான பௌத்தத்தை ஏற்பது குற்றமில்லை என்றார் மறைமலை (GJS 1998 : 404).

பழந்தமிழ் – தனித்தமிழ் – தமிழன் – தமிழர் மதம் – வேளாளர் – சைவம் என்ற ரீதியில் தமிழர் – வேளாளர் – சைவம் – தமிழர் ஆகிய வற்றை உட்கொண்ட ஒருவித ஆத்திக தமிழ் தேசியத்திற்கு பௌத்தம் பயன்பட்டமை தெரிகிறது.

இதே காலகட்டத்தில் நாத்திகத்தை அடியொற்றிய பெரியாரின் பகுத்தறிவு சார்ந்த சுயமரியாதை – சமத்துவ – திராவிட – சூத்திரர் இயக்கத்திற்கும் பௌத்தம் தேவைப்பட்டது. மாரியப்பன் கருத்துப்படி, பெரியார் நாஸ்திகராயினும் ஒவ்வொரு வருடமும் புத்தரின் பிறந்த நாளைக் கொண்டாடினார் (GJS 1998 : 403). புத்தர் கூறிய தருமத்தில், அனாத்துமவாதம், நாத்திகம் (கடவுள் இல்லை), சாதி இல்லை என்ற கொள்கைகளைப் பெரியார் வரவேற்றார். புத்தர் அவருக்கு ஒரு பகுத்தறிவாளச் சிந்தனையாளர். புத்தரின் கருத்துக்களைப் பெரியார் கீழ்க்கண்டவாறு புரிந்து கொண்டார்.

- ❖ சகலத்தையும் உன் அறிவால் சோதித்துப்பார். பகுத்தறிவுக்குப் பொருத் தமானவற்றை ஏற்றுக்கொள்.
- ❖ கடவுள் – ஆத்மா, மோட்சம் – நரகம், பிராமணன் – சூத்திரன் முதலான அர்த்தமற்ற கற்பனைகளை நம்பாதே.
- ❖ மனிதனே பகுத்தறிவாளன். கடவுள், வேதம் சொன்னது என்பதற் காக ஒன்றை ஏற்காதே. உன் அறிவையே நம்பு; வேதம், வருணம், சாதி, யாகம் ஆகியவை பிராமணருக்கு இந்துச் சமுதாயத்தில்

முதன்மையான இடம் தந்தன; தருவன; அவர்களது சகலவிதமான அதிகாரங்களுக்கும் இவையே முகவர்கள்; இவற்றை கி. மு. ஆறாம் நூற்றாண்டிலேயே எதிர்த்து ஓர் எதிர்ப்புக் கொள்கையை ஏற்படுத்திய புத்தரைப் பெரியார் ஏற்றதில் வியப்பில்லை.

பாரதி, திரு. வி. கலியாண சுந்தரனார், கவிமணி தேசிகவிநாயகம் பிள்ளை, பாரதிதாசன் முதலானவர்களும் பௌத்த கொள்கைகளை தங்கள் நோக்கங்களுக்கு எடுத்தாண்டார்கள். குறிப்பாக வேதவேள்வி, சாதி அமைப்பு ஆகியவற்றையும், பிராமணியத்தையும் எதிர்த்த பல்வேறு தரப்பினர்களும் புத்தரைக் கருத்தளவில், ஏற்றுக்கொண்டார்கள். கதிரைவேற்பிள்ளையின் சனாதன சைவப்பிடியிலிருந்து கிறிஸ்தவம், தொழிற்சங்க நடவடிக்கை, ஆதிதிராவிட அறிவாளிகள் உறவு, கார்ல் மார்க்ஸ் என்று வளர்ச்சியடைந்த கலியாண சுந்தரனார் பௌத்தத்தின் சமத்துவ நெறியில் ஈடுபட்டு பௌத்தம் பற்றி எழுதினார். மயிலை சீனி வேங்கடசாமி பௌத்த – சமண நிலைப்பட்டை மேற்கொண்டு 'பௌத்தமும் தமிழும்' (1940) என்ற நூலை எழுதினார். கவிமணி 'ஆசிய ஜோதி' என்று பௌத்த குறுங்காவியத்தை மொழியாக்கம் செய்தார். இவருக்கு புத்தரின் எளிமை, கருணை, ஞானம், சமத்துவநோக்கு, முதலான மெல்லிய மனிதாபிமான குணங்கள் ஏற்புடையதாக இருந்தன. சாதி மத சமய பேதமற்ற சன்மார்க்க நெறிகண்ட இராமலிங்கர், தமிழ் பௌத்த இலக்கிய பரம்பரையைச் சேர்ந்தவர்; புத்தரின் உயிர் இரக்கம், சமத்துவம், போன்ற பண்புகளும், பசிப்பிணி போக்கும் செயல்பாடும் இவருக்கு மிகவும் அணுக்கமாக இருந்தன. பசிப்பிணிபோக்க தருமசாலை அமைத்த இராமலிங்கரின் செயல்பாடு பௌத்த பாரம்பரியத்தின்பாற்பட்டதுதான். தொடக்க காலத் தமிழ் நாவலான 'பத்மாவதி சரித்திரம்' படைத்த அ. மாதவையாவும் புத்தரால் ஈர்க்கப்பட்டு, 'சித்தார்த்தன்' (1918) என்ற புத்த சரித நூலைக் கூடியவரை தனித்தமிழில் எழுதினார். இதன் இறுதியில் மாத்யு அர்னால்ட் எழுதிய 'Light of Asia'விலிருந்து சில பாடல்களைத் தமிழாக்கம் செய்தார். மணிமேகலை காவியத்தின் முதல் இரு காதைகளைக் கொண்டு அகவல் ஓசையில் 'மணிமேகலைத் துறவு' என்ற ஈரங்க நாடகத்தையும் இயற்றினார் ('தமிழர் நேசன்' இதழில்). 'Manimekalai' (1923) என்று பாடநூலுக்காக ஆங்கில நூல் எழுதினார். நவீனத்துவத்தின் விழுமியங்களை ஏற்ற மேற்கத்திய கல்வியில் கற்றவர்கள் புத்தரிடம் நவீன மதிப்பீடுகளையும், கொள்கைகளையும் கண்டு ஈர்க்கப்பட்டார்கள் என்று சொல்லலாம்.

இதுவரை சுருங்கக் கூறிய பௌத்த ஆர்வலர்கள் அல்லாமல் 'நவயானம்' என்ற நவீன, நான்காம் பௌத்த வாகனத்தைச் சேர்ந்த நவ – பௌத்தர்கள் அல்லது நவீன பௌத்தர்கள் அல்லது சமூக மாற்றத்தில் ஈடுபட்ட பௌத்தர்கள் (Engaged Buddhists) பத்தொன்பது – இருபதாம் நூற்றாண்டுகளில் தமிழகத்தில் கட்டி எழுப்ப முயன்ற சமூக விடுதலைக்கான பௌத்தத்தை, மிஷனரி பௌத்தத்தைப் பற்றிக் காணலாம்.

இவ்வித பௌத்த விடுதலையைப் புதிய சட்டகமாகக் கொண்டெழுந்ததை ‘ஈடுபடுத்திக்கொண்ட பௌத்தம்’ (Engaged Buddhism) என்றும், டாக்டர். அம்பேத்கர் மொழியில் நவயானம் (புதிய வாகனம் அல்லது நான்காம் வாகனம்) என்றும் குறிப்பிடுவார்கள். இதில் சமய நோக்கு பின்னொதுங்கி, சமுதாயமும் – விடுதலையும் என்ற இலக்கு முன்வைக்கப்பட்டது. தொடக்ககால பௌத்த அறத்திலிருந்த ஒழுக்கம் (discipline / morality) புண்ணியம் (Virtue) பொதுநலம் (altruism) ஆகியன நடைமுறைப்படுத்தப்படும் விதத்தில் மறுவிளக்கம் தரப்பட்டன (கிறிஸ்தோபர் குயின்). இவை நவீன மனித உரிமைகள், சமூகநீதி, செயலூக்கமான அரசியல் குறித்த பார்வைகளில் செயல்படுத்தப்படலாயின. அதாவது நவீன வாழ்க்கையில் விடுதலை, சமூக மேம்பாடு ஆகிய இலக்குகளை ஈட்டுவதற்காக பௌத்த அறங்கள் மீள்பார்வைக்கும், செயல்பாட்டுக்கும் உட்படுத்தப்பட்டன. சமூக அவலத்திற்கான அமைப்பு ரீதியான காரணங்களைக் கண்டறிந்து அகற்றி, உலகில் சமூக முன்னேற்றத்தை ஏற்படுத்தும் கூட்டுச் செயல்பாடு வலியுறுத்தப்படலாயிற்று.

அக்காலத்தைவிட நவீன காலத்தில் இடைவிடாத துரிதமான மாற்றங்கள் ஏற்பட்டுவிட்டன. சுருங்கி வரும் கிரகத்தில் இன்று ஆதாரத் தேவைகளான நீர், உணவு, வேலை, கல்வி, சுகாதாரம் முதலானவற்றைப் பெறுவதற்கான வெறிபிடித்த போட்டி உண்டாகி விட்டது. இவை இல்லாதாரின் அதிருப்தியை ஆழமாக்கி, இவை எளிதில் கிடைக்கின்ற முதல் உலகை ஏக்கத்தோடு பார்க்கச் செய்துள்ளன. இத்தகைய நவீன உலகில் சமூகரீதியில் தன்னை ஈடுபடுத்திக் கொண்ட பௌத்தம், உலகப்போருக்குப் பின்னால் 1956 முதல் 1966 வரையிலான காலகட்டத்தில் தோன்றலாயிற்று. இந்தியாவில் 1956 ஏப்ரலில் அம்பேத்கர் தலைமையில் திரளான மாஜி தீண்டாதார் மக்கள் பௌத்த மதத்தில் அடைக்கலம் புகுந்தார்கள். பௌத்தத்தின் சமத்துவக் கொள்கையும், விடுதலை இலட்சியமும் இந்துச் சாதிய அமைப்பை எதிர்த்த போராட்டத்திற்கு வழிகாட்டும் எனச் சேர்ந்தார்கள் என்று கிறிஸ்தோபர் குயின் இந்தியச் சூழலில் பொருத்திக்காட்டுகிறார். இலங்கையில் ‘சர்வோதய சிரமதான இயக்கம்’ (Volunteer work - camps) தோன்றியது. கிராமப்புற வறுமையை அகற்ற பௌத்த கொள்கைகளைப் பயன்படுத்தியது. வியட்நாம், திபெத், தாய்லாந்து, ஜப்பான், கம்போடியா, பர்மா முதலிய ஆசிய நாடுகளில் ஏற்கனவே பரவியிருந்த மரபான பௌத்த கொள்கைகள் நவீன சமூக விடுதலை இயக்கங்களில் ஈடுபடுத்தப்பட்டன. யுத்த நிவாரணம், வன்முறை களைதல், இனவிடுதலை, மனித உரிமை, சுற்றுச் சூழல் பராமரிப்பு, பால் உறவுகளில் சமத்துவம், சுகாதாரம், சிறைச்சாலை மேம்பாடு, பள்ளிக்கூடம் பணியிடங்களில் மேம்பாடு முதலான செயல்பாடுகளில் பௌத்தம் தன்னை ஈடுபடுத்தியது. இதுவே ஈடுபடுத்திய பௌத்தம் என்று வரையறுக்கிறார் கிறிஸ்தோபர் குயின். பௌத்தம் முன்வைத்த மகாகருணையின் அடிப்படையில், உலகம் தழுவிய

பொறுப்புணர்வு, எல்லா உயிர்களையும் பாதுகாத்தல், உலகைப் பாதுகாத்தல் என்பன இவ்வகை பௌத்தத்தின் அக்கறையாயின. திச் நாத் ஹன் (Thich Nhat Hanh) என்ற வியட்நாமிய பௌத்தர் 1960களில் 'ஈடுபடுத்தும் பௌத்தம்' என்ற தொடரை அறிமுகப்படுத்தினார்.

கிறிஸ்தோபர் குயின் விளக்கிய 'ஈடுபடுத்திய பௌத்தம்' தோன்றும் முன்னரே தமிழகத்தில், குறிப்பாக அன்றைய மதராஸ் மாகாணத்தில் தங்களை ஒடுக்கப்பட்ட சமூகமாக உணர்ந்த படிப்பாளிகளால் பௌத்தம் விடுதலை சார்ந்த கருத்தியலாக, தத்துவமாக, அமைப்பாக ஈடுபடுத்தப்பட்டது. இத்தகைய விடுதலை விரும்பிய நவீன பௌத்தர் களுக்கு, பிரிட்டிஷ் காலனிய ஆட்சிக் காலத்தில், சமுதாயம் பிராமண மயமாகிக் கொண்டிருந்தபோது புத்தரின் போதனைகளில் புகலிடம் கிடைத்தது. இவர்கள் தங்களது சமூக – பண்பாட்டுத் தாழ்வுற்ற நிலை யிலிருந்து தங்களை உயர்த்தவும், அரசியல் பொருளாதரச் சுரண்டலி லிருந்து விடுபடவும், ஒரு புதிய சமய – பண்பாட்டு, அரசியல் – சமூக தன்னிலைக்கு மாறவும் பௌத்தம் வாகனமாகப் பயன்படலாயிற்றென்பார் ஞான. அலாய்ஸியஸ். இவர்கள் தங்களது இருத்தலியல் சிக்கல்களுக்குத் தீர்வுகாண புத்தரின் போதனையில், பகுத்தறிவும், அறமும், அன்பும் மிக்க போதனையில் ஓர் உத்தரவாதத்தைக் காணமுயன்றதாகவும், தங்களிடமிருந்த மிதமான பண்பாட்டு மூலாதாரங்களை வைத்துக் கொண்டு பௌத்தத்தின் பன்முக வடிவங்கங்களைக் கட்ட முயன்றதாக வும் அலாய்ஸியஸ் குறிப்பிட்டார். இதனை 'இருத்தலியல் – சமய மார்க்கம்' (existential-religious route) என்றார். சமூகத்தில் தங்களை ஒடுக்கப்பட்டவர்களாக உணர்ந்த பௌத்த அறிவாளிகளும், அவர் களைச் சார்ந்தவர்களும், அம்பேத்கர் பௌத்தம் மாறுவதற்கு அரை நூற்றாண்டுக்கு முன்பே, புத்தரது சமூக கருத்துக்களையும், மூல தத்துவத்தையும், தங்களது சமூக – அரசியல் விடுதலையின் பொருட் டாகத் தத்தம் தாய் மொழிகளில் மறுவாசிப்புச் செய்தார்கள். இது ஐரோப்பிய கீழைதேயவியலாளர் தங்களது செமிட்டிக் (யூதேயம், கிறிஸ்தவம், மகமதியம்) மதங்களின் சாயலில் பௌத்தத்தைக் கட்ட மைத்ததற்கு மாறான போக்காகும். இத்தகு மாற்றுச் சிந்தனை – செயல்வீரர்களாக, P. லட்சுமி நரசு, க. அயோத்திதாசர், M. சிங்காரவேலர் ஆகியோரை அலாய்ஸியஸ் குறிப்பிடுகிறார். இவர்கள் பௌத்த – பகுத்தறிவாளர்கள். இருபதாம் நூற்றாண்டின் தொடக்ககாலத்தில் மதராஸில் (சென்னை) வாழ்ந்தார்கள். இவர்களுக்கு உறுதுணையாக தியாசபிகல் சபையின் தலைவரான ஆல்காட்டும், மஹாபோதி சபையின் தலைவர் அனகாரிக தருமபாலரும் (1864 – 1933) நின்றார்கள். தருமபாலர் இலங்கை பௌத்த துறவி. இவர் 1890–இல் மதராஸில் மஹாபோதி சபையின் கிளை ஒன்றைத் தொடங்குவதற்கு முன்பே, மேற்சொன்ன மூன்று முக்கிய புள்ளிகள் ஆல்காட் ஆதரவோடு பௌத்த போதனைகளைப் பரப்பிக் கொண்டிருந்தார்கள். S. பெருமாளின் தகவல்படி, இந்திய சிப்பாய்கலக வீரரான மஹா வீரசாமி, பௌத்த பிட்சு சங்காரக்ஷிதர் ஆகியோரிலிருந்தே நவீன இந்திய – தமிழக

பௌத்த மீட்பியக்கம் தொடங்கியதாகக் கொள்ளலாம் (GJS 1998 : 529). பின்னர் P. லட்சுமி நரசு (1860 – 1934), அயோத்தி தாசர் (1845 – 1914) ஆகியோர் கலோனல் ஹென்றி ஸ்டீல் ஆல்காட் (1832 – 1907), அனகாரிக தர்மபாலா ஆகியோரிடமிருந்து உற்சாகம் பெற்றுத் தமிழ் பௌத்தத்தை வளர்த்ததாகப் பெருமாள் குறிப்பிடுகிறார் (GJS 1998 : 530). இலங்கை பௌத்தரான குணநாதா, கொழும்பு விகாரையின் தலைமைக் குரு. இவர் 1877–இல் தியாசபிகல் சபையில் சேர்ந்தார். இவரது அழைப்பை ஏற்ற ஆல்காட்டும், H.P. பிளாவட்ஸ்கியும் பம்பாயிலிருந்து 1880 மே மாதம் சிலோன் சென்றனர். இருவரும் அங்கேயே பௌத்தம் தழுவினர். சிலோன் விஜயநாதர் கோவில் தலைமை குரு A. தம்மராமாவிடம் பஞ்ச சீலம் பெற்றனர் (530 – 31).

1881–இல் ஆல்காட், சிலோன் முழுவதும் பௌத்த பள்ளிக் கூடங்களை ஏற்படுத்தி, கிறிஸ்தவ மிஷனரிகளின் எதிர்ப்பைச் சந்தித்தார். பௌத்த கல்வி இயக்கம் பரவியது. தியாசபிகல் சபைத் தலைவர் என்ற முறையிலன்றித் தனிமனிதர் என்ற அளவில் இப் பணியை மேற்கொண்டு, ஜப்பான், ஆஸ்திரேலியா சென்று பல கலந்தாலோசனைகளை நடத்தினார். பின்னர் ஆல்காட்டும், பிளா வட்ஸ்கியும், தர்மபாலாவும் 1884–இல் சென்னை அடையாறு வந்து ஒடுக்கப்பட்ட மக்களிடையே (depressed class) விடுதலைப் பணிகளைத் தொடங்கினார். இது குறிப்பிடத்தகுந்தது. புத்தரின் கருணை, இரக்கம், அன்பு, அறம், பகுத்தறிவு, சமத்துவம் போன்றவை ஒடுக்கப்பட்ட மக்களின் விடுதலைக்குரியவை என்பதாலும், ஒடுக்கிய பிராமணிய சக்திகளின் பிடியிலிருந்து விடுவிக்கத் தகுந்தவை என்பதாலும் மறுமலர்ச்சி பௌத்தம், தமிழகத்தில் ஒடுக்கப்பட்ட மக்களிடையே தன்னை ஈடுபடுத்தியது. கல்வி ஒன்றே சமூக நோய்களுக்கேற்ற மருந்து என உணர்ந்த ஆல்காட், 'ஆல்காட் பஞ்சம இலவசப் பள்ளிகளை' (Olcott Panchama Free Schools) சென்னை நகரில் ஏற்படுத்தி னார். அயோத்தி தாசர், அவரது நண்பர்கள் ஆகியோரின் வேண்டு கோளை ஏற்ற ஆல்காட் ஒரு பௌத்த விகாரை அமைத்தார். இவரே, அயோத்திதாசரையும், பஞ்சம இலவசப்பள்ளி ஆசிரியர் P. கிருஷ்ணசாமியாரையும் சிலோன் அழைத்துச் சென்று 1898–இல் பௌத்தராக்கினார் (GJS 1998 : 531).

திரும்பி வந்த அயோத்திதாசர் 1914–ல், இறக்கும் வரை ஆற்றிய பணிகளை விவரிக்கும் முன்பு, P. லட்சுமி நரசுவின் பௌத்தத்தைச் சற்றுக் காண்பது அவசியம். ஏற்கனவே குறிப்பிட்ட நரசு, தாசர், சிங்காரவேலு ஆகியோரின் பௌத்த மறுமலர்ச்சி பொதுவாக ஒன்றேயாயினும் இவர்களின் வாழ்நிலை, சமூகச் சூழல், கல்வி, வேலை முதலிய இருத்தலியல் சார்புகளின் காரணமாக மூவருக் கிடையே குறிப்பிடத்தகுந்த வேறுபாடுகள் இருந்ததை ஞான. அலாய்ஸி யஸ் எடுத்துக்காட்டுகிறார். இம்மூவரும் ஏனைய பௌத்தர்களோடு சேர்ந்து பிரிட்டிஷ் காலனிய அரசு ஆதரவில், ஆதிக்கசக்தியாக வந்து

கொண்டிருந்த ஒடுக்கும் பிராமணியத்துக்கு மாற்றாக நவபௌத்தத்தை முன்வைத்து இயங்கினார்கள். ஆனால் மூவருக்கும் மூவித நோக்கங்கள் இருந்தன. M. சிங்காரவேலு மேற்கத்திய பொதுவுடைமைச் சித்தாந்தத் தில் ஈடுபாடு கொண்டதால் அதன் அடிப்படையில் பௌத்தத்தை நாத்திகம் – பகுத்தறிவு சார்ந்த ஒன்றாகப் பொருள் கொண்டார். நரசு நவீன அறிவியல் பட்டதாரி; அறிவியல் பேராசிரியராக கிறிஸ்தவக் கல்லூரி, பச்சையப்பன் கல்லூரி ஆகியவற்றில் போதித்தவர். மேற்கத்திய மரபின் பகுத்தறிவு – மனிதாபிமானம் – அறிவியல் ஆகியவற்றை ஆரத்தழுவியவர்; இந்துச் சாதி சமயக் கட்டுக்குள்ளிருந்து தம்மை முற்றிலும் அறுத்து விடுவித்துக் கொண்டவர். எனவே நரசுவுக்கு பௌத்தம், அறிவியல்– மனிதாபிமான – பகுத்தறிவுசார்ந்த ஒன்றாகவே பட்டது. அயோத்திதாசர் மரபான தமிழ்ப்பண்டிதர், மருத்துவர், தாழ்த்தப்பட்ட சாதியில் பிறந்தவர், பிராமணியத்தின் கொடூர முகத்தை நேருக்கு நேர் கண்டவர், அதனால் வெறுத்து உமிழப்பட்டவர். எனவே அவருக்கு பௌத்தம், சாதிபேதமற்றோரின் மதமாகவும், வைதீக வேஷ பிராமணியத்தால் வீழ்த்தப்பட்ட உயர் நெறியாகவும் பட்டது. மஹாபோதிசபையின் கிளையைச் சென்னையில் ஏற்படுத்திய தர்மபாலாதான் இம்மூவரையும் ஒன்றிணைத்தவர்.

மூவரும் விரைவில் பிரிந்தனர். மஹாபோதி சபையில், தாம் எதிர்பார்த்த 'சமூக சமத்துவத்தை நோக்கிய ஆழ்ந்த ஈடுபாட்டைக் காணமுடியாததால் அயோத்திதாசர் முதலில் பிரிந்தார். பொது வுடைமை இயக்கத்தில் தம்மை முற்றாகக் கரைத்துக் கொண்டதால் இறுதியில் சிங்காரவேலு பிரிந்தார். (P. L. 1993 : XIV). சபையில் பிட்சுக் களின் மறைமுகமான புரோகித ஆதிக்கம் நிலவியதை உணர்ந்த நரசுவால் தொடர்ந்து ஒத்துழைக்க முடியவில்லை. புத்த சித்தாந்தத்தின் மூலக்கருத்தான அனாத்தும வாதம், அநித்தியம், ஆகியவற்றை ஏற்றுக் கொண்டிருந்த அறிவியலாளர் நரசுவுக்கு, மறுபிறப்பு உண்டு, ஆன்மாவுக்கு எதிர்கால வாழ்க்கை உண்டு, கண்ணுக்குத் தெரியாத கடவுள் உண்டு என்று மஹாபோதி சபை பிட்சுக்கள் போதித்தது ஏற்கவில்லை. பௌத்தம் கூறிய மறுபிறப்பு என்பது தனிமனித ஆன்மாவைப் பற்றியின்றி, தனிமனிதனின் வினைகள் – செயல்பாடுகள் பற்றியதே என்று நரசுவும், அயோத்திதாசர் போன்றோரும் புரிந்து கொண்டிருந்தனர். இவர்களுடைய அனாத்துமம், அநித்தியம், கர்மத்தின் மறுபிறவிக் கருத்துக்கள் சபையின் பிட்சுக்களுக்கு (இலங்கை பிட்சுக்கள்) 'நிஹிலிசம்' (nihilism) என்னும் சூனியவாதமாகப்பட்டது. நரசு, பிராமணிய – புரோகித ஆதிக்கத்தை மறுத்ததுபோலவே நவபௌத்த பிக்குகளின் புரோகித ஆதிக்கத்தை மறுத்தார். தாசர் ஏற்படுத்திய 'தென்னிந்திய (சாக்கைய) பௌத்த சங்கம்' (ராயப்பேட்டை, 1898) மூலமாக நரசு, பௌத்த பிட்சுக்களின் ஆதிக்கத்தைக் கட்டுப்படுத்த முயன்றார் (XIV). அயோத்தி தாசர் காலத்திற்குப் பிறகு, தென்னிந்திய பௌத்த சங்கத்தை வழிநடத்தி அதன் பெரம்பூர் கிளையைப் பராமரித்தவர் நரசு (P. L. 1993 : XV).

அயோத்திதாசருக்கும், லட்சுமி நரசுவுக்கும் இருந்த வேறுபாட்டை ஞான. அலாய்ஸியஸ் எடுத்துக்காட்டியுள்ளார். தாசருக்கு உள்ளார்ந்த ஒரு மேதைமை இருந்தது. தமிழ் மரபிலக்கியம், மரபான மருத்துவம் ஆகியவற்றில் போதிய பயிற்சி அவருக்கிருந்தது. இருந்தாலும் அவருக்கு நரசு போல அவர்கள் காலத்து மேலாதிக்க மொழியான ஆங்கிலத்தில் அவ்வளவு புலமை கிடையாது; மேற்கத்திய உயர்கல்விப் பயிற்சி, நவீன அறிவியல் பயிற்சி கிடையாது. சமூக தளத்தில் நரசு மேம்பட்டவர்; தாசர் தலித்; இவை இவர்களுடைய பௌத்த கண்ணோட்டத்தில் வேறுபாடுகளை ஏற்படுத்தின. நரசுவுக்கு பௌத்தம் பகுத்தறிவு, மனிதாபிமானம் – அறிவியல் சார்ந்தது; இது அவரிடமிருந்த மேற்கத்திய மதிப்பீடுகள், பயிற்சி சார்ந்து உருவானது. தாசர் மரபான தமிழ் இலக்கியம், இலக்கணம், அறநெறி, கலாச்சாரம், வரலாறு ஆகியவற்றில் ஆழ்ந்தவர்; இதன் காரணமாகவும், தாழ்த்தப்பட்ட சாதியில் பிறந்தவர் என்பதால் அனுபவித்த அவமானம் – அவலம் காரணமாகவும், அவரது பார்வையில் சாதி ஏற்றத்தாழ்வு, பிராமணிய மேலாதிக்கம் பற்றி வெட்டு ஒன்று துண்டு ரெண்டு என்கிறமாதிரியான கருத்துக்களும் கேள்விகளும் கொதிநிலையிலிருந்தன. இப்படிப்பட்டவருக்கு நரசுவின் பௌத்தம் 'அந்நியமானதாக', 'விஞ்ஞானபூர்வமானதாக' இருந்ததில் ஆச்சரியமில்லை. தாசரைப் பொருத்தவரை பௌத்தத்தின் மையப்பிரச் சினை சாதி எதிர்ப்பே! இது நரசுவிடம் அவர் அளவுக்கு இல்லை. தாசரின் பொறுமையின்மை சரியானது, புரிந்துகொள்ளத் தக்கது என்றாலும், அவர் நரசுவிடம் நடந்து கொண்டது சரியில்லை தான் என்பதைப் பின் நடந்தவை உறுதி செய்ததாக அலாய்ஸியஸ் கருதுகிறார் (P. L. 1993: XVI).

தென்னிந்திய (சாக்கைய) பௌத்த சங்கத்தின் கிளை ஒன்று பெரம்பூரில் 1917–இல் தொடங்கப்பட்டது. இதன் வளர்ச்சிக்கு முழுப் பொறுப்பு நரசுதான். அதற்கொரு விகாரம், பள்ளிக்கூடம் அமைத்தார். தர்மபாலாவின் துணையால் அமெரிக்க பௌத்த பெண்மணி மேரி ஃபாஸ்டர் இவற்றுக்கு நிதி உதவி அளித்தார். இவரது செயல்பாடு களுக்கு V. P. S. மோனியர், பெரம்பை. மாணிக்கம் உறுதுணையாக இருந்தார்கள். பெரம்பூர் கிளைக்கென்று 1921–இல் சொந்தக் கட்டிடம் எழுப்பியதும் (தர்மபாலா நிதி உதவியோடு சம்பந்தப்பட்டிருந்ததால் இக்கட்டிடத்தை மகாபோதி சபை பிக்குகள் உரிமைகோரினர். இந்த தாவா பல்லாண்டுகளாகத் தொடர்ந்தது). இதன் தலைவர் நரசுதான். பெரம்பூர் பௌத்த சபையில், பிராமண புரோகிதர், வேத சடங்கு இல்லாமல் சீர்திருத்த திருமணங்கள் நடத்திவைக்கப்பட்டன. இம்மாதிரி சீர்திருத்த திருமணங்கள் பின்னர் சுயமரியாதை திராவிட இயக்கத்தால் பிரபலமடைந்தன. பேராசிரியப் பணியிலிருந்து ஓய்வு பெற்றபின் (1924), பௌத்த சபையில் நரசு முழுநேரக் கடமையாற்றி, பெங்களூர், திருப்புத்தூர், கோலார் தங்க வயல் ஆகிய இடங்களில் கிளைகளை ஏற்படுத்தினார். பௌத்தத்தின் அடிப்படை நெறிகளை நரசு ஆங்கில நூல்களாக எழுதினார். தாசரும், நரசும் அவரவர் நிலைபாடுகளில்

உறுதியாக நின்று இந்திய உபகண்டத்தில் 'விடுதலை பௌத்தத்'துக்கு அடிக்கல் நாட்டினார்கள். நரசுவின் ஆங்கில பௌத்த எழுத்துக்களை அம்பேத்கர் படித்துப் பாராட்டினார். ஒருவிதத்தில் அம்பேத்கரின் 'நவயான பௌத்தத்துக்கு', நரசுவின் எழுத்துக்கள் உதவியுள்ளன.

தமிழரின் (சாதிபேதமற்ற பூர்வ பௌத்தர்) கலாச்சாரத்துக்குள், சமூகத்திற்குள், வரலாற்றுக்குள் விடுதலை பௌத்தத்தைக் கண்டறிய முனைந்த அயோத்தி தாசரின் சாதனையைக் காண்பதற்கு முன் இவரோடு இணைந்து பாடுபட்ட நரசுவின் பகுத்தறிவு – அறம் – மனிதாபிமானம் – அறிவியல் சார்ந்த நவீன பௌத்தத்தின் அடிப்படைக் கருத்துக்களைச் சுருக்கமாகக் காண்பது தேவை. இதைக் காண்பதன் வழியாக, இதே காலத்தில் அயோத்திதாசர் கட்டி எழுப்ப முயன்ற விடுதலை பௌத்தத்தின் தனித்துவத்தை அறிய ஏதுவாகும். பௌத்தம் பற்றி நரசு பல நூல்கள் எழுதியிருந்தாலும் அவரது 'The Essence of Buddhism' (1907), என்ற நூலும், 1930களின் தொடக்கத்தில் எழுதி முடிக்கப்பட்டு, அதை வெளியிட வாங்கிச் சென்ற அம்பேத்கராலும் முடியாமல், இறுதியில் 2000–இல் ஞான. அலாய்ஸியஸால் வெளியிடப் பட்ட 'Religion of the Modern Buddhist' என்ற நூலும் அவரது பௌத்தம் பற்றிய ஒட்டுமொத்தமான எண்ணங்களை வெளிப்படுத்துகின்றன. அவற்றின் சாராம்சத்தைத் தொகுத்துக் காணலாம்.

நாகரிக சமுதாயத்தின் உள் வலிமை அறம் சார்ந்ததேயன்றி பொருள் இகந்த சிந்தனை சார்ந்ததன்று என்பது லட்சுமி நரசுவின் நவீனத்துவ நிலைப்பாடு (P. L. 1993 : VIII). உலகிலுள்ள ஐம்பெரும் வரலாற்றுப்பூர்வமான மதங்களான இந்து, யூதேயம், பௌத்தம், கிறிஸ்தவம், மகமதியம் ஆகியவற்றில் முதல் இரண்டும் குறிப்பிட்ட தேசியம் சார்ந்தவை. இந்துவாகப் பிறந்தவன் எப்போதும் ஒரு குறிப்பிட்ட சாதியினனாகவே இருப்பான்; யூத மதத்தினன் எப்போதும் யூதனாக இருப்பான். ஏனைய மூன்று மதங்களும், உலகளாவியவை. இனம், நாடு என்ற எல்லைகளைக் கடந்தவை. இவற்றில் பௌத்தம் மட்டுமே அறிவியலுடன் ஒத்திசைகின்றது; ஏனெனில் அவற்றில் உள்ளதுபோல ஒரு கடவுள், அவரது படைப்பு, காப்பு, ரட்சகர், புராணம், விசுவாசம், அற்புதம் எவையும் பௌத்தத்தில் கிடையாது என்று நரசு கூறுவதிலிருந்து (P. L. 2000 : 2) அவரது நவீன நாகரிகத்தின் அறிவியல் நிலைபாட்டைப் புரிந்து கொள்ளலாம். மேலும் 'போதி' என்பது மனிதனால் எய்தக்கூடிய முழுமையான அறம் – அறிவு ஆகியவற்றின் இலட்சிய நிலை என்று நரசு தமது பௌத்தத்தில் இரண்டு அடிப்படையான தூண்களை முன்னிறுத்துகிறார் (P. L. 1993 : 1). புத்தர் தம்மை எவ்விடத்திலும் கிறிஸ்துவைப்போலக் கடவுளின் மகன் என்றோ, நபிகளைப்போலக் கடவுளின் தூதுவர் என்றோ சொன்னதில்லை. மனிதன் தனது மீட்சியை, சுய விடுதலையை, வெற்றியை அவனே செய்தாக வேண்டும்; யாராலும் இன்னொருவனைப் பரிசுத்தப்படுத்த முடியாது என்பதே புத்தர் சொன்ன செய்தி

(P. L. 2000 : 1 – 2). ஒரு மருத்துவன் எப்படி நோயின் காரணம் அறிந்து மருந்து கொடுத்து நோயைக் குணப்படுத்துகிறானோ அவ்வாறே சாக்கியமுனிவரான புத்தர், மனித இனத்துள் எவ்வித பாரபட்சமும் பார்க்காமல் ஆன்மீக மருந்தினைத் தந்தார். பால், செல்வம், புகழ், அந்தஸ்து, சாதி அல்லது தேசம் என்ற பாகுபாடின்றி மனித இனத்தின் அறிவியல் சமத்துவத்தைப் பிரகடனம் செய்தார். எல்லோராலும் உண்மையை, மீட்சியைத் தம் முயற்சியால் அடையமுடியும் என்று போதித்தார் (P. L. 2000 : 9).

மனிதர் துன்ப துயரங்களிலிருந்து விடுதலை பெறுவதே பௌத்தத்தின் குறிக்கோள். இதற்கு உடலைக் கடுமையாக வருத்தும் நோன்புகளோ, கடுமையான துறவறமோ தேவையில்லை; அவரவர் தமது சுயநல வேட்கைகளை ஒழித்தாலே போதும்; இதற்கு சுயபரிசோதனையும் தியானமும் வழிமுறைகள். பகுத்தறிவு இதற்குத் துணை. பத்து விதமான புண்ணியங்களைச் (பாரமிதிகள் – perfections) செய்வது அவசியம். இதற்கு ஒரு குருவோ, ஈஸ்வரனோ தேவையில்லை. அறிவு, ஞானம் அவசியம் என்றாலும், கருணை இல்லாத அறிவால் ஒருபயனுமில்லை. ஜெபங்கள் வேண்டாம், வெறித்தனம் வேண்டாம்; வாளும், துப்பாக்கியும் வேண்டாம்; முயற்சி, தியானம், அறிவு, அன்பு, ஒழுக்கம், அறம் போதும். இதுவே நரசு கண்ட பௌத்தம். தொடர்ந்து லட்சுமி நரசு, பௌத்தத்தின் பகுத்தறிவுச் சார்பு, அதன் ஒழுக்கவியல், சாதி பற்றிய அதன் கண்ணோட்டம், இந்து மதம், பிராமணிய தத்துவம், பௌத்தத்தின் காரண – காரியக் கொள்கை, ஆன்மா, தொடர்ச்சி, கர்மம், மறுபிறவி பற்றிய கருத்துக்கள் பற்றித் தெளிவான பார்வையோடு எழுதியுள்ளார்.

1. பௌத்தம் ஒரு மதமல்ல; அது தத்துவம் - நடைமுறை அறவியல் அமைப்பாகும். அதோடுகூட இதன் அணுகுமுறை பகுத்தறிவுப் பாங்கானது; ஒன்றை நாம் ஏற்பதற்குப் பகுத்தறிவு ரீதியான விசாரணையே அடிப்படை. 'புத்தியுத்திக்குப் பொருத்தமாகவும், சகலருடைய நன்மைக்கும் அனுகூலத்துக்கும் உகந்ததாகவும் இருந்தாலொழிய வேறு எந்த முகாந்திரங்களுக்காகவும் நாம் ஒன்றை ஏற்கலாகாது' என்பதே புத்தரின் போதனை. இதன்றி, மரபு, பாரம்பரியம், பெரும் பான்மை, மூத்தோர், பெரியவர், தெய்வம் ஆகிய முகாந்திரங்களுக்காக மட்டும் ஒன்றை நாம் விசாரணையின்றி ஒத்துக் கொள்ள கூடாது (1993: 21 — 22). அது பகுத்தறிவாகாது.

2. பௌத்த ஜாதகக்கதைகள் ஒழுக்கத்தின் எடுத்துக்காட்டாக அல்லது புத்தரின் அடிப்படைக் கொள்கையின் விளக்கமாகப் படைக்கப்பட்ட கட்டுக்கதைகளே. அவை சாஸ்திரங்கள் அல்ல. தானம், சீலம், நிஷ்காமியம், அறிவு, வீரம், சாந்தம், அன்பு (மைத்திரி) பற்றிய எடுத்துக்காட்டுக் கதைகளே அவை.

யூத – கிறிஸ்தவ மதங்களில் ஒரு மனிதனின் செயல்களின் ஒழுக்கம் என்பது, ஓர் இயற்கை இகந்த கடவுளின் கட்டளைகளுக்கு அவன்

கீழ்ப்படிதல் அல்லது – படியாமையைப் பொருத்து அமைகிறது *(1993 : 63)*. இந்துமதத்தில், ஒழுக்கவியலின் அடிப்படை நித்திய ஆன்மா (self) தான். இந்த என்றென்றும் அழியாத ஆன்மாவை எந்தவிதத்திலும் நிரூபிக்க முடியாது. வேதத்தின் அதிகாரத்தை ஏற்றே ஆகவேண்டும். ஒரு செயல் சரியா தவறா என்பது இறுதியாக வேதத்தின், சாத்திரத்தின் அதிகாரத்தில்தான் தங்கியுள்ளது. இதுகுறித்து நரசு அறிவின் அடிப்படையில் விமர்சிக்கிறார். இயற்கை இகந்த ஜீவிகளெல்லாம் (beings) மனித கற்பனையின் படைப்புக்களே. அவை ஏற்கனவே மனிதர் கொண்டுள்ள இயல்புகளையே கொண்டுள்ளன. கண்ணால் காணாத ஒன்றை மனிதனால் எவ்வாறு மதித்து அன்பு பாராட்ட முடியும்? கண்ணுக்குப் புலப்படாத ஒரு காவல்காரனுக்கு (போலீஸ்) பயந்து ஒருவனால் அறவோனாக இருக்க இயலாது. தண்டனைக்குப் பயந்தா ஒருவன் தன் பெற்றோரை, மனைவி மக்களை நேசிக்கிறான்? எதிர்கால பரிசுக்கும் தண்டனைக்கும் பயப்படுவது, அல்லது அப்படி நம்புவது ஒருவனது நடத்தையைப் பாதிக்கலாம்; ஆனால் ஓர் அறச்சக்தியாக அது இருக்க முடியாது *(1993 : 63)*.

சுயம், சுயமின்மை (self, selflessness) பற்றி மேலும் நரசு தெளிவை ஏற்படுத்துகிறார். சுயமின்மையைச் சகலரும் உணர்கிறபோதுதான் அதன் தொடர்ச்சியாக சகல ஜீவன்களும் ஒருவரோடு ஒருவர் கொள்ளும் அடிப்படையான சமத்துவம் ஏற்படும் என்பது புத்தரின் வாக்கு *(1993 : 65)*. இதனை உபநிஷதம், வேதாந்தம் ஆகியவற்றிலிருந்தே நரசு விளக்குகிறார். யாக்ஞவல்கியர், தம் மனைவி மைத்ரேயியிடம், 'கணவன், மனைவி, குழந்தைகள், சொத்து, புரோகிதன், வீரர், அரசுகள், கடவுளர், வாழ்விருத்தல் மீது செலுத்தப்படும் அன்பு என்பது உண்மையில் தன்மீது ஒருவன் / ஒருத்தி செலுத்தும் அன்பே; அன்பின் பொருட்டு யாரும் எதுவும் நேசிக்கப்படுவதில்லை. தம் சுயத்தின் மீதான அன்பிற்காகவே யாவரும் / யாவையும் நேசிக்கப்படு கிறார்கள்' என்று கூறினார் (பிரிஹதாரண்யக உபநிஷதம் *(1993 : 66)*.

'நானும் எல்லா இடங்களிலும் திரிந்துள்ளேன்; இன்னமும் தன்னை விடப் பிறனை அதிகமாக நேசிக்கும் ஒருவனைக்கூட நான் காண வில்லை' என்று புத்தர் கூறியது யாக்ஞவல்கியர் கூற்றின் மற்றொரு வடிவமே *(1993 : 67)*. இதிலிருந்து தெரிவது என்னவென்றால், பிறர்நலம் என்பது செயல்முறைப்படுத்தப்பட்ட சுயநலமே; இத்தகைய சுயநலத்தில் தான் ஒழுக்கவியல் நிலை கொண்டுள்ளதாக பௌத்தம் சொல்லுகிறது. எனவே சுயம் என்பது சுயமின்மையாக உருவெடுக்கவேண்டும். வேதாந்தத்திலும், சுய நலத்தில்தான் ஒழுக்கவியல் நிலை கொள்ளுவ தாகக் கூறப்பட்டுள்ளது. ஞானி ஒருவன் தனது சுயத்தை (self - ஆன்மா), பிரபஞ்ச சுயமான பிரம்மத்தோடு ஒன்றிணைத்துக் காணு கிறான். எனவே, 'நான்' என்பது 'எல்லாம்'; 'எல்லாம்' என்பது 'நான்' என்று வேதாந்தம் கூறும். இதன் தருக்கநீட்சியாக என் அயலான்

என்னுடன் ஒத்தவனாகிறான் (identical). இதனால் மற்றவன் துன்புறுவதும் மகிழ்வதும் நான் துன்புறுவதும் மகிழ்வதுமாக ஆகிறது. நான் – மற்றவன் எனத் தோற்றத்தில் இரண்டாகத் தெரிவது ஒரு மாயையே! வேதாந்த ஞானிக்கு எல்லாவித வேறுபாடுகளும் மறைந்து எல்லாமே தான் – சுயம் ஆகிறது. அதுவே 'தத் த்வம் அஸி' (That thou art). நான் எல்லாவற்றையும் நேசிக்கிறேன்; ஏனெனில் ஒவ்வொன்றும் நானே; (myself) எனது சுயம் *(1993 : 67).*

எனவே வேதாந்தம் கூறும் சுயநலம், ஒரு பொதுநலம் / பிறர்நலமாக உருமாற்றம் பெறுவதாக உள்ளது. இருந்தாலும் வேதாந்த சுயநலத்துக்கும், பௌத்த சுயநலத்துக்கும் இடையில் ஓர் அடிப்படையான வேறு பாடுண்டு. பௌத்தம், சுயம் (self) என்பது ஆன்மா என்ற கண்காணாத வஸ்துவின் இருப்பை மறுக்கிறது. ஆன்மா என்பது மாயை; அதனால் ஆன்மா என்பது இல்லை. இதனால் உண்மையான சுயநலத்திற்கான சகல சாத்தியப்பாடுகளும் மறைகின்றன. இதற்கு மாறாக வேதாந்தத்தில் சுயநலம் என்பது உண்மையானது; 'நான்' என்பதுதான் எல்லாம் என்ற நிலைபாட்டை ஒட்டியே அதன் ஒழுக்கவியல் அமைகிறது. அனாத்துமம் பற்றிய அறிவே, அது மட்டுமே ஒழுக்கவியல் வாழ்விற்கு இட்டுச் செல்லும் என்பது பௌத்தத்தின் நிலைபாடு *(1993 : 68).* எவ்வாறு சூரிய ஒளியை வேறு ஒன்றால் பிரதிபலித்தாலொழிய அதனைப் பயன்படுத்தவியலாதோ, அவ்வாறே, சகமனிதரோடு மனம், மொழி, செயல் ஆகியவற்றின் வழியாகச் சரியான உறவை மேற்கொண்டாலொழிய அனாத்துமாவை உணரவியலாது *(1993 : 68).* அழியாத ஆத்மாவுக்கும் ஒழுக்கவியலுக்கும் சம்பந்தமில்லை; செயல் முறைப்படுத்துகிற, சகமாந்தரோடு சரியான உறவு கொள்ளுகிற சுயத்தால் தான் ஒழுக்கம் பராமரிக்கப்படுகிறது. புத்தரின் ஒழுக்கவியல், சுயங்களின் உறவுமுறைகளால் சாத்தியமாகிற சுயமின்மையால் உருவாகிறது என்று கூறலாம். ஒழுக்கம், ஆன்மா பற்றிப்பேசுகின்ற வேதாந்தத்தில், 'இருபிறப்பாளர்களாகிய' முதல் மூன்று வருணத் தாருக்கே மீட்சிக்குரிய ஆன்மீகத் தகுதி உண்டு. பௌத்தத்தில் இந்த பாரபட்சம் இல்லை; சகலருக்கும் மீட்சி பெறத் தகுதி உள்ளது என்கிறது பௌத்தம். அனாத்துமா பற்றிய விஷயத்தில் சாங்கிய தரிசனம் பௌத்தத்தோடு ஒத்திருந்தாலும், அது ஒழுக்கவியலுக்கு எவ்வித அழுத்தமும் கொடுப்பதில்லை என்கிறார் நரசு *(1993 : 68).* சாங்கியத்தையும், அதன்பிற்பட்ட வளர்ச்சியான யோகத்தையும், அதன் துறவையும் – தனிமைவிருப்பத்தையும் புத்தர் ஏற்றதில்லை. புத்தருக்குத் தனியாக ஒதுங்கிக் கடுமையாக விரதம் இருப்பது ஏற்புடைய முயற்சியாக இருந்ததில்லை.

3. சாதி பற்றி நரசு விளக்கவருகையில், இந்துமதத்தோடு – பிராமணியத்தோடு பௌத்தத்தை ஒப்பிடுகிறார். இது தவிர்க்க இயலாத உத்தியே. ததாகதராகிய புத்தர் சமூக ஏற்றத்தாழ்வை ஏற்றதில்லை. 'சகலருக்கும் இரட்சணியம்' என்பதே அவரது போதனை.

சாதிகளைச் சங்கத்தில் அவர் ஏற்றதில்லை. இதனை புத்தரின் தொடக்ககால சீடருள் ஒருவரான ஆனந்தரைக் கொண்டு நரசு நிறுவுகிறார். ஆனந்தர் ஒரு நாள் கிணற்றில் தண்ணீர் இறைத்துக் கொண்டிருந்த ஒரு மாதங்கசாதி (சண்டாளர்) பெண்ணிடம் தாகத்துக்குத் தண்ணீர் கேட்டார். அவளோ, "தன்னைப் போன்ற ஒரு தீண்டாச் சாதிப் பெண்ணிடம் தண்ணீர் கேட்கலாமா? கொடுத்தால் உமக்குத் தீட்டுப்படாதா?" என்றாள். அதற்கு அவர், "சகோதரியே, நான் உன் சாதியைக் கேட்கவில்லை; குடிக்கத் தண்ணீர்தான் கேட்டேன்" என்றார் (1993 : 70). அந்தப் பெண் ஆனந்தரைத் தொடர்ந்து சென்று புத்த சங்கத்தில் சேர்ந்தாள். இப்படியொரு சண்டாளசாதிப் பெண் பௌத்த பிக்குணியாக வந்ததில் பிரசேனஜித் ராஜாவுக்கும், பிராமணர்களுக்கும், சத்திரியர்களுக்கும் அவமதிப்பதாகத் தோன்றவே அதுபற்றி புத்தரிடம் முறையிட்டார்கள். அதற்கு புத்தர் தந்த விளக்கம்:

> 'சாம்பலுக்கும் பொன்னுக்கும் வித்தியாசம் உண்டு. ஆனால் ஒரு பிராமணனுக்கும் ஒரு சண்டாளனுக்கும் இடையில் எந்த வித்தியாசமும் இல்லை. பிராமணன் நெருப்பிலிருந்தோ, ஆகாயத்திலிருந்தோ, காற்றிலிருந்தோ, நிலத்திலிருந்தோ, வந்தவன் அல்லன்; ஒரு சண்டாளன் எப்படி ஒரு தாயின் கருப்பத்திலிருந்து பிறந்தானோ அப்படியேதான் பிராமணனும் பிறந்தான். எல்லா மனிதர்க்கும் அங்கங்கள், அவயவங்கள், உறுப்புக்கள் ஒரே மாதிரிதான். பிறகு எவ்வாறு இவர்கள் தனித்தனி இனங்கள்?' (1993 : 71).

புத்தர் தமது சங்கத்தாரிடம் சாதி வேறுபாடு பார்க்கவில்லை. இவரது சங்கங்களில், கொள்ளையன், தோட்டி, நாய்க்கறி புசிப்பவன், மீனவன், மாடுமேய்ப்பவன், சவரத்தொழில்பார்ப்பவன், கணிகை, வேசிமகள், அடிமைப்பெண்ணின் மகள், வேடுவன் மகள் ஆகியோர் துறவிகளாக இருந்தார்கள் (1993 : 75). சாதி கூடாது என்பது புத்தரின் கொள்கையாகயிருந்தாலும் இல்லறம் நடத்திய சாமான்ய பௌத்தர்களிடம் சாதி கூடாது என அவர் போராடவில்லை. அவர் கால நிலையில் சாதி ஒழிப்புப் போராட்டம் பற்றிய ஓர்மை வரவில்லை. (இன்று கூட வரவில்லை!).

சாதிப்பாகுபாட்டுக்கும் இந்துமதத்துக்கும், குறிப்பாக பிராமணர்களுக்கும் உள்ள ஒட்டுறவைப் பற்றி நரசு சற்றுக் காட்டமாகவே விமர்சித்துள்ளார். பிராமணன் என்பது ஓர் இந்திய நிகழ்வு; எதார்த்தம். பிற நாடுகளின் பண்பாடுகளில் பிராமணன் இல்லை. அங்கெல்லாம் எசமானன் – அடிமை, செல்வர் – ஏழையர் என்கிற பொருளாதார (வர்க்க) பிரிவினைகளே உள்ளன. அங்கே செல்வர் ஏழையராகலாம், ஏழையர் செல்வராகலாம் என்ற மாற்றங்களுக்கு இடமுண்டு. ஆனால் சாதி வேறுபாடு அப்படியில்லை. மாறாதது; பிறப்பாலே சாசனமாவது. இந்துவாவதற்குப் பிறப்புத்தகுதி ஒன்றே போதும், அதில் தலைமையிடம் பிராமணசாதிக்கு. இதற்குக் காரணம்

இந்துமதத்தின் மையக் கருத்தான அர்ச்சனை – அபிசேகம் – யாகம் (sacrifice). இது சடங்காசாரங்கள் மிகுந்தது. இந்த அர்ச்சனை – அபிசேகம் – யாகம் என்பவை இயற்கை மற்றும் தேவர்களுக்கு மக்களைக் கீழ்ப்படிய வைக்கின்றன (P. L. 2000 : 34). கீழ்ப்படியவைக்கும் அதிகாரம் புரோகிதனுக்குக் கிடைக்கிறது. இந்த அர்ச்சனை – அபிசேகம் – யாகம் என்பது, ஒரு புரோகித வர்க்கத்துக்கு ஏகபோகத்தை வழங்குகிறது. புரோகிதவர்க்கமான பிராமணர்களுக்கு மொத்த இந்து சமுதாயத்தின் மீது மேலாதிக்க நிலை கிட்டுகிறது. இதுவே இந்து மதத்தின் 'வர்ணாஸ்ரம தர்மம்'. பார்க்கப்போனால் இந்துமதம் என்பது இறுதி ஆய்வில், பிராமணரின் மேலாண்மையைக் குறிக்கிறதாக ஆகிறது *(2000 : 35).* சாதி சமுதாயமின்றி, ஒரு பிராமணனால் பாரம்பரிய – நவீன வாழ்க்கை வாழவியலாது. ஆசாரம் என்பது சாதியின் தலையாய பண்பு. ஆசாரம் என்பது சிந்தனை, மற்றும் செயல் சுதந்திரத்தை ஒருபோதும் அனுமதிக்காது. மனிதரின் சுதந்திர மான உறவுகளுக்கு குறுக்கே தடையாக இருப்பது சாதி – ஆசாரம் *(35).* சாதி அமைப்பு பிராமணருக்கு இலாபகரமானது; அதனால் தான் வரலாற்றில் பிராமணர்கள் இதனை ஊக்குவித்து பேணிப்பராமரித்து ஆதாயம் அடைந்தார்கள் *(1993 : 78).* சாதிக்கு அடிப்படை தீட்டுக் கொள்கை. சாதிகளுக்கிடையே தொடர்புகள் கூடாது; தொட்டால் தீட்டு. ஆனால் ஒரு குளியலால் தீட்டுப்பட்ட ஒரு பிராமணனை அதிலிருந்து (அழுக்கு, தூசி) சுத்தப்படுத்த முடியுமானால், ஏன் அதனால் ஒவ்வொரு மனிதனையும் சுத்தப்படுத்த முடியாது? என்று நரசு கேட்கிறார் *(1993 : 71).* ஏனைய உலக நாகரிகங்களிலிருந்து இந்து நாகரிகத்தை அடையாளப்படுத்தும் அடிப்படையான அம்சம் சாதியமே (P. L. 2000 : 36). அம்பேத்கர் கூறியது போலவே நரசுவும், சாதி இன்றி ஓர் இந்து இல்லை; இருக்க முடியாது என்று எழுதினார் *(2000 : 35).* சாதி அமைப்பு அடிப்படையில் பிராமணியத் தன்மையானது; பிரமாணியம் பரவியதால் சாதியம் பரவியது 'எங்கே பிராமணன் இருக்கிறானோ அங்கே தவிர்க்க முடியாதபடி சாதிய அமைப்பும் பறையரும் இருக்கிறார்கள்' என்றார் நரசு. இத்தகைய சாதியையும், தீண்டாமையையும், தீட்டையும், விக்கிரக வழிபாட்டையும், குமட்டுகிற புராணங்களையும் அகற்றிவிட்டால் இந்து மதத்தில் ஏதாவது மிஞ்சுமா என்று நரசு நியாயமாகக் கேட்டார். நரசு, தமது காலத்துக் கல்விகற்றறிந்தவர்களாகக் கருதப்பட்ட இந்துக்களை, அவர்களது மூதாதையரின் மௌடீகத்துக்கு அடிமைகள் என்றே எழுதினார் (P. L. 2000 : 38). பௌத்தம் சாதியத்தைப் பொருட்படுத்தவில்லை; சாதிய ஒழுக்கத்தின் சட்டங்களை ஏற்ற தில்லை; இதனாலேதான் பௌத்தர்களைச் சாதி கெட்டவர்கள், அனாச்சாரவாதிகள், இந்து மதத்துக்கு எதிரிகள் என்று பிராமணர்கள் தூஷணை பண்ணினார்கள். (வீழ்த்தப்பட்ட பௌத்த – சமணர்களை, பிராமணியம் சாதி கெட்டவர்களாக, சாதிப் பிரஷ்டர்களாக, தீண்டத் தகாதவர்களாக ஆக்கியிருக்க சரித்திரத்தில் சாத்தியம்

இருந்திருப்பதை முற்றாக நிராகரிக்க முடியாது). பிராமணியத்தின் 'பகவத்கீதை'யின் ஒரே நோக்கம் சாதி அமைப்பைக் காப்பதுதான். அதன் மூலமாக மரபான பிரமாணிய மதத்தை அழிவிலிருந்து காக்க முயன்றது. பௌத்தர்களின் தாக்குதல்களை முறியடிக்க 'பகவத்கீதை' என்ற கருத்தாயுதம் உருவாக்கப்பட்டது (1993 : 62). கீதை, வேதத்தின் தன்னிகரற்ற அதிகாரத்தை உயர்த்திப் பிடித்தது. வேதம் போற்றிய வருணாசிரமத்துக்குப் புத்துயிர் ஊட்டியது. நான்கு வருணத்தாரின் கடமைகளை, அவர்களது சுபாவங்களோடு இணைத்தது. அவரவர் சுபாவத்துக்குரிய கடமைகளைச் செய்யுமாறு வலியுறுத்தியது. இது சீர் குலைந்தால் கலி முற்றும், பேரழிவு வரும் என்றது (82).

'சத்தர்ம புண்டரீகம்' நூலில் புத்தர் கூறுகிறார்;

'நானே ததாகதன்! நானே எஜமானன்! எனக்கு மேல் யாரு மில்லை. காப்பாற்றுவதற்கே இவ்வுலகில் தோன்றுகிறேன்'

இதே போல கீதையில் கிருஷ்ணன்:

'தர்மம் அழியும் போது அக்கிரமம் பெருகும் போது
நான் அவதரிக்கிறேன். நல்லோரைக் காக்கவும்,
தீயோரை அழிக்கவும், தர்மத்தை ஸ்தாபனம்
பண்ணவும் நான் ஒவ்வொரு யுகத்திலும்
பிறக்கிறேன்' (82).

இங்கே 'தர்மம்' என்று கிருஷ்ணன் கூறியது, சங்கரர் கூறியது போல சாதிகள் மதங்களின் தர்மமாகும் (82 - 83). புத்தர் தாம் பிறந்த சத்திரியருக்குரிய தர்மத்தை விட்டு விலகி, குரு, ஆசான் தர்மத்தை (அதாவது பிராமணரின் தர்மத்தை) மேற்கொண்ட செயல் வருணம் மீறிய செயல். இதுதான் பிராமணரின் நோக்கில் அதர்மம்; அக்கிரமம். கீதை, மறைமுகமாக பிராமணரின் மேலாதிக்கத்தை, மேன்மையை ஆதரித்தது (83). சூத்திரர்களை புத்தர் பக்கம் போகவிடா மல் தடுக்கும் நோக்குடையது. இதற்காக பௌத்த தருமத்திலிருந்து கருத்துக்களை எடுத்துக் கொண்டு தனது சுயநலத்திற்குப் பயன்படுத்தி யது. இந்து மதத்தை பிராமணரின் ஆதிக்கத்தைக் காப்பது சாதியமே. "சாதி அடையாளங்கள், வரையறைகள் மூலமே பரத கண்டத்தில் இந்துமதம் பேணிக் காக்கப்பட்டு வந்துள்ளது. சாதியே இதற்கு ஆதாரம். சாதியை விட்டால் இந்து மதம் அழிந்து விடும்" என்று 'இந்து தர்ம தத்துவம்' என்ற நூலை எழுதிய பிராமணர் தெளிவாக எழுதியுள்ளார் (83). இந்து மதத்தில் இணைய ஒருவருக்கு வேண்டிய தகுதி சாதி அமைப்பை ஏற்பது தான். ஒரு சாதியானாகவே ஒரு வன் இந்து மதத்தில் ஜீவிக்க முடியும். காலப் போக்கில் நான்கு வருணம் போய் ஆயிரக்கணக்கான சாதிகள் உருவாயின; உருவாக்கப்பட்டன. பிராமணர்களுக்குள்ளேயே நூற்றுக்கு மேற்பட்ட பிரிவுகள் தோன்றின. இப்படி சாதி மயமான இந்தியாவை, பெரும் ஜன சமுதாயத்தை, அலக்ஸாந்தர், சித்தியர், அராபியர், ஆப்கானியர், மங்கோலியர், போர்த்துக்கீசியர், டச்சுக்காரர், பிரெஞ்சுக்காரர், பிரிட்டிஷார் என்ற மிகச் சிறுபான்மை அந்நியர்களால் வென்று

அடிபணிய வைக்க முடிந்தது'.(84). அடிமைப்பட்டதோடு, அறிவுத்தேக்க நிலையும் ஏற்பட்டது. காரணம் சாதிப்பாகுபாடுகள் தாம்.

நவீன அறிவியல் யுகத்திலும் கூட இந்துத்துவ வாதிகள், சாதியைக் காப்பாற்ற அறிவியல் விளக்கங்களைத் தர முயற்சிக்கிறார்கள். சாதிக்கு இனவியல் அடிப்படை உண்டு; சாதியை சமஸ்கிருதத்தில் 'வருண்' என்றும், இதன் நேரடிப் பொருள் 'நிறம்' என்றும் உயர்சாதிய ரான ஆரியரிலிருந்து நிறத்தால் வேறு வேறு தாழ்ந்த சாதியார்கள், பாகுபடுகிறார்கள் என்றும் கூறுகிறார்கள். இதனை நரசு அவர்கால அறிவியல் கொண்டு மறுத்தார். நிறத்தின் வேறுபாடு குணத்தின் வேறுபாட்டைக் குறிக்காது, இது அறிவியல். தோலின் நிற வேறுபாட்டுக் குக் காரணம் தோலில் உள்ள நிறமிகளே காரணம்; பிறக்கும் போதிருந்த தோலின் நிறம் சீத உஷ்ண பருவ நிலைக்கு ஏற்றபடி மாற்றமடைகிறது என்று நரசு நவீன வருணக் காப்பாளர் கருத்தை மறுத்தார்(85). இவ்வாறு மனித இனத்தை இனங்களாகப் (races) பகுக்கும் முயற்சிகள் அனைத்தும் தோல்வியில் முடிந்தன. இவ்வாறு மானுடவியலாளர், இனவரைவியலாளர் வரையறுத்த இனப்பாகுபாடு கள் எல்லாமே 'வெறும் கற்பனையின் உற்பத்திகளே! அறிவு விளையாட் டின் விளைவுகளே! இயற்கையில் இவற்றுக்கான ஒத்த பகுதிகள் (counter parts) நிஜத்தில் கிடையாது' என்று லாமார்க் கூறியதை நரசு மேற்கோளிடுகிறார். பௌதிக விஞ்ஞானத்தின் கோட்பாடுகள் சொல் வதைப் போல, இவையெல்லாம், சௌகரியமாக விளக்குவதற்காக, ஊகத்தின் அடிப்படையில் செய்து கொண்ட வகைபாடுகளே என்றார் நரசு (85). மனித இனத் தோற்றத்தின் ஒருமைப்பாட்டை இன்று உலகம் பூராவும் ஒத்துக் கொண்டது. கலப்பற்ற சுத்த ரத்தம் என்பதெல்லாம் தொன்மமே! அன்றும் இன்றும் இந்துக்கள் பயப்படுகிற அந்த 'வருண சங்கிரமம்' (வருணக் கலப்பு) பல நூற்றாண்டுகளுக்கு முன்பே ஏற்பட்டுவிட்டது. இன்றைய பிராமணர்களின் ரத்தக் குழாய்களில் ஓடுகிற ரத்தமெல்லாம் பழைய சூத்திரர்கள் ரத்தமே! (85). (இன்று ஐரோப்பியர் உடலில் ஓடும் ரத்தம் அன்று வாழ்ந்த நீக்ரோவரின் ரத்தம் போன்றது இது). சுதந்திரமான ரத்தக் கலப்புதான் வளர்ச்சிக்கு, முன்னேற்றத்துக்கு வழிகோலியது. தனிமனித 'திறன்' என்பது பாரம்பரியமாக வருவதுபோல, அறப்பண்பு என்பது வருவ தில்லை; அதற்குத் தனி நபரின் முயற்சியும் பயிற்சியும் அவசியம்; கல்வி அவசியம். பிறப்பால் வருவதன்று என்றார் நரசு. சந்தர்ப்பம் வாய்த்தால் சுய முயற்சியால் கீழே உள்ளவனால் மேலே வரமுடியும்; மாறாக ஏற்கனவே உச்சத்தில் உள்ளவனின் பரம்பரை சீரழியும் வாய்ப்பு உண்டே தவிர அதற்கும் மேலே போகவியலாது. இதற்கு வரலாற்றில் சான்றுகள் உள்ளன என்கிறார் நரசு (87).

அவரவர் சுய முயற்சியாலும் கட்டுப்பாடான பயிற்சியாலும் அறப்பண்பை வளர்த்துக் கொள்ளுவதற்காக புத்தர் ஒரு மத்திய மார்க்கத்தை முன்மொழிந்தார். அது கட்டற்ற களிப்பு, கடுமையான சுயவதை என்ற இரண்டு துருவங்களையும் தொடாத அட்டாங்க

மார்க்கமாகும். *1.* சரியான பார்வை, நோக்கு, காட்சி, நம்பிக்கை (belief). *2.* சரியான ஆர்வம், தீர்மானம், முடிவு (aspiration). *3.* சரியான பேச்சு, மொழி, வாக்கு (speech). 4. சரியான செயல்பாடு, நவீன கர்மம் (action). *5.* சரியான வாழ்க்கை, ஜீவிதம் (living). 6. சரியான முயற்சி (effort). *7.* சரியான எண்ணம், யோசனை, சிந்தனை (thought). *8.* சரியான அமைதி, சாந்தம், சமாதி (tranquility) *(1993 : 126).*

புத்தர் சொன்ன இந்த அட்டாங்க மார்க்கத்தில் ஆன்மாவுக்கோ, கடவுளுக்கோ, சாதிக்கோ, இயற்கை இகந்த – பொருள் இகந்த எந்த ஒரு கருத்துவகைக்கோ இடமில்லை என்பது குறிப்பிடத்தக்கது. மீட்சிக்கு, ஆன்மா – கடவுள் – மோட்சம் பற்றிய நம்பிக்கை, அல்லது ஒரு இயற்கை இகந்த சக்தியைச் சார்ந்திருத்தல் என்பது தவறுக்கே இட்டுச் செல்லும். இதனால் துக்கம் – துயரத்திலிருந்து மீட்சிகிட்டாது *(1993 : 127).* இதற்குப் பகுத்தறிவும், அறிவியலும் சாதனங்கள். துக்கமும் துயரமும் இயற்கையானவை; காரண காரியத் தொடர்பானவை. எனவே மீட்சிக்குரிய மார்க்கமும், சாதனமும் இயற்கையானவையே. பகுத்தறிவு – அறிவியல் சாதனங்கள், ஒழுக்கம் (சீலம், morality), ஈகை (தானம், charity) ஆகியவற்றைச் செய்வதன் வழியே புண்ணியம் (real merit , virtue) ஈட்டுவதை நோக்கமாகக் கொண்டிருக்க வேண்டும். அனைத்திற்குமே ஒழுக்கம் தான் அடிப்படை; ஒழுக்கம் இயங்காதிருப் பது; ஈகை செயலூக்கமாக இயங்குவது *(1993 : 130).* அதாவது ஒழுக்கம் உயர் வாழ்வுக்கான அடிப்படை; அறிவும் ஞானமும் அதை நிறைவடை யச் செய்பவை *(1993 : 137).* புத்தர் கூறுகிற ஞானம் வேறு; வேதாந்தத்தின் ஒரு வடிவான அத்வைதம் மீட்சிக்காக முன் மொழிந்த ஞானம் வேறு. இரண்டும் ஒன்றல்ல. பௌத்த தருமம் மீட்சிக்காக முன் வைத்த ஞானம் என்பதை 'பிரக்ஞை' என்பர். பிரக்ஞை என்றால் உள்ளுணர்வு (intuition) அல்லது அதிமேல்மனம் (super consciousness) அல்ல; மனித அவதானிப்பு மற்றும் அனுபவம் ஆகிய பிரமாணங்களால் (ஞானம் பெறுவதற்கான மூலாதாரம்) வருவதே ஞானம், பிரக்ஞை. ஆனால் அத்வைத வேதாந்தம் கூறும் 'ஞானம்', வேதத்தை, சாஸ்திரங்களை அடியொற்றியது *(1993:138).* கிறிஸ்தவம் வலியுறுத்துகிற 'விசுவாசம்' என்பதை ஒத்தது இது.

அனுபவம், அனுமானம் ஆகிய பிரமாணங்களால் ஏற்படுகிற பிரக்ஞையோடு (ஞானம், knowledge) தியானம் – ஸமாதி இணைய வேண்டும். தியானம் என்பது அலைபாய்ந்து கொண்டிருக்கிற மனதின் நிலையைத் தடுக்க வல்லது. வாழ்வின் உண்மைகளைப் பற்றி ஆழ்ந்து யோசிப்பதுதான் தியானம் *(1993:138).* பௌத்தத்தில் ஜெபம் – மந்திரம் இல்லை; மாறாக தியானமே உண்டு. தியானம் மனதை ஒழுங்குபடுத்தும் பயிற்சி; பிரக்ஞையை, ஓர்மையை இழப்பது தியானம் ஆகாது; அது ஒரு பரவச நிலை, மயக்கநிலை அல்ல. கனவுகள், பரவச நிலைகள், அற்புதக் காட்சிகள், மயக்கங்கள் எல்லாம் பய னற்ற – முட்டாள்தனமான கற்பனைகளே! *(1993:139).* பௌத்த தியானம், பிராமண யோகத்தின்றும் வேறுபட்டது. யோகம் என்பது முந்த

முந்த ஒரு உடலியல் – வசிய (hypnotic) பயிற்சியாகும். தியானம் என்பது முந்த முந்த அறிவார்ந்த – அறிவியல் பயிற்சியாகும் என்பார் நரசு *(1993 : 139 – 40).*

புத்தர் மீட்சிக்கு முன்மொழிந்த அந்த அட்டாங்க மார்க்கத்தில் வெற்றிகரமாகப் பயணம் செய்தால் இறுதியில் நிருவாணம், நிறைவு (perfection), ஒளி உண்டாகும். இந்தப் பயணம் என்பது உண்மை, ஒழுக்கம் ஆகியவற்றால் மட்டுமே சாத்தியம். வேதாந்த மார்க்கம் கூறுகிற நிறைவான நிலையை அடைவதற்கு எந்தவிதமான ஒழுக்கவியல் விதிகளும் இல்லை. இவ்வேறுபாடு முக்கியமானது *(1993 : 143).* அட்டாங்க பயணத்திற்கு ஏற்படக்கூடிய பத்து விதமான தடைகளைப் (ஸம்யோஜன, impediments) பற்றிப் புத்தர் கூறியுள்ளார். அவை: 1. நிரந்தரமான ஒரு ஆன்மாப் பற்றிய மயக்கம் 2. ஐயப்பாடு (scepticism, doubt). 3. சுத்திகரிக்கும் சடங்குகள், குறித்த நம்பிக்கை. (ritualism); 4. காமம் (sensuality). 5. குரோதம், (கோபம், malevolence) 6. லோபம் (பொருட்கள் மீது எழும் பேராசை), 7. மோகம் 8. கர்வம் (pride). 9. சுயமோகம் (self - righteousness). 10. பேதைமை (அவித்யா) *(1993 : 141 – 142).*

பௌத்தம் கூறிய நான்குவித சத்தியங்களில் காணப்படும் மொழியாட்சி, இந்திய மருத்துவ அறிவியலில் பயன்படுத்தப்படுவதாகும் – *(1993: 97).* அவை:

- ❖ துக்கம் – பிறப்பு, மூப்பு, பிணி, சாவு ஆகியவற்றால் வரும் துன்பம், வலி ...
- ❖ துக்க உற்பத்தி – துன்பத்திற்கான காரணம்; சுற்றியுள்ள உலகத்தால் பெறப்படுகின்ற உணர்ச்சிகள் ...
- ❖ துக்க நிவாரணம் – துன்பத்திலிருந்து நிவாரணம் பெறுவது சுயநலத்தை விடுவது.
- ❖ துக்க நிவாரணமார்க்கம் – அட்டாங்கமார்க்கம் – பூரணத்துவ நிலைக்கு இட்டுச் செல்லுவது; துன்பத்திலிருந்து பூரண விடுதலை எய்துவது.

**4.** பிராமணிய தத்துவத்தோடு பௌத்த தத்துவத்தை நரசு ஒப்பிட்டு அதனை விமர்சித்துள்ளார். பௌத்த தத்துவச் செழுமையைப் புரிந்து கொள்ள இது உதவும்.

வேதத்திலுள்ள தொன்மையான கீதங்கள் – தோத்திரப் பாடல்கள் யாவும் (ஸம்கிதை) தேவர்களுக்குப் பலி கொடுத்தல் பற்றியனவே. இதற்கடுத்த பிராமணங்களில், பலிகொடுக்கும் சடங்கான வேள்வி (யாகம், யக்ஞம்) காரியங்களைப் பற்றிய விரிவான விளக்கங்களும், விதிகளும், செய்முறைகளும் விளக்கப்படுகின்றன. அடுத்து ஆரண்யகங்களில் வானப்பிரஸ்தர்களான தபசிகளின் (hermits) தியானங்கள், அவர்கள் செய்கின்ற சடங்குகளைப் (rites) பற்றிய ஊகங்கள், ஆரண்யர்களின் போதனைகளில் உள்ள பூடகமான (mystic), ரகசியமான –

மறைபொருளான பண்புகள் பற்றிக் கூறப்படுகின்றன. இறுதியான உபநிஷதங்களில், ஆரண்யகத்தில் தோன்றிய ஊகங்கள், மூடுமந்திரங் கள், மறைபொருள்கள், ரகசியங்கள் ஆகியவை தத்துவ உரையாடல் களாக வளர்க்கப்படுகின்றன. இதையே வேதாந்தம் என்பர். வேதாந் தத்தை உத்தரமீமாம்ஸகம் என்றும் கூறுவர். பிரம்ம சூத்திரத்திற்கு விளக்கவுரை எழுதிய போதாயனர் முதல், வேதாந்த தத்துவம் தொடங்குவதாகக் கூறுவர். பிரம்ம சூத்திரத்தில் தனிப்பட்ட ஆத்மா வும், பிரம்மனும் ஒன்றே என்ற கருத்து வலியுறுத்தப்பட்டது. இதை ஒட்டி எழுந்த போதாயனரின் வேதாந்தமே உபநிஷதங்களின் மரபை உண்மையாகப் பின்பற்றுவதாகக் கூறுவர் (2000:61).

வேதாந்தத்தின்படி பிரம்மனே முதல்; ஆதி; முழுமுதல் (பரம) ஆத்மா. அதுவே ஒவ்வொன்றினுள்ளும் உண்மையான ஜீவியாக உள்ளது (தத்துவம் அஸி). ஆயின் பிரம்மன், தனிப்பட்ட ஜீவிகளில் தங்குவதில்லை. ஜீவிகள், பிரம்மனை அறிவதில்தான் அவற்றுக்கு மீட்சி உண்டு. பிரம்மனே சத் (உண்மை); மற்ற அனுபவரீதியான நிகழ்ச்சிக ளெல்லாம் அறியாமை (அவித்யை). பிரம்மனே பிரபஞ்ச உண்மை; பிரபஞ்ச எதார்த்தம்; வேறு எதார்த்தமில்லை; மற்றவையெல்லாம் மாயை; மாயையும் தெய்வப் படைப்பே. ஜீவஆத்மாக்கள் கர்மக்கூட்டத் தால் வளைக்கப்படுகின்றன; அவற்றுக்குப் பருண்மையான (ஸ்தூல) சரீரம் உண்டு. ஸ்தூல சரீரத்திற்குள்ளே நுண்ணிய (சூட்சும) சரீரம் உண்டு; இந்தப் பொருள் உலகம் என்பது பிரம்மனின் சரீரமே.

பிரம்ம சூத்திரத்திற்கு போதாயனர் தந்த விளக்கத்தில் உருவான வேதாந்த தத்துவம் – பிரம்ம தத்துவம் பௌத்தத்தை மறுத்தது. காலப் போக்கில் பிரம்ம சூத்திரத்திற்குப் பலர் விளக்கங்கள் தந் தனர். அவற்றில், கி.பி. 9 ஆம் நூற்றாண்டில் சங்கரர் தந்த விளக்கம் பாரதூரமான விளைவுகளை ஏற்படுத்தியது. புராதனமான வேதாந்தத் தில் எஞ்சியிருந்த எதார்த்தத்தின் தடயங்கள் அனைத்தையும் இது அகற்றியது. நாம் காணுகின்ற எல்லா எதார்த்தமும் நமது அறியாமை யின் (அவித்யா) மாயைதான்; மாயை என்பது ஒரு சக்தி இல்லை; அது ஒரு பிழை; இறுதி உண்மையை உணராதவரை மாயை நீடிக்கும்; உணர்ந்ததும் அது மறைந்து விடும்.

சங்கரரின் இவ்வித விளக்கம் பௌத்தர்களில் ஒரு பிரிவினரான மத்தியமிகர்களின் நிலைபாட்டை மிகவும் நெருங்கி வருகிறது என்றார் நரசு. சங்கரரின் வேதாந்தம் (அத்வைதம்), பௌத்தத்தின் அம்சங்களை உள்வாங்கிய காரணத்தால், வேதாந்தத்தின் பிந்தைய விளக்கங்களான துவைதம் (மாத்வர்); விசிஷ்டாத்வைதம் (ராமனுஜர்), சுத்தாத்வைதம் (வல்லபர்) ஆகியவை, சங்கரரின் அத்வைதத்தை மாறுவேடமிட்ட பௌத்தம் (பிரச்சன்ன பௌத்தம்) என்று விமரிசித்தன. பின் வந்த மூவரும், பிரம்ம சூத்திரகாரரை பரிணாமவாதி (evolutionist) என்றனர்; சங்கரர் அவரை விவர்த்தவாதி (phenomenalist) என்று சித்திரித்தார்.

சங்கரரின் விளக்கப்படி, எல்லாமே மாயையின் அம்சம்; ஒரேயொரு வஸ்து (substance) தான் உள்ளது; ஒரேயொரு காரணம்தான் உள்ளது. இந்த காரணத்துக்கு எவ்வித மாற்றமும் இல்லை. பிராணனும், ஜீவனும் எதார்த்தம் இல்லை. சங்கரரின் இந்த அத்வைதம் மாறுவேடமிட்ட பௌத்தமாக பிராமணியத்தால் விமரிசிக்கப்பட்டது. 'பத்மபுராணத்தில் சங்கரரின் வேதாந்தத்தைச் சிவன் சாடுகிறார். தாமே இதனைக் கலியுகத்திற்காக வேதாந்தத்தில் பௌத்த சித்தாந்தத்தைப் புகுத்தி எழுதியதாகக் கூறுகிறார். மாத்வாச்சாரியார், மஹாபாரதத்தில் கூறப்பட்ட மனிமத் (Manimat) என்ற இராட்சசக் கூட்டத்தின் தலைவனே சங்கரராக பூமியில் அவதரித்ததாக எழுதினார். அசுரர்கள், இத்தலைவனை பிராமணனாகப் பிறக்கச் செய்து வேதாந்தத்தை அழித்திட அனுப்பினார்களாம்! தனித்தனி ஆத்மாக்களும், பிரம்மனும் ஒன்றே எனப் போதிக்கச் சொன்னார் களாம்! மனிமத் என்ற அசுரர் தலைவன் பூமியில் ஒரு விதவைக்கு மகனாய் பிறந்தான். தரித்திரத்தில் வளர்ந்தான், ஒவ்வொரு குருவாகத் தேடி அலைந்தபின் தனது அத்வைதத்தைக் கண்டுபிடித்தான். அதன் பெயர் சூன்யவாதம் – நிர்குணவாதம். அசுரர்கள் அவனைத் தமது ரட்சகனாகப் போற்றினார்கள். அவர்களது அறிவுரைப்படி சங்கரன் பௌத்தர்களோடு சேர்ந்து கொண்டு வேதாந்தப் போர்வை யில் பௌத்தத்தைப் போதித்தான் *(2000 : 62 – 63)*. (பிராமணியம் ஒருவனைத் தனது எதிரி என்று அறிந்தால் அவனது பிறப்பைக் கேவலப்படுத்துவதே தண்டனை முறையாகக் கொண்டிருந்தது. வீழ்த்தப்பட்ட பௌத்தர்களைப் பிறப்பால் தீண்டத் தகாதவர் களாக்கியது; வள்ளுவரைப் பார்ப்பானுக்கும் பறைச்சிக்கும் பிறந்த சண்டாளன் என்று தூற்றியது).

உண்மையில் இன்றைய அத்வைத வேதாந்தத்தின் தந்தை சங்கரர் அல்லர்; கண்டபாதர் (Gandapada) என்பவரே என்று நரசு எழுதுகிறார். இவர் சங்கரரின் பரம குருநாதர். பௌத்தர்களுக்கு மிகவும் கடன்பட்டவர். இந்த கண்டபாதர் என்பவர் அஸ்வகோஸர், நாகார்ஜுணர், அஸங்கர், வசுபந்து, திக்நாகர், தர்மகீர்த்தி ஆகிய பௌத்த அறிஞர்களுக்குப் பிற்பட்டவர். கண்டபாதர், மண்டுக்கிய உபநிஷதத்துக்கு காரிகை (செய்யுள்) வடிவில் எழுதிய உரையின் ('மண்டுக்யகாரிகை') முடிவில், வேதக்கடலிலிருந்து அவர் அத்வைத அமுதத்தைக் கடைந்து எடுத்ததாக சங்கரர் எழுதினார். இந்த மண்டுக்கிய காரிகையில், 2, 3 – வது பிரகரணங்களில் வேதத்தை பௌத்தத்தோடு ஒருங்கிணைக்கும் முயற்சி காணப்படுகிறது. வேதாந்தத்திலிருந்து எவ்வாறு பௌத்தம் வந்ததென கண்டபாதர் விளக்கியுள்ளார். நான்காவது பிரகரணம் முதல் இருகாரிகைகளில் கண்டபாதர் புத்தருக்கு அஞ்சலி செய்துள்ளார்; இரண்டாவது காரிகையில் சமாதியை போதித்தவரை (புத்தர்) வணங்கியுள்ளார். நான்காம் பிரகரணம் முற்றிலும் பௌத்தத்தின் யோகாசார, மத்தியமிகப் பிரிவுகளின் கருத்துக்களே விளக்கப்பட்டுள்ளன *(2000 : 63 – 64)*.

கண்டபாதர், நாகார்ஜுணரைப் போல, உலகை ஒரு மாயை என்றார். உபநிஷதங்கள் மாயாவாதத்தை நிறுவினதாகக் கருதினார். உபநிஷதத்தில் கூறப்படும் பிரம்மன் என்பது, சித்தம் அல்லது மனம் என்பதிலிருந்து வேறுபட்டது. ஆனால் கண்டபாதர் பிரம்மன் என்பதைச் சித்தம் என்றார். இது தூக்கத்திலிருந்து, கனவிலிருந்து விடுபட்டது என்றார். கண்டபாதர் புத்தரைப் பல இடங்களில் குறிப்பிட்டுள்ளார். உபநிஷதத்திலுள்ள அத்வைதம் குறைப்பிரசவமான குழந்தை போன்றது. பௌத்தர் இதைப் பற்றி அறியவில்லை; தாமே 'அத்வயவாதம்' என்பதைக் கண்டறிந்ததாக, கண்டபாதர் சொன்னார். பௌத்த பாதிப்பினூடாகவே இதனைக் கண்டறிந்த கண்டபாதர் அத்வைதத்தை மீட்டெடுத்தார். *(2000 : 64)*. சங்கரர் கண்டபாதரின் முடிவுகளை ஏற்றுத் தமது நூலில் விரித்து, பௌத்த தடயங்களை அகற்ற முயன்றார். சங்கரர் நாகர்ஜுணரின் சூனியவாதத்தையும், அஸங்கரின் விக்ஞானவாதத்தையும், உபநிஷதங்களில் கூறப்பட்ட ஆத்மாவின் அழியாமை என்ற கருத்தோடு இணைத்தார். மாறாத பிரம்மனே ஒப்பற்ற உண்மை; மாறும் உலகம் உண்மையில்லை; அது மாயை என்பது இந்து அத்வைதிகளின் கொள்கை. பௌத்தம் இதிலிருந்து வேறுபடுகிறது. தன் அறியாமை காரணமாக மனிதன் எப்போதும் நிலைத்த – நித்தியத்தைத் தேடுகிறான். இன்றைய அறிவிய லும் கூட இதற்கு முயற்சிக்கிறதாக நரசு கூறுகிறார். ஆனால் பிரபஞ்சம் எப்போதும் மாறுவது; அதில் முழுமுதல்கள் (absolutes) என்பவற்றுக்கு இடமில்லை; தொடர்ந்து மாறுகிற இப்பிரபஞ்சத்தில் நாமும் தொடர்ந்து மாறுகிற அங்கங்களே; அனைத்தும் தற்காலிகமான வையே; நிலையில்லாதவையே. பௌத்த 'அத்வயவாதம்', நிலைத்த நித்தியம் என்ற கருத்தை முற்றாக நிராகரிக்கிறது. இப்பிரபஞ்சத்தில், அனாத்மகம் (ஆன்மா இல்லை), க்ஷணிகம் (கணம்தோறும் மாறுவது), அநித்தியம் (நிலையற்றது) துக்கம் (நிரந்தரமான அலைச்சல்) ஆகியவையே உண்மைகள். இவற்றுக்கு அப்பால் பிரம்மன், பிரகிருதி போல மாறாத கூறுகள் ஏதுமில்லை. எல்லாமே கடந்து சென்று கொண்டிருப்ப வையே. குணங்களைத்தவிர வேறு வஸ்து ஏதுமில்லை; புலன் விபரங்களுக்கு அப்பால் வேறு பொருள் ஏதுமில்லை; மன விபரங் களுக்கு அப்பால் ஆன்மா ஏதுமில்லை என்று அத்வைத வேதாந்தத்தி லிருந்து பௌத்தத்தின் அடிப்படைகளை லட்சுமி நரசு தெளிவாக வரையறுத்துள்ளார் *(2000 : 66)*.

பௌத்தத்தின் நிலைபாட்டுக்குப் பகுத்தறிவே ஆதாரம். அனுபவ மும், அனுமானமும் பிரமாணங்கள்; ஆனால் எல்லாவிதமான பிராமணியப்பிரிவுகள் எல்லாம், மூன்றாவது பிரமாணமான வேதம், பரிசுத்த நூல்கள், தெய்வீக வெளிப்பாடு, சாத்திரங்கள் ஆகியவற்றின் அதிகாரத்தை ஏற்றுக்கொள்ளுகின்றன. குறிப்பாக வேதாந்திகளும், மீமாம்சகர்களும் வேதங்களையே ஒப்பற்ற பிரமாணமாகக் கொள்வர். சத்தர்மமான பௌத்தம் இதனை ஏற்பதில்லை *(2000 : 67)*. மரபையும், அதிகாரத்துவத்தையும் நேர்மையாகப் பரிசீலிப்பதுதான்

பகுத்தறிவார்ந்த, அறிவியல் பூர்வமான முறை. அப்படியே ஏற்பதன்று (2000 : 68). அது மூடநம்பிக்கை சார்ந்தது. அனுபவங்களைத் தவறாக மறுவாசிப்புச் செய்வதால் உண்டாவது மூடநம்பிக்கை. இதனை அதிகாரத்துவம் – அதிகாரபூர்வம் ஊட்டி வளர்க்கிறது. பெரும்பான்மை, பொதுப்புத்தி, உள்ளுணர்வு, முன்னோர் என்பதற்காகக் கண்மூடி ஏற்றுக் கொள்ளச் செய்கிறது. எதையும் நம் அனுபவத்தாலும், பகுத்தறிவாலும் சரிபார்க்க வேண்டும் என்றார் நரசு (2000 : 68). (பத்தொன்பதாம் நூற்றாண்டு அறிவியல் பகுத்தறிவு, அனுபவ அறிவு ஆகியவற்றைக் கொண்டாடியது. அன்று அறிவுலகில் கோலோச்சிய அறிவியல் பாங்கான ஐயவாதத்திலிருந்து (scientific scepticism) லட்சுமி நரசு தப்பவில்லை என்பது அவரது விவாதத்திலிருந்து புலப்படும்) இந்த ரீதியில் தான் நரசு புத்தரை ஒரு சுதந்திர சிந்தனையாளர் என்றார் (2000 : 69).

மனிதருக்கு ஆன்மா என்ற நிலைத்த ஒன்றைப்பற்றிய எண்ணம் வரக் காரணம் என்ன என்பதைப் பற்றி நரசு ஆய்ந்துள்ளார். வாழ்விருத்தல் என்பது ஒவ்வொரு உயிர்வாழ் ஜீவியின் அடிப்படையான இயல்பூக்க உந்துதலாகும். இவ்வுந்துதல் மனிதனிடம் பிறப்பு – இறப்பு பற்றிய எண்ணங்களைக் கிளப்பிவிட்டுள்ளது (2000 : 84). மனித வாழ்க்கை இடைவிடாமல் மாறுகிறது. மனிதன், காலத்தின் அதிகாரத்திலிருந்து தப்பிக்க நினைக்கிறான். மரணத்துக்கு அஞ்சுகிறான். மரணம் என்றால் நிரந்தரமான பிரிவு, மறைவு என்று பதறுகிறான். இதனால், 'என்னென்றைக்குமான வாழ்வு என்ற பூதத்தைத் தேடி அலைகிறான்'. மரணத்தை வெல்வதெப்படி? தனக்குள் அழியாத ஓர் ஆன்மா, ஆவி (ghost) (ஆத்மா, ஜீவன், புருஷன், சூட்சும சரீரம், லிங்க சரீரம்) இருப்பதாகவும், அதுவே எல்லாவிதமான உடல் மற்றும் உள்ளச் செயல்பாடுகளின் முகவர் என்றும் கற்பித்துக் கொண்டான் (84).

புராதன மனிதனுக்கு இனவிருத்தி என்பது கலவியோடு நேரடியான சம்பந்தம் கொண்டதெனத் தெரியாதாகையால், பெண்ணின் கருப் பைக்குள் ஓர் ஆவி (மூதாதையர்?) நுழைவதாலேயே குழந்தை உற்பத்தியாவதாகக் கருதினான். இந்த ஆவி பற்றிய நம்பிக்கையே ஆதிவாசி மதத்தோடு, நவீன – நாகரீக ஆத்திகனை இணைக்கிறது (84). பிராமணியம், ஜைனம், கிறிஸ்தவம், மகமதியம் போன்ற மதங்கள் ஒரு மனிதனின் ஆளுமை அல்லது சுயம் என்பதை அவனது ஆன்மா என்று கூறுகின்றன. இது, பிறக்கும் போது உடலில் புகுந்து, இறக்கும்போது வெளியேறுகிறது; அதற்கு அழிவில்லை; பொருள் அல்லாத ஒன்று; கட்புலனாகாதது; 'நான்' என்ற அது, மாறுகின்ற வற்றுக்கு மத்தியில் மாறாதிருப்பது. ஐம்புலன்களின் வாசல் வழியாக அது அறிவைப் பெறுகிறது. இதுதான் உடலுக்கும் உள்ளத்துக்கும் எஜமானன். அதனை நமது ஐம்புலன் அனுபவத்தால் உணர முடியாது. நம்பிக்கையால் (விசுவாசம்) அதனை ஏற்க வேண்டும். ஆத்மமே ஒருவனது இயல்பை வெளிப்படுத்துகிறது' என்று காதக உபநிஷதம் கூறுகிறது (1993 : 163). புராதன இந்தியாவில் இறந்தபின்னும்

ஜீவித்திருத்தல் பற்றி இருவித கருத்துக்கள் இருந்தன. 1. சாங்கிய தரிசனம் கூறிய 'லிங்கசரீரம்'. இதன்படி சுயம் – ஆளுமை என்பது உளவியல் மற்றும் பௌதீக ஒருமித்தலே (unity) என்று கருதியது. 2. சுயம் என்பது அழியாத ஆன்மா, அது நிரந்தரமானது. பொருள்சாராத வஸ்து (substance). இக்கருத்து சாருவாகம், பௌத்தம் தவிர்த்த பிற இந்திய தத்துவ அமைப்புக்களில் பரவலாகக் காணப்படுகிறது (85). பௌத்தம் ஆத்மாவை ஏற்கவில்லை. சகலவிதமான பொய்ச் சித்தாந்தங்களுக்கு மூல காரணமே ஆத்மா பற்றிய கருத்தாக்கமே என்றார் அஸ்வகோஸர் (1993 : 164). ஆத்மா மீது கொண்ட நம்பிக்கையை ஒழித்தால்தான் அட்டாங்கமார்க்கத்தில் பயணம் சாத்தியமாகும் (163). ஆன்மா மாறாதது, அழியாதது என்றால் உலகில் இன்பம், துன்பம் என மாறிமாறி வரக் காரணம் என்ன? இன்பமும் துன்பமும் எங்கும் மாறிமாறி வருவதால் ஒரு மாறாத – நிரந்தரமான ஆன்மா என ஏதும் இருக்க முடியாது என்கிறார் நரசு (164).

ஆன்மா பற்றிய நம்பிக்கையே துன்பங்களுக்குக் காரணம் என்றார் புத்தர் (2000 : 85). ஆன்மா நிரந்தரமானது என்ற கொள்கை, பேதையரின் கொள்கை என்றார். ஆன்மா என்ற கருத்தில் ஐந்து பின்னடைவுகள் உண்டென்றார் நரசு. அவை: 1. அது ஒரு அறிவுள்ள ஜீவிக்குப் பொய்யானதொரு சித்தாந்தம். 2. அது பதிதருடன் (heretics) ஒத்துப் போவது. 3. அது மீட்சிக்குத் தவறான பாதை. 4. அது சூன்யம் என்ற கருத்தைப் பற்றிய ஓர் அவநம்பிக்கை. 5. இதில் நிஜமான பரிசுத்தத்தின் புனிதத்துவம் இல்லை (85). ஆன்மா நிரந்தரமானதெனில் எவ்வாறு அது பரிசுத்தமாகவோ அல்லது பரிசுத்தமற்றதாகவோ ஆகமுடியும்? (86) பகுத்தறிவே புகலிடம்; ஆன்மா அல்ல என்பது புத்தரின் போதனையில் உள்ள உண்மை (86).

ஆன்மா என்ற கருத்தை மறுத்து அதற்கு மாற்றாக, மனித வாழ்வில் 'பஞ்சஸ்கந்தங்களின்' வினையாற்றல் – உறவு / பிரிவு பற்றிய கொள்கையை புத்தர் வகுத்தார். இதன்படி, மனித வாழ்க்கை, பஞ்சஸ்கந்தங்களால் ஆனது அவை: 1. ரூபம் (உருவம், உடல்), 2. வேதனா (உணர்ச்சி), 3. விஞ்ஞானம் (அறிவு) 4. சம்ஜனா (கருத்தாக்கம், ஞாபகம், புனைவுகள், அரூபம்) 5. சம்ஸ்காரம் (மனச்சாய்வுகள், உந்துதல்கள், நிலைகள்). பிரக்ஞைக்கு – ஓர்மைக்கு வெளியே கால – இடம் கடந்த நிரந்தரமான ஒரு ஆன்மாவை பௌத்தம் மறுக்கிறது. ஆனால் ஒரு தனிமனித ஆளுமையை, ஒரு அனுபவ ரீதியான 'நான்" என்பதை பௌத்தம் மறுக்கவில்லை. பௌத்தம்ஆன்மாவுக்கு மாற்றாகத் தரும் பஞ்சஸ்கந்தக் கொள்கை, தனிமனித ஆளுமையை விளக்குகிறது. இந்த ஐந்து கூறுகளே உயிரை இயக்குகின்ற உந்துதல்கள். உடலை விட்டுச் சுயம்புவாக இயங்கும் ஓர் ஆன்மாவை நிரூபிப்பது கடினம். ஆன்மா என்பது ஓர் அறிவியல் கருதுகோளல்ல (167). மனித ஆளுமை என்பது உடல் மற்றும் உள்ளம் ஆகியவற்றின் கூட்டாகும் (175).

பஞ்சஸ்கந்தங்களில், ஆன்மா என்ற வஸ்து இல்லை. பஞ்சஸ்கந் தங்கள் தொடர்ந்து மாறிக் கொண்டிருக்கின்றன. இதற்குப் பெயர்தான் 'உயிர்வாழும் ஜீவி'. மாறாத சுயம் என்பது இல்லை, ஸ்கந்தங்களின் மாற்றங்களே உள்ளன. மேலே சொன்ன அனுபவ ரீதியான நான் (empirical ego) என்பது ஒரு செயல்பாடாகும்; இதில் மாற்றம் உண்டு. நிலைமைகள் அனுமதிக்கின்ற வரை 'நான்' முன்போல் நீடிக்கும், நிலைமைகள் மாறும்போது அதுவும் மாறும். நமக்குத் தெரிந்த 'சுயம்' என்பது உணர்ச்சிகள், எண்ணங்கள், விருப்பங்கள், செயல்கள் ஆகியவற்றின் வரிசைக்கிரமமாகும் *(87)*. இந்த வரிசையில் உள்ள எந்த ஒன்றையும் சுயம் என வரையறுக்க முடியாது. இவை எல்லாம் க்ஷணத்தின் தற்காலிகத் தோற்றங்களே. நிஜமனிதன் என்பவன் க்ஷணம் தோறும் மாறிக் கொண்டிருப்பவன். ஒரு க்ஷணத்தில் தோன்றுபவன் அடுத்த க்ஷணத்தில் வேறுபடுகிறான். இவ்வாறு க்ஷணந்தோறும் வேறுபடும் மனிதன், தொடர்ச்சியாலும், உள்ளார்ந்த காரண – காரிய விதியாலும் ஒன்றாக இணைக்கப்படுகிறான். அதுதான் அவனது ஆளுமை. சினிமாப்படச் சுருளில், ஒவ்வொரு ஃபிரேமிலுள்ள மனிதனின் தோற்றங்கள் வேறுபடுகின்றன; மாறுகின்றன. எந்த ஒரு தோற்றத்தை மட்டும் கொண்டு அவனை, அவனது ஆளுமையை வரையறுக்க முடியாது. தொடர்ந்து மாறிய தோற்றங்களைக் கொண்ட வரிசையின் ஒட்டுமொத்தமே அப்படி ஒரு வரையறையை – தற்காலிக வரையறையைக் காட்டவியலும் என்பார் நரசு *(2000 : 88)*.

ஒப்பீட்டளவிலான நிரந்தரத்தன்மையுடைய உடலைவிடவும் மனித சிந்தனைதான், வெவ்வேறு நிகழ்வுகளுக்கிடையில் ஒரு இறுதி இணைவைச் செய்வதன் வழியாக ஒரு நிரந்தரமான தன்னிலையைப் (subject) படைக்கிறது *(89)*.

ஓர்மை உணர்வுடைய சுயம், முற்றிலும் அறியப்பட்ட – உணரப்பட்ட ஒன்றாகத் தொடங்கவில்லை; தொடக்கத்தில் அது ஒரு ஆழ்மனதால், ஓர்மையற்ற மனதால் வெகுவாக நிர்ணயிக்கப்படுகிறது. இந்த ஓர்மையற்ற மனம், பெரிதும், பாரம்பரியத்தின் உற்பத்தியே என்பார் லட்சுமி நரசு. இவ்வாறு உருவான ஓர்மை மனம் – பிரக்ஞை என்பது, பௌதீக உயிரி அல்லது உடலின் இடரீதியான அம்சம் (spatial aspect) சம்பந்தப்பட்ட ஓர் இயக்கத்தின் காலரீதியான அம்சமாகும் *(90)*. அதாவது மனித செயல்பாட்டில் – அதன் இயக்கத்தில் உடல் என்பது வெளி (space); ஓர்மை மனம் என்பது காலம் (time); இரண்டுமே மாறிக் கொண்டிருப்பவை. காலமும் வெளியும் ஒன்றுடன் ஒன்று சார்பு நிலை கொண்டு இயங்குபவை. அவ்வாறே மனமும் உடலும் ஒன்றை ஒன்று சார்ந்து இயங்குபவை. தனித்தனியானவை அல்ல *(2000 : 94)*.

'ஆன்மா' பற்றிய பௌத்த விளக்கத்தைத் தொடர்ந்து தொடர்ச்சி யான மாற்றம், மாற்றங்களுக்கிடையே தொடர்ச்சி, காரண – காரிய இயைபு ஆகியவை குறித்த விளக்கங்களை அறிந்து கொண்டால்

பிறப்பு – இறப்பு, என்ற மாற்றங்களுக்கு இடையே தொடர்கின்ற வினை – வினைப்பயன் என்ற காரண காரிய இயைபினைப் பற்றிப் புரிந்து கொள்ளலாம். இதனை அறிவியல் பூர்வமாக லட்சுமி நரசு விளக்குகிறார். அயோத்தி தாசருக்கு சாதி இழிவிலிருந்து, சாதி ஒழிப்பின் மூலமாக விடுதலையைச் சாதிப்பது ஆகப் பெரிய – உடனடியான வேலைத்திட்டமாக இருந்ததால், நரசுவின் சீரிய விளக்கம் அந்நியமான – விஞ்ஞானவாதமாகப்பட்டது. தாசருக்குப் பத்தொன்பதாம் நூற்றாண்டு அறிவியல் நுட்பத்தை விட சாதி ஒழிப்பு என்ற சமூக – அரசியல் பணி இன்றியமையாததாகப்பட்டது. இதற்காக அறிவியலின் கொடைகளை தாசர் தமக்கேயுரிய நோக்கத்தில் பயன்படுத்தியுள்ளார். அதனைப் பின்னர் காணலாம்.

நிலையாமை (impermanence) என்ற பௌத்த கருத்தினை நரசு நவீன பௌதீக அறிவியல் துணையோடு விளக்க முற்படுகிறார். அகண்ட பிரபஞ்சத்தில் எதுவும் நிலைத்ததன்று. எல்லாவித இருத்தல்களும் ஓர் இடைவிடாத சுழற்சியே – தொடர்ச்சியான ஓட்டமே. எல்லாமே தொடர்ந்து மாறுகின்றன. எதுவும் அதுவாகவே என்றும் இருப்பதில்லை. அநித்யமானவை; கட்டுண்டவை. மாறுவதுதான் வாழ்விருத்தலின் பண்பு. உயிர் வாழ்க்கை என்பது மௌனத்தின் இரு பேரெல்லைகளுக்கு இடையில் நிகழும் ஒரு குறுகிய நிகழ்ச்சிதான் *(78)*. மாறுதல் என்பது விதிவிலக்கன்று; அதுவே விதி. இதனை பௌதீகத்தின் அடிப்படை கொண்டு நரசு நிறுவ முயலுகிறார். பௌதீகம் (இயற்பியல், Physics) மாறாத நிரந்தரம் என்பதை மறுக்கிறது *(79)*. நரசு காலத்து நவீன பௌதீகம் இந்தப் பொருள்சார் பிரபஞ்சம் அனைத்தையும் வெறும் அலைகளாக அடக்க முனைந்தது. காலமும் இடமும் ஒன்றை ஒன்று சார்ந்தவை. சார்பு அளவான (relative) இயக்கம் / அசைவு (motion), காலத்தையும், இடத்தையும் (நீளம்) பாதிக்கிறது. பிண்டத்தைப் (mass) போலவே, சக்தியும் (energy) ஒரு பௌதீக அமைப்பின் ஒரு குறிப்பிட்ட செயல்பாடுதான் (function). பிண்டம், வேகத்துடன் வேறுபடுகிறது; வேகம் (velocity) (வேகவிகிதம்) என்பது நீளத்தை (இடம் – space), காலத்தால் வகுப்பதால் கிடைப்பது. பிண்டத்தின் மறைவு என்பது சக்தியின் மறைவோடு உடன் நிகழ்வது. சக்தி, பௌதீக விஞ்ஞானத்தின் அடிப்படைக் கருத்தாக்கமாகியுள்ளது. வெளியிலுள்ள (space) எல்லா மின்காந்த சக்திகளின் காலரீதியான ஒரு மாற்றமே ஒளி எனப்படும். எல்லாப்புலன் உணர்வுகளும் முழுமையாக சக்தியின் விளைவுகளே. இவை எல்லாமே தொடர்ச்சியாக மாறிக் கொண்டிருக்கின்றன. அறிவியல், பிரபஞ்சத்தின் சாரம் பற்றிய அறிவை வழங்குவதில்லை. மாறாக, அதன் அமைப்பைப் பற்றிய அறிவை மட்டுமே வழங்கும் *(80)*. மாற்றம் என்பது மெதுவாக நடக்கலாம்; ஆனால் எதுவுமே நிலைத்ததன்று; தொடர்ச்சியானதன்று; உள்ஒத்திசைவு கொண்டதன்று. பிரகிருதி, பிரம்மன் போல, கால இடம் கடக்கும் சாராம்சம் எதுவும் இல்லை. ஆனால், இப்படி எல்லாமே மாறுகிறது என்பதை வைத்துக் கொண்டு, எல்லாமே

மாயை எனக் கூறமுடியாது. அவற்றை உணர்கிற 'நான்கள்' (egos) எவ்வளவு நிஜமோ அவ்வளவுக்கு அவை குறைந்த பட்ச நிஜங்களே.

நமது 'நான்' என்பதன் நிரந்தனத்தன்மை என்பது நமது கற்பனையின் ஒரு படைப்பாகும். நடைமுறை விவகாரங்களில் தேவைக்காக இவ்வாறு படைத்துக் கொள்ளுகிறோம்; இதே போன்றுதான், இதே தேவை கருதிதான், புற உலகத்திற்கு நாம் நிரந்தரத்தைக் கற்பித்துக் கொள்ளுகிறோம். மற்றபடி அவை நிரந்தரமானவையல்ல.

பௌத்தம் ஒன்றுமட்டும்தான், 'பிரபஞ்சம் தழுவிய இடைவிடாத மாற்றம்' என்பதை வலியுறுத்துகிறது. ஆதிமூலமான பொருள் என எதுவும் பௌத்தத்தில் இல்லை. நிகழ்வுகள் (phenomena) மட்டுமே 'வாஸ்தவம்' (உண்மை, reality). இந்த பௌதீக அல்லது மனநிகழ்ச்சிகளை 'தர்மங்கள்' என்கிறது பௌத்தம். இத்தர்மங்களே நமது பிரக்ஞையின் (அறிவின், ஞானத்தின்) அறிபொருள்களாகும் (objects) (80). நிகழ்ச்சிகள் எப்போதும் மாறிகொண்டிருக்கின்றன; அவை க்ஷண நேர இருப்பைக் கொண்டுள்ளன. வாழ்வியக்கத்தில் பங்குபெறும் எல்லா தர்மங்களும் (elements) ஒன்றுக்கொன்று காரணமாய் அமைந்த ஒரு இடையறாத தொடர்ச்சியைக் (continuum) சந்தானம்) கட்டியமைக்கின்றன. இந்தத் தொடர்ச்சியில் அடுத்து வரும் அசைவு, முந்திய அசைவிலிருந்து அவசியமாக வேறுபட்டே இருக்கும் (81). உண்மையில், ஒவ்வொரு தர்மமும் (element) மற்றெல்லா தர்மங்களோடு நேரடியான அல்லது மறைமுகமான காரண – காரிய உறவு கொண்டிருக்கிறது – சொல்லப் போனால் முழுபிரபஞ்சத்தோடும். எனவே எதுவும் இப்பிரபஞ்சத்தில் தனித்திருப்பதில்லை. ஒவ்வொரு தர்மமும் எப்போதும் ஒன்றிணைந்து பிற தர்மங்களோடு வினையாற்றுகின்றது. இருக்கின்ற யாவும் காரணங் களால் (ஹேது பிரபாவம்) உற்பத்தியாகின்றன. எல்லாமே நிர்ணயிக்கப் படுகின்றன; நிர்ணயிக்கின்ற நிலைகளைச் சார்ந்து உண்டாக்கப்படுகின் றன. ஆதி காரணமும் இல்லை; அந்த காரணமுமில்லை. ஒன்றிலிருந்து தோன்றி ஒன்றில் முடிகிறது என்ற பேச்சுக்கே இடமில்லை. எதுவும் சந்தர்ப்பவயத்தால், சடுதியில் நிகழ்வதில்லை. திட்டவட்டமான விதிகள் உள்ளன. இடைவிடாத மாற்றம் நிகழ்வதை, மாறாத எதார்த்தம் ஒன்றை மேற்கோளிட்டு, அதனை முன்வைத்து விளங்கிக் கொள்ளுவதில்லை; இதற்கு மாறாக முந்தைய, சமகால அல்லது இனித் தொடருகின்ற நிகழ்ச்சிகளோடு (தர்மங்கள்) ஒப்பிட்டு, உறவுபடுத் தியே மாற்றத்தை விளங்கிக்கொள்ளுகிறோம். காரண – காரியத் தொடர்ச்சி என்பது நிகழ்காலத்துடன் முந்தையது பூண்டுள்ள ஓர் இணைப்பினை உணர்த்துகிறது; ஆயின் எதுவும் நீடிப்பதில்லை (82). காரண – காரியம் (causality) ஓர் உறவுமுறை என்ற அளவில் அது ஒரு மனக்கட்டமைப்பாக இருக்கிறது. இந்த உறவில், கட்டமைப்பில், அங்கம் பெறுகிறவர்களும், அசைவுகளுமே நிஜம்; எதார்த்தம். இதன் அடியில் தொடர்ச்சியான அடிப்படை ஏதுமில்லை. இதனால், சங்கிலித் தொடரான தனிச்சிறு அசைவுகள் மட்டுமே உண்டே தவிர, காரணப்பொருள் என ஒன்றும் கிடையாது. நமக்குள் அனுபவமா

கிறவற்றோடு சம்பந்தப்படுகிற நாமும், நிகழ்வும் கற்பனையே. கற்பனையின் படைப்புக்களே நாமும், நிகழ்வும் *(83)*. எதார்த்தம் என்பது அப்பழுக்கற்ற செயல்பாடு. சூரியனின் தோற்றம் (செயல்பாடு) பகல் (எதார்த்தம்) – இந்தச் செயல்பாடுதான் வினை, கர்மம். ஜீவிகளின் நிலையில் உள்ள வேறுபாடுகள் கர்மத்திலிருந்து வருகின்றன.

ஒரு பிரபஞ்ச முழுமையின் பகுதிகளாக மனித இனம் அனைத்தும் இணைக்கப்பட்டுள்ளது என்று கருதினால் மட்டுமே, கர்மக்கொள்கையின் முழு அர்த்தத்தை நம்மால் உணரமுடியும். பிரபஞ்சம் தழுவிய காரண – காரிய தொடர்ச்சியை பௌத்தம் 'கர்மா' (வினை) என்ற ஒரு சொல்லால் குறிக்கும். ஒவ்வொன்றும் கர்மாவால் (வினை, activity) பிறக்கிறது. கர்மம் என்பது இடைவிடாமாற்றமாகிய ஒரு இயக்கமாகும். இந்த முழுமையான காரண – காரியத் தொடர்ச்சி (nexus) எல்லாவற்றையும் கட்டுகிறது *(100)*. கர்மம் தான் எதார்த்தம்; அது நிகழ்காலத்தில், முந்தையதைப் பேணுகிறது; நிகழ்காலத்திலிருந்து எதிர்காலம் பரிணாமமடைகின்றது. கர்மாவை சம்ஸ்காரம் என்பர்; இதற்குத் தோற்றமுமில்லை, முடிவும் இல்லை. (நரசு, 'கர்மா' என்பதை வைதீகர்கள் கூறும் ஆதி அந்தமில்லாப் பரம்பொருள் மாதிரி கூறுவதுபோல் தோன்றுகிறது). பௌத்தத்தின் கர்மா கொள்கை, பிராமணிய மறுபிறவி (transmigation) கோட்பாட்டிலிருந்து வேறுபடுகிறது. பிராமணியம் ஓர் ஆத்மாவின் மறு பிறப்புப் பற்றிக் கூற, பௌத்தம், கர்மங்களின் வெறும் தொடர்ச்சியைப் பற்றியே கூறுகிறது. பௌத்தத்தில் மறுபிறவி என்பது காரண – காரிய வெளிப்பாடு மட்டுமே. கர்மம் என்பது பழைய செயல்களின் விளைவு; அதனை, ஊடகப்படுத்தும் ஒரு கருவி எனலாம் *(1993 : 196)*. அழியாத ஓர் ஆன்மா, இறந்த உடலிலிருந்து கிளம்பி வேறொன்றாக புனர்ஜன்மம் எடுக்கிறது என போதித்தவர்கள் பௌத்தர்கள் அல்லர்; பௌத்தரல்லாதாரே *(2000 : 118)*.

பௌத்தத்தின் கர்மக் கோட்பாட்டில் ஆன்மாவுக்கும், அதன் மறுபிறப்புக்கும் இடமில்லை. எல்லாமே மாறிக் கொண்டிருக்கின்றன; எண்ணத்தில் மாறாத விசயங்கள் இருக்கலாம்; ஆனால் எதார்த்தத்தில் அல்ல. இல்லாத ஒன்றுதான் மாறாததாக இருக்க முடியும். நிரந்தரமானது, மாறாதது எனத் தவறாக நினைப்பதுதான் துக்கத்துக்கு ஆதாரம் *(1993 : 199)*. பௌத்தம் கூறிய இடைவிடாத மாற்றம் என்ற உண்மை, பரிணாமக்கோட்பாடுக்கு அடிப்படையாக உள்ளதாக லட்சுமி நரசு கூறுகிறார். பரிணாம வளர்ச்சிக்கு எந்த ஒரு திட்டமோ, நோக்கமோ இல்லை – குறிப்பாகப் பொருளிகந்த – கால இடம் கடந்த திட்டம் எதுவும் இல்லை. நிகழுகிற மாற்றங்களைப் பரிணாமவிதி விளக்குகிறது. ஏதோ ஒரு நிரந்தரமான வஸ்துவை, அகழ்ந்தெடுத்து வெளிப்படுத்துவதில்லை பரிணாமக் கொள்கை *(2000 : 106)*. ஒரு விலங்கினம் என்ற அளவில் மனிதன் ரொம்ப அவலட்சணமானவன், நகைப்பிற்குரியவன்; மனிதன் ஏதோ ஒரு மாபெரும் திட்டத்தின் உற்பத்தியில்லை; தற்செயலாக உற்பத்தியான

வன் (111). அவன் மிகச் சமீபகாலத்தில் தோன்றிய உயிரிதான் – சுமார் ஐந்து லட்சம் ஆண்டுகளில்தான் தோன்றி நிலை பெற்றுள்ளான். இயற்கையோடு ஒன்றாகத்தான் மனிதன் உருவாக்கப்பட்டான். அவனது இறப்பைப் போலவே அவனது தோற்றமும் திட்டமிடப் பட்டதல்ல (114); கரி, பிராணவாயு, ஹைட்ரஜன், நைட்ரஜன் – இவற்றின் தற்செயல் சேர்க்கைதான் என்று நரசு உயிரியல்வாதத்தை நோக்கிச் சரிகிறார்! சாவுதான் மனித வாழ்வின் மாபெரும் துயரமாகக் கருதப்படுகிறது (115). இறப்பு என்பது இயற்கையானது; அதில் அஞ்சுவதற்கு ஒன்றுமில்லை என்கிறார் நரசு. புரோகித வர்க்கம்தான் தனது சொந்த ஆதாயத்துக்காக மரணம் பற்றிய பயங்கரங்களை உண்டாக்கிவிட்டது (116). இவ்வாறு கூறும் நரசு, மரணபயம் மனித இனத்தை மறையாதவாறு நடத்தி வந்திருப்பதையும் ஒப்புக்கொள்ளு கிறார். மரணத்துக்கு மனிதன் பயந்திருக்கவில்லையென்றால், அவன் எப்போதோ உலகிலிருந்து மறைந்திருப்பான். மரணத்தைத் தட்டிக்கழித் திட முடியாமைதான் அவனை மரணத்திற்குப் பிந்தைய வாழ்க்கைப் பற்றிய சிந்தனைக்கு வலுக்கட்டாயமாக இழுத்துச்சென்றது (117).

கர்மக் கொள்கையில் நிரந்தரமான ஒரு காரணம் என்பது ஏற்கப்படவில்லை – நரசுவின் விளக்கத்தின்படி. உயிரின் எதேச்சையான தோற்றம் மறைவு பற்றி விளக்குகையில், பஞ்சஸ்கந்தங்களின் இணைவு, கலைப்பு பற்றிய கருத்துக்களை நரசு முன்வைக்கிறார். ஒவ்வொருவரின் இருப்பும் ஸ்கந்தங்களின் (ரூபம், வேதனா, விக்ஞானம், ஸம்ஜனா, ஸம்ஸ்காரம்) சிக்கலான இணைவும், தொடர்ச்சியான ஓர்மையான நிகழ்வுகளும் கர்மா ஆகும் என்கிறார் நரசு (2000 : 119). இந்த ஐந்து ஸ்கந்தங்களும் உயிரை உந்துகின்றன. அதற்கொரு ஆளுமையைத் தருகின்றன. (உருவம், உணர்ச்சி, அறிவு, நினைவு – கருத்து, மனஉந்துதல்) ஸ்கந்தங்களின் சிக்கலான இணைவு என்பது எப்போதும் மாறிக் கொண்டிருக்கிறது, ஆனால் அது அவற்றின் முந்தைய குணத்தால் நிர்ணயிக்கப்படுகிறது. ஸ்கந்தங்கள் (மாறாமல்) எப்போதும் போலவே இருக்கும் வரை, நாம் ஒருவரை, நடைமுறை விவகாரங்களை உத் தேசித்து அதே நபராக அடையாளம் காண்கிறோம் (119).

இந்த ஸ்கந்தங்களின் இணைப்பு தொடரும்வரை ‘நான்’ (ego) வெளிப்பட்டுக் கொண்டிருக்கும். பிறரோடு உறவு கொள்ளும்! இன்பம் விழையும்; துன்பம் தவிர்க்கும்; இந்த ஒரு ‘நான்’– இன் உள்ளடக்கம் அதற்குள்ளேமட்டும் அடங்குவதன்று; அது பிறரிடம் சென்று, அங்கே தங்கி, பேணப்பட்டு, அவன் இறப்புக்குப் பிறகுங்கூடத் தொடருகிறது. இந்த வகையில் ஒவ்வொரு தனிநபரின் இருத்தல் என்பது கர்மாக்களின் தொகுதி என்பது புரியும். மனிதன் இறக்கிறான்; ஆனால் அவனது கர்மம் மற்றொரு நபரிடம் மீண்டும் பிறக்கிறது. ஒரு மனிதன் ஒரு கடிதத்தை எழுதிய பிறகு, எழுதுதல் என்பது மறைகிறது, ஆனால் எழுத்து எஞ்சுகிறது. அதுபோல, ஸ்கந்தங்கள் கலைகிறபோது, அவற்றின் செய்கைகள் (கர்மா) எஞ்சுகின்றன, எதிர்காலத்தில் பயக்கின்றன (1993 : 184). மனிதன், அவனைப் பொருத்த

வரை எவ்விதத்திலும் முக்கியமில்லை; அவனது செயல் (work) தான் முக்கியம் *(2000:119).*

காரண – காரியக் கொள்கையே கர்மக் கொள்கைக்கு அடிப்படை என்பது புரியும். இது பற்றிய புத்தரது வாக்கியங்கள்:

- ❖ எல்லாப் பொருளும் வினைகளால் பிறக்கின்றன.
- ❖ ஒவ்வொன்றும் தொடர்ச்சியான ஒரு உருமாற்றத்தில் இருக்கின்றது
- ❖ படைப்பும் இல்லை; அழித்தலும் இல்லை; ஆதியும் இல்லை, அந்தமும் இல்லை

காரணம், விவேகம் ( reason) இன்றி எதுவும் நிகழாது *(1993 : 144).* (எ. டு). விதை ஒன்று, ஒரு செடியாக மாறுகிறது; குறிப்பிட்டதொரு செடியாக மாறுவதற்கு அந்த விதைக்குள் இருப்பது விவேகம் (reason) அதுதான் மாற்றத்திற்குக் காரணம் (reason). இம்மாற்றத்திற்கான நிலைமைகளின் கூட்டுத்தொகையாக இருப்பவை, மண், நீர், வெப்பம் (ஒளி), காற்று, வெளி. செடியாக வளர்ந்த வளர்ச்சி காரணத்தைக் கட்டமைக்கிறது. இதேபோல, உணர்வு – அறிவின் (விக்ஞானம்) வித்து, தனிநபரின் (நாமம்) வளர்ச்சிக்குரிய காரணமாகும்(reason விவேகம்); பெற்றோரின் கலப்பு, தாயின் கருப்பை, பெற்றோரிடமிருந்து பெறப்படும் உள்ளார்ந்த குணங்கள் முதலானவை, ஒரு குறிப்பிட்ட தனிநபரை உருவாக்கும் காரணங்களைக் கட்டியமைக்கின்றன *(144)* என்று லட்சுமி நரசு பொருத்திக்காட்டுகிறார். நமது எண்ணங்களும், விருப்பங்களும், நமது சிந்தனைத் தொடர்வரிசைகளில் தடயங்களை (வாஸனா) விட்டுச் செல்லுகின்றன (சித்த சந்தானம்). நமது உடல் செயல்கள் புலன்களால் அறியத்தக்க (corporeal), ஆனால் நுட்பமான (subtle) ஏதோ ஒன்றைப் படைக்கின்றன; இறந்த காலத்தை நிகழ்காலத் தில் நீடிக்கச் செய்கின்றன. ஓர்மையில்லாமலே மறுபடி, மறுபடி செயல்கள் நிகழ்த்தப்படுவதிலிருந்து நாம் இதனைக் காணுகிறோம். (நரசு இவ்விடத்தில் கட்டி எழுப்பமுனைகிற விவாதம் முழுமையாகப் புரியவில்லை; எப்படி ஒருவன் செய்கிற கர்மங்கள் பிறனிடம் சென்று சேகரமாகின்றன என்பதைத் தெளிவுபடுத்துவதும் சிக்கல்; புரிந்து கொள்வதும் சிக்கல்).

ஒவ்வொரு தனிமனிதனும் இரண்டு வழிகளில் பிதுரார்ஜிதமாகப் பெற்ற பண்புகளைக் கொண்டிருக்கிறான். 1. உயிரியல் அடிப்படையில் பெறுவது. இது இனவிருத்திச் செல்களால் நிகழ்வது. (நரசு காலத்தில் மரபணுக்கள் பற்றிய விஞ்ஞானம் வளர்ந்திருக்கவில்லை). பாரம்பரியத் தின் ஊடாக, மனம், அனுபவங்களைப் பிதுரார்ஜிதமாகப் பெறுகிறது. 2. சுற்றுச்சூழல் முக்கிய பங்காற்றுகிறது. பாரம்பரியம் மனிதனால் உண்டாக்கப்பட்ட சூழலுக்குத் தன்பங்கை வழங்குகிறது – மனிதனின் வளர்ச்சிக்காக *(2000 : 118).* (பரிணாம வளர்ச்சியில் பாரம்பரிய பண்புகளும், சூழலின் வினையாற்றலும் முக்கியமான ஒன்றாக,

இயற்கைத் தேர்வு (natural selection) என்பதில் பங்குபெறுகின்றன. நரசு இவ்வகையான இயற்கை அறிவியலின் தாக்கத்தால் வளர்ந்தவர்).

ஒருவனுடைய மனம், வாக்கு, செயல் ஆகியவை அவனது கர்மாவைக் கட்டியமைக்கின்றன. இக்கட்டமைப்பில் அவனுக்கும் பிறருக்குமான உறவு சம்பந்தப்படுவது இயல்பே (119). தனிமனிதனின் கர்மாக்கள் பிறரிடம் செல்லுகின்றன. அவன் இறந்த பிறகும்கூட, அவனது கர்மாக்கள், அவர்களிடம் பேணிப் பாதுகாக்கப்படுகின்றன. இதுவே கர்மத்தின் தொடர்ச்சி. இடைவிடாத தொடர்ச்சி; காரண – காரியத் தொடர்ச்சி. ஆக, ஒருவன் இறக்கிறான்; ஆனால் அவனது கர்மா மற்ற நபர்களிடம் மீண்டும் பிறக்கிறது – இதில் ஓர் ஆன்மாவின் மறுபிறவிக்கு இடமில்லை (119). இதனை விளங்கிட, புத்தர் கூறியதைக் காண வேண்டும்.

> "செயல்களும் (கர்மா), அவற்றின் விளைவுகளும் (நன்மை, தீமை) இருக்கின்றன. ஆனால் செயல்படும் ஆன்மா ஏதுமில்லை. ஒருவராலும் ஒருவகைத்தான ஸ்கந்தங்களை அகற்றி விட்டு, ஒரு புதுவகைத்தான ஸ்கந்தங்களை பாவிக்க முடியாது." (120).

பௌத்தத்தின் அனாத்மவாதம், அநித்யவாதம் என்ற கொள்கைகளோடு, கர்மா பற்றிய இந்த விளக்கங்கள் பொருத்தமாக உள்ளன (120). இதனை நித்திய ஆன்மா பற்றிய நம்பிக்கை உள்ளவர்களாலும், செயல்களின் தொடர்ச்சி பற்றி அவநம்பிக்கை கொள்ளும் லோகாயத வாதிகளாலும் புரிந்து கொள்ளுவது கடினமே என்கிறார் நரசு (120).

வினைகளின் தொடர்ச்சி பற்றி 1907–இல் நரசு எழுதியபோது, இறப்பு என்பது மனம், உடல் ஆகியவற்றின் கலைவு, ஆயினும் இறந்த மனிதன் தனது வினைகளில் தொடர்ந்து வாழுகிறான் என்றார். வினைகள் அவனது குழந்தைகளைப் போன்றவை. அவனது சித்தத்திற்கு அப்பாலிருந்து அவை வாழ்கின்றன. எங்கெல்லாம் ஒருவனின் எண்ணங்களும், பேச்சுக்களும், செயல்களும் பிறருடைய மனங்களில் தம்மையே பதிவு செய்கின்றனவோ, அங்கெல்லாம் அவன் மறுபிறவி எடுக்கிறான்; மறு அவதாரம் செய்கிறான். ஒருவனுடைய வினைகள் அவனுக்கு முன்னிருந்து தொடர்ந்து வந்து, அவன் வாழும் சமூகத்தில் பிறரிடம், அவனது சந்ததிகளிடம் சேகரமாகின்றன – மறுபிறவி எடுத்துத் தொடர்ந்து சென்று கொண்டே இருக்கின்றன (196).

நான் புரிகிற நன்மை அல்லது தீமை எதுவாகிலும் அதன் விளைவுகள் எல்லா ஜீவராசிகளையும் பாதிக்கின்றன (2000 : 121). முந்தைய செய்கைகள், பிந்தைய நிகழ்வுகள் மீது ஒரு தாக்கத்தைப் புரிகின்றன. இவ்வாறு, நாம் அனைவரும் எல்லா யுகங்களின் வாரிசுகளே. சமுதாயத்தில் மனிதர்கள் தனித்தனியாக இல்லை; ஒருவரோடொருவர் உறவுபூண்டே வாழ்கின்றனர். ஆன்மா, கடவுள், மறுபிறவி, மோட்சம், நரகம் பற்றித் துளிகூட நம்பிக்கை வைக்காத பௌத்தத்தை அவநம்பிக்கைவாதம் (nihilism) என்றும், இந்த நம்பிக்கைகள் இல்லாததால், உயிர் உள்ளவரை மனம்போலக் களித்து வாழும் வாழ்க்கைப்

போக்கை ஆதரிக்கிறது என்றும் கூறுவதை நரசு திட்டவட்டமாக மறுக்கிறார். மேற்படி, இல்லாதவற்றின்மீது குருட்டு நம்பிக்கை வைத்திருப்பதால் தான் மனிதன் துயரடைகிறான்; சமுதாயம் பல்வேறு ஏற்றத்தாழ்வுகளால் சீரழிகிறது என்று நரசு சொல்ல வருகிறார். பகுத்தறிவார்ந்த பௌத்தத்திற்குள்ளேயே பல்வேறு மூடநம்பிக்கைகளும், துறவுச் சடங்குகளும் புகுத்தப்பட்டன; நல்வாழ்க்கைக்கு மாறாக, சந்நியாசத்துக்கு அதிக அழுத்தம் கொடுக்கப்பட்டது. தங்களுக்குத் தாராளமாக தானம் வழங்குவதில் தான் மீட்சி உண்டென்று சீரழிந்த சோம்பேறி பிட்சுக்கள் (bonzes) போதித்தார்கள் *(125)*. இவையெல்லாமே பிராமணிய, ஜைனமதங்களின் தாக்கங்களே; இந்துமயமாக்கப்பட்ட பௌத்தமே என்று நரசு விமரித்தார் *(126)*.

பௌத்தத்தின் அநித்தியவாதம் அனாத்துமவாதத்திற்கு இட்டுச் செல்லுகிறது; இதன் இறுதி நிலை நிருவாணம். பிராமணியம் கூறுவதுபோல, ஆன்மா, பிரபஞ்சத்துடன் கலப்பதோ அல்லது எல்லாவிதச் செயல்பாடுகளும் ஒடுங்கி ஒழிந்து போவதோ நிருவாணம் அல்ல. பௌத்தம் கூறும் நிருவாணம் வேறு. முற்றும் எரிந்து அணைந்து விடுகிற ஒரு ஜுவாலை – இந்நிலையே நிருவாணம் *(1993 : 203)*. காமம், குரோதம், அறியாமை என்னும் மூவித நெருப்புக்கள் அழிந்து எல்லா மனித மாண்புகளின் பூரணத்துவ நிலைதான் நிருவாணம் *(203)* அழிவினூடாகத்தான் வளர்ச்சி; மரமாக வளர்ந்த அந்த வளர்ச்சியால் விதை அழிக்கப்படுவதுபோல – *(204)* முழு வளர்ச்சியடைந்த நிலைதான் – பூரணத்துவம்தான் நிர்வாணம். இறுதியாக –

- ❖ கடவுள் என்பது மனித ஆன்மாவின் வெறும் நகல்தான்.
- ❖ ஒரு நுண் கிருமியைக்கூட உண்டாக்க இயலாத மனிதன் டஜன் கணக்கில் கடவுள்களை உண்டாக்கினான் *(2000 : 127)*.
- ❖ கடவுளுக்குரியனவாகச் சொல்லப்பட்ட எல்லா குணங்களும் உண்மையில் மனிதனுடையவையே *(128)*
- ❖ பௌத்தத்தில் கடவுள் இல்லை; கர்மா உண்டு *(129)*.
- ❖ ஒற்றைக் காரணம் எதுவும் இல்லை; கடவுள் இல்லை.
- ❖ இந்தப் பிரபஞ்சத்துக்குத் தோற்றமும் இல்லை (சிருஷ்டி); மறைவும் இல்லை (பிரளயம்) *(131)*.
- ❖ மனிதன் ஆயிரக்கணக்கான தலைமுறைகளின் துயரங்கள் – குரூரங்கள் ஊடாகக் கடந்து வந்துள்ளான் – கௌரவமாக வாழும் எளிய பாடத்தைக் கற்றுக் கொள்ளுவதற்காக! *(134)*.

P. லட்சுமி நரசு, *19*–ஆம் நூற்றாண்டின் இறுதியிலும் இருபதாம் நூற்றாண்டின் முதல் முப்பத்தைந்து ஆண்டுகளிலும் கற்று, அறிந்து, செயல்படுத்திய பௌத்தம், முற்றிலும் நவீன அறிவியல் யுகத்திற்கேயுரிய பௌத்தமாகும். புதிய சமூக – அரசியல் நிலைமைகளில், புதிய மாற்றங்களை ஏற்படுத்தும் விதத்தில் உருவான ‘செயல்படும் பௌத்தமாகும்’ (Engaged Buddhism). நவீன அறிவியலின் பலத்தோடும்,

பகுத்தறிவு நோக்கோடும், நவீன ஒழுக்கவியலைக் கட்டமைக்கும் பௌத்தமாகும். இந்த நவீன ஒழுக்கவியல் என்பது தனிமனித – சமூக விடுதலையை மையமாகக் கொண்டது. சாதி, சமய, சாத்திர, பாலியல், தேச, இன பேதங்களையும், பேதங்களால் வரும் துக்கங்களை யும் கண்டறிந்து, காரணமறிந்து, அன்பு, கருணை, அறிவு, ஒழுக்கம், ஈகை, தியானம், நற்செயல், இன்சொல், சாந்தம் ... ஆகியவற்றை நடைமுறைவாழ்வில் அனுபவ சாத்தியமாக்கி வாழுகின்ற இலட்சி யத்தைக் கொண்டது. இவ்வித பௌத்தத்தில், 19-இன் இறுதி 20-இன் தொடக்க காலத்தின் மேற்கத்திய அறிவியல்வாதப் பார்வையும், உயிரியல்வாதப் பார்வையும், எல்லாவற்றையும் கண்டறிந்து விளக்க முடியும் என்ற நிச்சயவாதப் பார்வையும் இடம் பெற்றிருந்தாலும், வெறும் சாத்திரங்களையும், சடங்குகளையும், புரோகிதத்தையும், மத ஆதிக்கத்தையும், சாதி அமைப்பையும் வைத்துக்கொண்டு சமூகத்தின் மீது சர்வ மானிய உரிமை கொண்டாடிக் கொக்கரித்த வைதீக – பிராமணியத்தை எதிர்த்துப் போராடுவதற்கு உரிய நவீன கருத்தியல் ஆயுதமாகச் செயல்பட்டது என்பதை மறுக்கவியலாது.

இத்தகைய ஒரு காலகட்டத்தில் வாழ்ந்த அயோத்திதாசர், அதே சூழலிலிருந்து வேறுபட்ட ஒரு பௌத்தத்தை, சாதி ஒழிப்பு – பிராமண எதிர்ப்பு என்ற செயலுக்குரிய பௌத்தத்தை எப்படி நிர்மாணித்தார் என்பதை அடுத்து காணலாம்.

●

# 3

## • அயோத்திதாசரின் காலம் •

**க.** அயோத்திதாசர் *(1845 – 1914)* வாழ்ந்த காலகட்டம் வரலாற்றில் மிக முக்கியமான கட்டமாகும். ஈராயிரம் ஆண்டுகளாக சாதிய கலாச்சாரத்தாலும், புராதனமான பொருளுற்பத்தி முறையாலும், சமய இறையாண்மையாலும் பாரபட்சமான விதத்தில் சுய திருப்தி கண்டு கொண்டிருந்த ஒரு பெரும் சமுதாயத் தில் அந்நியரின் புதிய வாழ்க்கைமுறை புகுத்தப்பட்ட தால் பிரளயமாற்றங்கள் உண்டான காலகட்டமாகும். இந்த மாற்றங்களை அண்டவிடாமலும், இவற்றின் நவீன அதிகாரத்தைத் தானே அனுபவிக்குமாறும் பிராமணியம் பேயாட்டமாடிய காலகட்டமாகும்.

இப்படிப் பொதுப்படையாகச் சொல்வதைவிட, ஆங்கிலக் கல்வியால் புதிய வாழ்க்கை முறைக்குள் தங்களைத் தக அமைத்துக் கொண்டிருந்த பாரம்பரிய உயர்குடிகளைச் சேர்ந்தவர்களின் செயலூக்கமான கால கட்டமாக இதனைக் கருதலாம். பிரிட்டிஷ் ஏகாதிபத்திய மும், பிராமணியமும் தங்கள் நலன்களைப் பாதுகாக்க பலத்த போராட்டங்களில் ஈடுபட்ட காலகட்டம் என்றும் இதனைக் கூறலாம்.

சுதேசிய அரசியல் முயற்சிகள் சர்க்காருக்கு மகஜர் கொடுப்பதிலிருந்து தொடங்கி மெதுவாக வங்காளம், மராட்டியம், பஞ்சாப் பகுதிகளில் தீவிரமான சுயராஜ்ய கிளர்ச்சியாக பரிணாமம் அடைந்து கொண்டிருந்தன. மேற்கத்திய கல்விக் கூடங்கள், கிறிஸ்தவ மிஷனரிகளின் கல்வி – சமயப்பணிகள், சுதேசிகளின் எதிர்வினைகள், மாதாந்திர சம்பளம் பெறும் புதிய நகர்ப்புற நடுத்தரவர்க்கம் ஆகியவை புதிய சமூக எதார்த்தங்களாகிக் கொண்டிருந்தன. சமூகத்தின் புதிய பொருளாதார வர்க்கங்களான பாட்டாளி வர்க்கமும், தேசிய முதலாளி வர்க்கமும் தொழிற்சாலைகள், ஆலைகள், கம்பெனிகள், வர்த்தகம் ஆகிய பொருளாதார உற்பத்திமையங்களைச் சார்ந்து உருவாகிக் கொண்டிருந்தன. உருவாகிய போதே நாக்பூர் (1877), பம்பாய், மதராஸ் மாகாணங்கள் (1882 – 1890) ஆகிய பகுதிகளில் தொழிலாளர் வேலை நிறுத்தப் போராட்டங்களும் ஏற்பட்டன.

சுதேசிய கிளர்ச்சிகளிலும், ஆசார சீர்த்திருத்த முயற்சிகளிலும், (அரசு உத்தியோகங்களிலும்) பிராமணிய சக்திகள், தீவிர வாதத்தையும், இந்துமயமாதலையும் தலை மேற்கொண்டு செயல்பட்டன. சகல அதிகார மையங்களிலும் பிராமணர்கள் தங்களை நிலை நிறுத்திக் கொண்டார்கள். இவர்களது சுதேசிய கோரிக்கைகள் தேசநலன் கருதியவையாக முன்வைக்கப்பட்டாலும், அவைவே அவர்களுடைய பிராமணியத்தை ஏற்ற உயர் சாதியாருடைய சாதிய சமூக, அரசியல், பொருளாதார நலன்களைக் காப்பவையாக உள்ளூறச் செயல்பட்டன. அந்நியரின் விதேசி ஆட்சியின் கீழ் வாழ்ந்தவர்களின் சுதேசியம் என்பது இந்துத்துவ மீட்பியக்கமாகவே பச்சையாகச் செயல்பட்டது. புதிய வெகுஜன அரசியல் தளத்தில், பழைய அறிவாளி வர்க்கமும், நிர்வாக அறிவாளிகளும் பின்னொதுங்கி, அரசியல் அறிவாளிகளின் காலம் மேல்நிலைக்கு வந்து கொண்டிருந்தது. சில பிரமுகர்களால் தோற்றுவிக்கப்பட்ட இந்திய தேசிய காங்கிரஸ் 1905 வங்காளப் பிரிவினையால் தீவிரவாதத்தை நோக்கி நகர்ந்து கொண்டிருந்தது. வங்கத்தில் இது சிறுபான்மை பிராமண இளைஞர்களால் தலைமறைவு பயங்கரவாதமாகவும் உருவாகியது. கோரிக்கை அரசியல் நடத்திய மிதவாத காங்கிரசும், சுயராஜ்யம் கேட்ட தீவிரவாத காங்கிரசும் சூரத் காங்கிரஸ் மாநாட்டில் மோதிக் கொண்டன. தென்னாப்பிரிக்காவில் சத்தியாக்கிரக பயிற்சியைச் சோதித்தறிந்த எம்.கே. காந்தி அவர்கள் 1914–இல் இந்தியா வந்து சேர்ந்தார். அதுதான் அயோத்திதாசர் மறைந்த வருடம்.

அயோத்திதாசர் வாழ்ந்த காலகட்டத்தை R. சுந்தரலிங்கம், படித்த பட்டதாரிகளின் சங்கங்களின் காலம் என்றே வருணிப்பார் (R. Sundaralingam : 1974). பத்தொன்பதாம் நூற்றாண்டின் பிற்பகுதியில் தென்னிந்தியாவின் ஒவ்வொரு நகரத்திலும் ஆங்கிலம் படித்தவர்கள் அடர்த்தியாக வாழ்ந்த இடங்களில் ஒரு இலக்கிய சங்கமோ அல்லது ஒரு விவாத சங்கமோ இருந்தது. மதராஸ் மாகாணத்தில் சென்னையில் மட்டும்

1886-இல் குறைந்தது நூறு சங்கங்கள் வரை இருந்ததாகச் சுந்தரலிங்கம் புள்ளிவிபரத்தோடு எழுதியுள்ளார். இவை பின்னாளில் தென்னிந்திய அரசியல் தலைவர்களை உருவாக்கிய மழலையர் பள்ளிகளாக இயங்கின. இச்சங்கங்களில் பட்டதாரிகள், வக்கீல்கள், துபாஷிகள், நிலக்கிழார்கள் உறுப்பினர்களாக இருந்தார்கள். இவர்களில் பிராமணர்களே பெரும்பான்மை. சங்கங்கள் சபைகளில் மட்டுமல்ல, பத்திரிகைத் துறை, சட்டம் நீதித்துறை, வருவாய்த்துறை, நிர்வாகத்துறை, கல்வித்துறை முதலிய துறைகளிலும் பிராமணர்களே இரண்டாம் நிலை அதிகாரிகளாகவும், உத்தியோகஸ்தர்களாகவும் இடம் பெற்றிருந்தார்கள். கிழக்கிந்திய கம்பெனி ஆட்சி தொடங்கியதிலிருந்து சிவில் சர்வீஸ் அதிகாரவர்க்கத்தாலும், நிர்வாக அறிவு ஜீவிகளாலுமே அரசாங்கம் நடத்தப்பட்டது; இந்த இரு தரப்பார்களில் பிராமணர்களே பெரும்பான்மை இடம் பெற்றிருந்தது குறிப்பிடத்தக்கது. சமய – சமூக – கலாச்சார தளத்தில் புரோகித அதிகாரமும், கிராமப்புற வேளாண்மை உற்பத்தியில் நிலவுடைமை அதிகாரமும், அரசாங்கத்தில் நிர்வாக அதிகாரமும் பிராமணர்களிடம் குவிந்து கிடந்தன.

தமிழக மக்களிடம் பரவிய கருத்துக்களைத் தன் கட்டுப்பாட்டுக்குள் வைத்திருந்த பத்திரிகைத் துறையும் பிராமண அறிவாளிகள் கைகளில் இருந்தன. ஜி.சுப்பிரமணிய ஐயர், கஸ்தூரிரங்கன், பாரதியார் போன்ற குறிப்பிடத்தக்க பிராமண பத்திரிகையாளர்கள் தீவிரமாகச் செயல்பட்டார்கள். 1882-ல் தொடங்கப்பட்ட 'சுதேசமித்திரன்' பிராமணரின் நலனை வெளிப்படையாகவே காத்தது.

இக்காலகட்டத்தில் ஐரோப்பிய மிஷனரிகள் (வேதபோதகர்கள்) 'சொசைட்டிகள்' ஏற்படுத்தி, கிறிஸ்தவ மதத்தைப் பரப்பினார்கள். இதேபோல இந்திய படிப்பாளி வர்க்கம் 'சொசைட்டிகளை' ஏற்படுத்தி, இந்து ஆசார சீர்த்திருத்தப் பணிகளில் முழு மூச்சாக செயல்பட்டது. இந்து மதத்தை, நவீன மதிப்பீடுகளுக்கு ஏற்றவாறு சீர் செய்வது, சாதிகளுக்கு இடையில் நிலவிவந்த வேற்றுமைகளை அகற்றுவது, பெண்களுக்குக் கல்வி உரிமை வழங்குவது, விதவைகளுக்கு மறுவாழ்வு அளிப்பது, கலப்பு மணம், மூடவழக்கங்களை அகற்றுவது... என்ற சீர்த்திருத்தங்களை வலியுறுத்தியது. ஆனால் வங்காளப் பிரிவினைக்குப் பிறகு (1905) சமூக சீர்திருத்த முயற்சிகள் பின்தள்ளப்பட்டு, சுதேச விடுதலை அரசியல் கிளர்ச்சிகள் முன்னுக்கு வந்தன. பரிபூரணமான சுயராஜ்யம் கிடைத்தபிறகே சீர்த்திருத்தங்கள் சாத்தியப்படும் என்ற அரசியல் பிரதான பேச்சாகியது.

○

**ச**மூக – சமய சீர்த்திருத்தத்தில் பங்குபெற்ற 'சொசைட்டிகளில்', 'தியோசபிகல் சொசைட்டி' குறிப்பிடத்தக்கது. அயோத்திதாசரின் வாழ்க்கையில் இதற்கு முக்கிய பங்கு உண்டு. 1882-இல் பம்பாயிலிருந்து தியோசபிகல் சொசைட்டி சென்னை அடையாறுக்கு இடம் பெயர்ந்தது. 1883-இல் தென்னிந்தியாவில் இதற்குக் குறைந்தது ஒன்பது கிளைகள்

தோன்றிவிட்டன. (R.S. 1974 : 298). இச்சபைக்கு இந்துக்கள், குறிப்பாக பார்ப்பன – பார்ப்பனரல்லாத உயர்சாதிகளிடம் நல்ல செல்வாக்கிருந்தது. இன்னும் குறிப்பிட்டுச் சொன்னால், உத்தியோகம் பார்த்த, அரசியல் கிளர்ச்சியிலிருந்து ஒதுங்கியிருந்த இந்து அரச அதிகார வர்க்கத்திடம் இதற்கு ஆதரவு அதிகம் இருந்தது. தியோசபியின் எல்லாக் கிளைகளின் கமிட்டிகளிலும், துணை கலெக்டர், மாவட்ட முன்சீப் அல்லது தாசில்தார்கள் தவறாமல் இடம் பெற்றிருந்தார்கள். வக்கீல்கள், ஆசிரியர்கள், பத்திரிகையாளர்கள், பிராந்திய அரசியல் பணியில் முன்னணி வகித்தவர்கள் இதன் உறுப்பினர்கள். வணிக வர்க்கம் இதற்குப் பொருள் உதவி செய்தது. இவர்களையே 1885–இல் கர்னல் ஆல்காட் (சபைத்தலைவர்) 'இந்திய மக்களின் மலர்கள்' என்று வருணித்தார் (R. S 1974). இச்சபை, மேற்கத்திய கல்விகற்றவர்கட்கும், அவர்களது தேசத்திற்கும் ஒரு புதிய சுயமரியாதை உணர்வைத் தந்ததாக சுந்தரலிங்கம் குறிப்பிட்டுள்ளார் (R.S.1974 : 302).

இதே சபைதான், சென்னைவாழ் நவபௌத்தர்களுக்கும், தலித் பௌத்தர்களுக்கும் சுயமரியாதை உணர்ச்சியை ஏற்படுத்தியதைச் சுந்தரலிங்கம் வெளிப்படுத்தவில்லை. இச்சபை பஞ்சமச் சிறுவர்களுக்குக் கல்விக் கண்ணைத் திறந்தது. அயோத்திதாசர், P. லட்சுமி நரசு முதலான மாற்றுச் சிந்தனை மற்றும் செயல் வீரர்களுக்கு உறுதுணையாக இருந்தது. சமூக விடுதலையில் தன்னை ஈடுபடுத்திக் கொண்ட நவபௌத்தத்திற்கு ஆதரவளித்தது. பாரதி போன்ற அரசியல்வாதிகளுக்கு தியோசபி அத்தனை உகப்பான சபையாக இருந்ததில்லை. ஆல்காட் தலைவராக இருந்தவரை அச்சபையை பிராமணியம் ஏற்றதில்லை. அவர் காலத்திற்குப் பின் (1907) ஆனிபெஸண்ட் கைக்குச் சபை மாறிய போது பிராமணியத்தின் பிடிக்குள் சபை வந்துவிட்டதாகவே சொல்லலாம்.

அயோத்திதாசர் நீண்ட ஆராய்ச்சிக்குப்பிறகு 1890–ல் பௌத்த தன்மத்தின் உண்மைகளைக் கண்டு ஏற்றார். 1896, 1898 ஆண்டுகளில் ஆல்காட்டை அணுகி சென்னையில் ஒரு பௌத்த விகாரையும், பௌத்த சங்கமும் நிறுவ ஒத்துழைப்புக் கேட்டார் எனத் தெரிகிறது. 1898–இல் அவரும், அவரது நண்பர் P. கிருஷ்ண சாமியாரும் ஆல்காட்டுடன் சிலோன் சென்று மலிககண்ட விகாரையில் சுமங்கல மஹாநாயகாவிடம் பஞ்சசீலம் பெற்று பௌத்தரானார்கள். திரும்பி வந்த தாசர் தமது பௌத்த நண்பர்களோடு சேர்ந்து ராயப்பேட்டையில் 'தென்னிந்திய சாக்கைய புத்த சங்கம்' என்ற சங்கத்தை 1898–இல் ஏற்படுத்தினார். சிக்காகோவில் வாழ்ந்த டாக்டர். பால்காரஸ் என்பவர் இதன் பிரசிடெண்ட் ஆக இருக்க ஒப்புக்கொண்டார். பெங்களூர், கோலார் தங்கவயல், திருப்பத்தூர், செகந்திராபாத், ரங்கூன் ஆகிய ஊர்களில் விரைவில் இச்சங்கத்திற்குக் கிளைகள் தோன்றின. (பின்னர் இச்சங்கத்தின் பெயர் 'தென்னிந்திய பௌத்த சங்கம்' என மாற்றப் பட்டது). 1898 – 1908 காலகட்டத்தில் பௌத்த சமய நடவடிக்கைகளுக்கு, (குறிப்பாக தலித்துக்களிடையே) இச்சங்கமே மையமாயிற்று. பௌத்த

தர்மத்தை விரிந்த அளவில் பரப்புவதற்காக 1907–இல் தாசர் 'தமிழன்' வாரப்பத்திரிகையைத் தொடங்கினார். இவ்வாண்டில் ஆல்காட் இறந்தபோது, ஆனிபெஸண்ட் அழைப்பின் பேரில் தாசர் சென்று பௌத்த முறைப்படி அவருக்கு இறுதிச் சடங்குகளை நிறைவேற்றினார். சங்கம் இயங்கிய கட்டிடத்திற்குத் தொடர்ந்து பெஸண்ட் மாத வாடகையாக அவருக்கு பத்து ரூபாய் அளித்து வந்தார். நன்கொடைகளும் வழங்கினார் 'தமிழன்' பத்திரிகைக்காக, கோலார் தங்கவயல் பௌத்தர்கள் கூடி ஒரு சிறு அச்சியந்திரம் வாங்கித் தந்தார்கள்.

தாசர் தொடங்கிய பௌத்த சங்கத்தின் நோக்கங்களை அவரே குறிப்பிட்டார். அவை: சாதிபேதமின்மை, பூர்வீக திராவிடரை (பறையர்) மேம்படுத்துதல், மதுமாமிசம் கைவிடுதல்; பஞ்சசீலம் பெறுதல்; அனைவரும் சமம் (II. 1912 : 178 – 79). சாதிபேத ஒழிப்பிற்காக தாசரின் சங்கம் செயல்பட்டபோதே, சென்னை புதுப்பேட்டை கோமளீஸ்வரன் கோவிலருகில், இலங்கை பௌத்த பிட்சு தர்மபாலா உண்டாக்கிய மகாபோதி சங்கத்தின் கிளையில் சாதிபேதம் வழக்கம் போலக் கடைப்பிடிக்கப்பட்டது (II. 1911 : 168). அயோத்திதாசர் போன்ற தலித்பௌத்தர்களுக்குச் சாதிபேத ஒழிப்பு – சமத்துவம் ஆகியவற்றிலிருந்த தீவிரம் ஏனைய பௌத்தர்களுக்கு இல்லாமலிருந்தது சகஜம்தான்! அதுதான் இயல்பு.

அயோத்தி தாசரும், அவரது நண்பர்களும் 20–ஆம் நூற்றாண்டின் முற்பகுதியில் சென்னை, பெரம்பூர், கோலார் தங்கவயல் ஆகிய இடங்களில் மேற்கொண்ட கல்வி மற்றும் சமூக மேம்பாட்டுப் பணிகளை ஞான. அலாய்சியசும், எஸ். பெருமாளும் வெளிச்சத்திற்குக் கொண்டு வந்துள்ளார்கள். 'தொண்டை மண்டல வல்ல காளத்தி தெய்வப்புலமை, வைத்திய சிம்ஹம், சங்கை. கவிராஜபண்டிட் க. அயோத்தி தாஸ தம்ம நாயகர்' என்றும், ஸ்ரீலஸ்ரீ. அயோத்தி தாஸ பண்டிதர் என்றும் அவரது ஆதரவாளர்களால் கனத்த மரியாதையோடு அழைக்கப்பட்ட தாசர் தமது வாழ்நாள் முழுவதும், கடுமையான பிராமணிய எதிர்ப்புக்கிடையில் பத்திரிகை மற்றும் சங்கத்தின் மூலமாக பௌத்த தன்மத்தை, தமிழக பூர்வகுடியினரான சாதிபேதமற்ற திராவிடர்களின் (அதாவது பறையர்களின்) மதமாக, பிராமணியத்துக்கு எதிர்மதமாகக் கட்டி எழுப்ப அரும்பாடுபட்டார். மராட்டியத்தில் அம்பேத்கர் ஆரம்பித்த நவயானபௌத்த இயக்கத்திற்குச் சுமார் அரை நூற்றாண்டுக்கு முன்பாகவே தாசர் இப்பணியைத் தொடங்கிவிட்டார். நவயான பௌத்தத்தின் முன்னோடி என்றே தாசரை அழைக்கலாம்.

வழக்கமான பௌத்தமத வரலாற்றிலிருந்து விலகி, தாசர், பழந்தமிழ் இலக்கியங்கள், நிகண்டுகள், பௌத்தசமய நூல்கள், செவிவழிக்கதைகள், பழமொழிகள், ஆகியவற்றை மறுவாசிப்புச் செய்து பௌத்த தன்மத்தை, வாழ்ந்து வீழ்ந்த பறையரின் பூர்வமதமாக, பாதிக்கப்பட்டோரின் மதமாகக் (Subaltern Religion) கட்டி எழுப்ப முயன்றார். இது அவரது

தனித்தன்மை. அவரது 'இந்திரர் தேச சரித்திரமும்', 'ஆதிவேதமும்' இத்தனித் தன்மையின் வெளிப்பாடுகள்.

பௌத்தர்கள் வேறு; சைவ – வைணவர்கள் (இந்து) வேறு என்று தாசர் மக்கள்தொகை கணக்கெடுப்பின்போது வலியுறுத்தினார். 1881 மக்கள்தொகை கணக்கெடுப்பில், கிறிஸ்தவர் – மகமதியர் – சீக்கியர் அல்லாத அத்தனை மக்களையும் இந்துக்கள் எனக் குறிக்கு மாறு சொன்ன பிராமண அதிகாரிகளின் யோசனையை அப்போதைய பிரிட்டிஷ் சர்க்கார் ஏற்றுக் கொண்டதை எதிர்த்து, அம்மக்களை 'ஆதி தமிழர்கள்' என்று பதியச் சொன்னவர் தாசர். தொடர்ந்து இதனை தாசர் வலியுறுத்தி வந்ததை 1911 மக்கள்தொகை கணக்கெடுப்பு ஏற்றுக்கொண்டது. 1911 – 21 கணக்கெடுப்பில் திராவிடபௌத்தர்களின் எண்ணிக்கை கூடியிருந்தது.

தாசர் அவர்காலச் சைவ – வைணவ மேன்மக்களின் தாக்குதலுக்கு உள்ளானார். அவரது சாக்கைய சங்கத்திலும், சிங்கார வேலு ஏற்படுத்திய மகாபோதி கிளைச்சங்கத்திலும் நாயன்மார்களும், ஆழ்வார்களும் (யேசுகிறிஸ்துவும்) குறைகூறி விமர்சிக்கப்பட்டதாகச் செய்திகள் பரவின. யாழ்ப்பாணம் கதிரைவேல்பிள்ளையின் ஆதரவாளர்களான திருவாரூர் விருத்தாசலம் முதலியார் மகன் கலியாணசுந்தரமும் (திரு. வி. க.) அவர் நண்பர்களும் ராயப் பேட்டை பௌத்த சங்கக் கூட்டங்களில் குழப்பத்தை உண்டாக்கினார்கள். K. வடிவேலு செட்டியார், வித்வான் சென்ன கேசவலு ஆகியோர் பெருங்கூச்சலிட் டார்களாம்! பிறகு திரு.வி.க, மனம் திருந்தினாராம். ஆல்காட், ஜினராஜதாசர், தர்மபாலா ஆகியோர் எழுதிய பௌத்த நூல்களைக் கற்றுணர்ந்து தமது எதிர்ப்பை மாற்றிக்கொண்டாராம். பௌத்த தன்மத்தின் சிறப்பை உணர்ந்தபின் அவரே 'புத்தம் தர்மம் சங்கம்' பற்றி உரையாற்றினார்; எழுதினார். 'தமிழிலக்கியத்தில் பௌத்தம்' என்ற சிறு நூலை எழுதினார் (G. John Samuel 1998 : 533). தமது வாழ்க்கைக் குறிப்புக்கள் நூலில் இதனை நினைவு கூர்ந்துள்ளார் (கழகம். 1982 : 506 – 7). இதே நூலின் முதல் பகுதியில், சிறுவயதில் ஈராண்டுகளாகத் தமது காலில் ஏற்பட்டு வருத்திய நோயை குணப்படுத்திய அயோத்தி தாசரின் மருத்துவப் புலமையை வெகுவாகப் பாராட்டியுள்ளார். தாசருக்கு இரங்கற்பாவும் எழுதினார்.

அயோத்திதாசர் உயிரோடு வாழ்ந்த காலத்தில் காரியசாத்தியமாகா திருந்த பௌத்தமாநாடு, அவர் காலத்திற்குப்பின் 1917–இல் சென்னையில் சாத்தியமாயிற்று. அதுவே பௌத்த முதல் மாநாடு. அதில் மாண்டேகு – செம்ஸ் ஃபோர்டு குழுவிடம் ஆதிதிராவிடர்களுக்குரிய அரசியல் உரிமைகள் (பிரதிநிதித்துவம்) கோரி மனு கொடுக்கத் தீர்மானம் நிறைவேற்றப்பட்டது. P. லட்சுமி நரசு தலைமையேற்ற இம்மாநாட்டுக்கு மைசூர், செகந்திராபாத், தமிழ்நாடு, கொழும்பு, ரங்கூன் ஆகிய இடங்களிலிருந்து பௌத்த பிரதிநிதிகள் வந்தார்கள். இதைத் தொடர்ந்து 1920, 1932, 1952ஆம் ஆண்டுகளில் வெவ்வேறு ஊர்களில் பௌத்த மாநாடுகள் நடைபெற்றன (GJS : 1998 : 534) .

தாசர்காலத்திலும், அவருக்கு பின்னரும் மைசூர்மாகாணம் கோலார் தங்கவயல், பௌத்தசமயம் – கல்வி நடவடிக்கைகளில் முக்கிய பங்காற்றியது. தங்கவயலில் உழைத்த தலித்தொழிலாளிகள் பௌத்த சமயத்திற்கு மாறியது குறிப்பிடத்தக்கதொரு நிகழ்வாகும். தாசரின் உறவினர் M. Y. முருகேசர் 1907–இல் தங்கவயல் மாரிக்குப்பத்தில் சாக்கைய சங்கத்தின் கிளையைத் தொடங்கி வைத்தார். இவரும், E. குருசாமியாரும், A. P. பெரியசாமி புலவரும் சென்னை சென்று பஞ்சசீலம் பெற்றார்கள். இவர்களோடு G. அப்பாத்துரையாரும், E. N. அய்யாக்கண்ணு புலவரும் இணைந்து மாரிக்குப்பம் சங்க நடவடிக்கைகளைப் பார்த்துக் கொண்டார்கள். M. Y. முருகேசர் தங்கவயலில் ஒரு சாதாரண உத்தியோகஸ்தராகயிருந்து துணை சம்பள ரோல் ஆபீசராகி, தங்கச்சுரங்கத்தின் ஓர் ஒப்பந்ததாரரானார். இவரே மாரிக்குப்பம் சங்கத்திற்கென ஒரு பெரிய கூடம் கட்டினார். 1908–இல் கோலார் தங்கச்சுரங்கத் தொழிலாளிகள் ஆயிரம் பேரும் தங்கள் குடும்பங்களோடு அயர்லாந்து பிட்சு விஸீத்தரிடம் பஞ்சசீலம் பெற்றதால் மாரிக்குப்பம் சங்கக் கூடத்தில் நடைபெற்ற வாராந்திரக் கூட்டங்களுக்கு மக்கள் திரளாக வருகை புரிந்தார்கள். சிலோன், பர்மா, தாய்லாந்து, சியாம் ஆகிய நாடுகளிலிருந்து பௌத்த பிட்சுக்கள் வந்து கோலார் தங்கச் சுரங்கத் தொழிலாளிகளிடம் போதித்தார்கள். கோலார் தங்க வயலில் ஒரு பகுதியான சேம்பியன் கோல்டு ரீவ்ஸ் என்ற இடத்தில் 1916–இல் தொடங்கப்பட்ட பௌத்த சங்கத்திற்கு, லட்சமி நரசு, பெரியசாமி புலவர் (திருப்பத்தூர்), K. A. பட்டாபிராமர் (தாசரின் மகன்), சொப்பனேஸ்வரி அம்மாள் ஆகியோர் வருகை தந்தார்கள். இவ்விரு சங்கங்களும் ஐம்பது வருடங்களுக்கு மேலாக இப்பகுதிகளில் செயல்பட்டு வந்தன.

மாரிக்குப்பம் சங்கத்திற்கென ஒரு நூலகம் இருந்தது. இங்கே பௌத்த நூல்கள், வெளிநாட்டுப் பத்திரிகைகள், ஓலைச்சுவடிகள் முதலானவை திரட்டப்பட்டுப் பாதுகாக்கப்பட்டன. இது ஒரு பௌத்த ஆய்வு மையமாகியது. வருடாந்திர நாட்களில் விரிவுரைகள் நிகழ்த்தப்பட்டன. சங்கத்தின் தலைமையில் பௌர்ணமி நாட்கள் கொண்டாடப்பட்டன. சங்கராந்தி புத்தரின் நிருவாண நாளாகவும், பொங்கல் பண்டிகை புத்த பண்டிகையாகவும் அனுசரிக்கப்பட்டன. திருக்குறள், தம்மபதம் ஓதி அவற்றின் பேரில் சத்தியம் செய்து, தாலிக் கட்டிச் சீர்திருத்த திருமணங்கள் சங்கத்தில் நடத்தி வைக்கப்பட்டன. பெரியாரின் சீர்திருத்த திருமணங்களுக்கு இச்சங்கமே முன்னோடி. இச்சங்கத்தில் சாதிக் கலப்புமணம் செய்து கொண்ட அன்னபூரணியும், A. ரத்தின சபாபதியும் பின்னர் பெரியாரின் பகுத்தறிவு இயக்கத்தின் முக்கிய பேச்சாளர்களாக, எழுத்தாளராக ஆனார்கள் (GJS : 1998 : 535).

கோலார் தங்கவயல் பௌத்த சங்கங்கள் தங்கள் சொந்த அச்சகங்கள் வழியாக பௌத்த இலக்கியங்களை வெளியிட்டன. M. Y. முருகேசருக்குச் சென்னையில் M. Y. M. Printing Press - ம், P.M. ராஜரத்தினத்திற்குத் தங்கவயலில் Siddhartha Printing Press - ம் சொந்தமாக

இருந்தன. சித்தார்த்தர் அச்சகத்திலிருந்து அயோத்திதாசரின் நூல்கள் மறுபதிப்பாகின. மேற்படி சங்கங்களைத் தோற்றுவித்துச் செயல்படுத்தியவர்களின் மறைவுக்குப் பிறகு சங்கப்பணிகளில் தொய்வு ஏற்பட்டது. E. N. அய்யாக்கண்ணுவின் மகன் I. உலகநாதன் என்பவரே அவருக்குப் பின் மாரிக்குப்பம் பௌத்த பாடசாலையையும், கோலார் தங்கவயல் பௌத்தர்களையும் பார்த்து வருகிறார் (GJS : 1998 : 537).

வட ஆர்க்காட்டில் பௌத்த சங்கங்கள் பல தோன்றியதற்குப் பெரியசாமிப் புலவர் என்பவர் முக்கிய காரணம். திருப்பத்தூரில் இவரும், T. N. ஹனுமந்த உபாசகரும் ஒரு பௌத்த சங்கம் ஏற்படுத்தினார்கள். மாரிக்குப்பம் பௌத்த பாடசாலையின் ஆசிரியர் அய்யாக் கண்ணுவின் உறவினர்கள் தென்னாப்பிரிக்க நேட்டாலில் பௌத்த சங்கம் தொடங்கினார்கள் (GJS : 1998 : 537). ரங்கூன் பௌத்த சங்கத்தில் தாசரும், கிருஷ்ணசாமியாரும் உரையாற்றியுள்ளார்கள். பெரம்பூர் பௌத்த சங்கம், பாடசாலை பணிகளில் தாசரின் நண்பர்கள் P. லட்சுமி நரசுவின் தலைமையில் சிறப்பாகச் செயல்பட்டார்கள். பெரம்பூர் பௌத்த சங்கத்தின் தோற்றம் வளர்ச்சி பற்றித் தனியாக, விரிவாக எழுதவேண்டும். இங்கு அது சாத்தியமில்லை. இவ்வாறாக, வட ஆர்க்காடு, கோலார் தங்கவயல், பெங்களூர், ரங்கூன், சென்னை ராயப்பேட்டை, பெரம்பூர் பகுதிகளில் தலித்துக்களிடையே பௌத்தம் முதல் நவீன விழிப்புணர்வின் விதைகளை விதைத்தது. ஆயினும் இதன் அறுவடையை தலித்துக்கள் முழுமையாகப் பெறவில்லை; புரட்டஸ்டண்ட் கிறிஸ்தவம் தழுவிய தலித்துக்கள் தென் தமிழ் நாட்டில் மத அடிப்படையில் தங்களை முன்னேற்றியது இக்காலகட்டத்தில்தான். கத்தோலிக்கக் கிறிஸ்தவத்துக்கு மாறிய தலித்துக்கள் அந்த மதநிறுவன அடிப்படையில் தங்கள் வாழ்க்கையை மேம்படுத்திட முடியாதவாறு பிறசாதிகளைச் சேர்ந்த கத்தோலிக்கக் கிறிஸ்தவர்கள் அதனை தங்கள் வசப்படுத்திக் கொண்டார்கள். கத்தோலிக்க தலித் கிறிஸ்தவர்கள் உயர்சாதி வசமாகிவிட்ட கத்தோலிக்கமத நிறுவனத்துக்குள்ளேயே தங்கள் தலைகளை முட்டி மோதிக் கொண்டிருந்தபோது, இப்படியொரு சந்தர்ப்பத்தை புராட்டஸ்டண்டு தலித் கிறிஸ்தவர்களும் எதிர்கொண்டார்கள். குறிப்பாக கன்னியாகுமரி மாவட்டத்தைச் சேர்ந்த தலித்துக்கள் லண்டனில் தலைமையகம் கொண்டிருந்த 'இரட்சணிய சேனை' (Salvation Army) என்ற புரட்டஸ்டண்ட் சபையில் திரளாகச் சேர்ந்தார்கள்; ஏறத்தாழ 99 விழுக்காடு அவர்களாகவே இருந்தார்கள். இச்சபையைப் பிறர் பறையர் சபை என்றே அழைத்தார்கள். இச்சபைக்கு நாகர்கோவில் புத்தேரியில் காதரீன்பூத் ஆஸ்பத்திரி இருந்தது; மருத்துவத்தில் செவிலியர், லேப் டெக்னீசியன் முதலான துணை மருத்துவக் கல்வியை இந்த ஆஸ்பத்திரி சேனை கிறிஸ்தவர்களுக்கு வழங்கியது; சேனைக்குரிய பாடசாலைகள் கல்வியை வழங்கின. மிகவும் ஏழ்மை நிலையிலிருந்த பல குடும்பங்களிலிருந்து மேற்படி கல்வி வசதிபெற்ற குழந்தைகள் வெளிநாடுகளுக்குச் சென்று பணிபுரிந்து சம்பாதித்துச் செல்வநிலைக்கு வந்து கொண்டிருக்கிறார்கள். மொத்த

சபையே தலித்துக்களின் சபையாக இருந்ததாலும், இச்சபையின் தலைமையகம் இங்கிலாந்தில் இருந்ததாலும் தலித்துக்கள் தங்களைத் தாங்களே முன்னேற்றிக் கொள்ள முடிந்தது. இப்படியொரு வசதி கத்தோலிக்க தலித் கிறிஸ்தவர்களுக்கு இல்லை; ஏனெனில் கத்தோலிக்க சபை முழுவதும் அவர்கள் வசம் இல்லை.

தாசர் காலத்தில் வடதமிழ் நாட்டைச்சேர்ந்த தலித்துக்கள் பௌத்த மதத்தைத் தழுவி முன்னேறினாலும், கன்னியாகுமரி தலித்துக்கள் கிறிஸ்தவ சபையைக் கைப்பற்றி கல்வி, வேலை வாய்ப்பு, சம்பாத்தியம் பெறமுடிந்த அளவிற்குப் பெறமுடியவில்லை. மேற்கத்திய, ஜப்பானிய பௌத்த சபைகளின் முழு ஆதரவு இவர்களுக்குக் கிட்டவில்லை. இலங்கைச் சிங்களவர் முழுமையாக பௌத்தம் தழுவி, இன்றுவரை பௌத்த நாடுகளிலிருந்து நிதி மற்றும் தொழில் நுட்ப உதவிகளைப் பெற்றுக் கொண்டிருப்பதுபோல தாசர்கால தலித் பௌத்தர்களால் பெற இயலவில்லை. மேலும் பௌத்தத்திற்கு மாறாத பெரும்பான்மை வடதமிழக தலித்துக்கள் தாசர் காலத்திலேயே பார்ப்பனர் அல்லாதவர் கட்சி, திராவிட இயக்கம், காங்கிரஸ் ஆகியவற்றில் இணைந்து சிலர் சில அரசியல் ஆதாயங்களை அடைந்ததோடு கரைந்து போயினர். எப்படியோ கடந்துபோன வரலாற்றை நிமிர்த்தமுடியாது. பௌத்த க்ஷணிக வாதப்படி எல்லாமே கணந்தோறும் மாறிக் கொண்டிருக்கின்றன. கடந்து போனது ஒருபோதும் திரும்பாது, ஆனால் அதனால் விளைவுற்ற காரியங்களின் ஆற்றலுக்குத் தகுந்தபடி தொடர்ச்சியான மாற்றங்கள் நடந்தே தீரும்.

❍

**தா**சர் கால பௌத்த தலித்துக்கள் எழுத்துப்பணியிலும் ஈடுபட்டார்கள். இதில் தாசர் தலைசிறந்தவர். பௌத்த சங்கத்தின் மூலமாக வெளிவந்த அவரது நூல்கள் : 1. புத்தரது ஆதிவேதம் (1912. பக். 296); 2. Buddhist Doctrines- Questions and Answers (Second Edition: 1912.pp.40). 3. இந்திரர் தேச சரித்திரம் (1931.பக்.184). 4. விவாக விளக்கம் (4ஆம் பதிப்பு – 1926. பக். 64). 5. ஹரிசந்திரனின் பொய்கள் (1931. பக். 34). G. அப்பாத்துரையார் எழுதிய 'புத்தரது அருளமுதம்' (1950) வெளிவந்தது. மாரிக்குப்பம் பௌத்த பாடசாலை ஆசிரியர் அய்யாக்கண்ணுபுலவர், புத்ததோத்திர சங்கீதங்கள் பல எழுதி இசை அமைத்தார். 'புத்தர் சரித்திரப் பா' என்று செய்யுளில் புத்தரின் சரித்திரத்தை எழுதினார். அது கையெழுத்துப் பிரதியாகவே உள்ளது (GJS. 1998: 537).

தாசர் தோற்றுவித்த 'தமிழன்' பத்திரிகை, சென்னையில் 14 வருடங்களாக வெளிவந்தது. 1907 முதல் 1914 வரை (தாசர் இறக்கும் வரை) அவரது ஆசிரியத்துவத்திலும், அவருக்குப்பின் 1919 வரை அவரது புதல்வர் க.அ.பட்டாபிராமர் பொறுப்பிலும் வெளிவந்தது. 1919 முதல் 1922 வரை அதனை யார் நடத்தியதெனத் தெரியவில்லை. 1922இல் 'தமிழன்' வெளியீடு சென்னையில் நின்றுவிட்டதாகவும், பிறகு G. அப்பாத்துரையாரை ஆசிரியராகக் கொண்டு அது மீண்டும்

கோலார் தங்க வயலிலிருந்து 1926 முதல் 1935 வரை வெளிவந்ததாகவும் எஸ். பெருமாள் குறிப்பிடுகிறார் (GJS 1998 : 537). ஞான. அலாய்சியஸ் தொகுத்துப் பதிப்பித்துள்ள 'தமிழன்' இதழ்களில் (1907 – 1914) பதிவாகிய சிலவற்றைத் தெரிந்து கொள்ளலாம். தாசர் காலத்தில் நிகழ்ந்த தேசிய காங்கிரஸின் மிதவாத, தீவிரவாத கோரிக்கைகளும், கிராம பஞ்சாயத்து ராஜ் முதல் அந்நியப் பொருள் புறக்கணிப்பு – பூரண சுயராஜ்யம் வரையிலான அரசியல் கோரிக்கைகளும், வ. உ. சிதம்பரனாரின் சுதேசி கப்பல் வர்த்தக முயற்சிகளும், தூத்துக்குடி மற்றும் திருநெல்வேலி கலவரங்களும், ஆஷ் துரையை வாஞ்சிநாதன் சுட்டுக்கொன்ற பயங்கரவாதமும், 'தமிழன்' இதழ்களில், தாசரின் விமர்சனத்தோடு பதிவாகியுள்ளன. இந்து ஆசார சீர்திருத்த முயற்சிகள், கிறிஸ்தவ மிஷனரிகளின் கல்விப்பணிகள், மதமாற்ற முயற்சிகள், கிறிஸ்தவத்தில் சாதியம் முதலானவை 'தமிழனில்' இடம்பெற்றுள்ளன. முனிசிபாலிடி நடவடிக்கைகள், பிரிட்டிஷாரின் சனாதனப் பாகுபாடற்ற அரசாட்சி, வகுப்புவாரி பிரதிநிதித்துவம் – இடஒதுக்கீடு முதலான கோரிக்கைகள், ஆகியவை தமிழனில் விரிவாக இடம்பெற்றுள்ளன. சுருங்கச் சொன்னால் தாசர்கால சுதேசியம், பிரிட்டிஷ் ஆட்சி, பொருளாதாரம், சமூக – அரசியல், பிராமணியம் ஆகியவை தாசரின் தலித்திய நோக்கில் தமிழனில் விரிவாக விமர்சிக்கப்பட்டுள்ளன.

பத்திரிகைத்தளத்தில், 'தமிழன்', அன்று பிராமணியச்சார்பில் வந்த சுதேசமித்திரனோடு தொடர்ந்து விவாதப் போர் புரிந்தது. தலித்துக்களை அவமதிப்பதில் முதலிடம் வகித்த சுதேசமித்திரனின் ஒவ்வொரு செயலையும் தாசர் கண்டித்தார். 'சு. மி' (டிச. 31, 1907) இதழில் வெளிவந்த ஒரு வாசகர் கடிதத்தில், சீரங்கத்தில் பறையன் ஒருவனை ஒரு மகமதியன் செருப்பால் அடித்ததும் அவன் பயந்து ஓடிவிட்டான் என்றும் இதற்குக் காரணம் அவனது ஈனச் சாதிப் பிறப்பே என்றும் எழுதப்பட்டிருந்தது (I.19). இந்தமாதிரி வாசகர் கடிதத்தை 'சு. மி' வெளியிடக் காரணம் என்ன? 'சு. மி.' (மார்ச் 26, 1907) இதழில் ஒரு வாசகர் 'ஐயோ அநியாயம் அநியாயம்' என்று ஓலமிட்டிருந்தார். திரான்ஸ்வாலில் (தென்னாப்பிரிக்கா) குடியேறிய சாதி இந்துக்களை வெள்ளையர்கள் 'கூலி கூலி' என்று திட்டி, தாங்கள் ரயிலில் ஏறத் தடை செய்கிறதாகவும், பொது வீதிகளில் நடக்க அனுமதிக்கிறதில்லை என்றும் எழுதியிருந்தார். மேலும், இன்று பொதுவாக இழிகுலத்தோரில் பலர் படித்துவிட்டு உயர் சாதி, உயர்குலம், பெரியவர்கள் என்று பாராமல் இவர்களை வாயில் வந்தபடி பேசுவதாகவும் வருத்தப்பட்டிருந்தார். இதனை மறுத்த தாசர், இதே சாதி இந்துக்களே உள்நாட்டில் தாழ்த்தப்பட்டோர் என்போரைத் தடைசெய்வது மட்டும் நியாயமோ என்று எழுதினார். அவர் காலத்தில் வாழ்ந்த அ. மாதவையா என்ற தமிழ் நாவலாசிரியரும் கூட இதே கேள்வியைத் தமது பிராமணசாதியாரிடம் கேட்டார்! 'சு. மி' (ஏப்ரல் 17, 1908) இதழில், பஞ்சமர்க்கென்று தனி ஓட்டல் வைக்க வேண்டும் என்றொரு அரிய யோசனையை ஒரு வாசகர் தெரிவித்தார்.

இதற்கு எதிர்வினை புரிந்த தாசர், இந்த யோசனையைச் சொன்ன அந்த வாசகர் தம்மை மட்டும் மனித வகுப்பைச் சேர்ந்தவராகவும், பஞ்சமர்களை மாட்டு வகுப்பைச் சேர்ந்தவர்களாகவும் எண்ணியுள் ளாரோ என்று கேட்டார். இப்படிப்பட்ட சுதேசிகளின் சோற்றுக் கடைகளில் சுத்தமும் சுவையும் இல்லாததால் பி.எ., எம்.எ, படித்த கலெக்டர்கள் ஜட்ஜ்கள் முதலான உயர் உத்தியோகஸ்தர்கள் கூட பஞ்சமர்கள் நடத்திவரும் 'ரெபிரஷ்மண்ட்' அறைகளிலும் ஓட்டல் களிலும் விரும்பிப் போய்ச் சாப்பிடுகிற நடைமுறையை எடுத்துக் காட்டினார் (I.1908 : 25).

'சு. மி' (மே, 16, 1908) இதழில் ஒருவாசகர், சுதேசிகளான இந்துக்கள் ஜெயிலில் தங்கள் மல மூத்திராதிகளைத் தாங்களே எடுக்குமாறு அடிக்கப்படுவதாக புகார் செய்திருந்தார். இந்தப் புகாரின் பின்னணி யைப் பற்றி தாசர் விளக்கினார். கிழக்கிந்திய கம்பெனி ஆட்சிக் காலத்தில், ஜெயிலில் மற்றகைதிகளின் கழிவுகளைப் பறையரே அகற்ற வேண்டும் என்ற நிலையிலிருந்தது. ஆனால் பிரிட்டிஷ் நேரடி ஆட்சியில், இன்று யாராயிருந்தாலும் அவரவர் கழிவுகளை அவரவரே ஜெயிலில் எடுக்கவேண்டிய நிலைமை ஏற்பட்டது. அன்று பறையர்கள் எடுத்தபோது மகிழ்ந்த இந்துக்கள் இன்று புகார் கூறுவதென்ன? என்று தாசர் கேட்டார் (I. 27).

வங்காளத்திலிருந்து வரும் **Standard** இதழில், வைஸ்ராயின் வளர்ப்பு நாயை ஒரு வெறிநாய் (mad dog) கடித்துவிட்டதாக ஆங்கிலத் தில் செய்தி வந்தது (மே 11, 1909). இச்செய்தியைத் தமிழில் வெளியிட்ட 'விஜயா' இதழ் (மே 11, 1909) 'mad dog' என்பதை 'வெறிநாய்' என்றே மொழி பெயர்த்திருக்க, 'சு. மி' (மே, 12, 1909) மட்டும் 'பறை நாய்' என்று மொழிபெயர்த்து, மும்முறை இதனை அச்சிட்டது. இவ்வாறு மொழிபெயர்த்த 'சு. மி' பத்திராதிபரை 'சின்னசாதி பெரியசாதி என்னும் மூட்டையை வலுவாகக் கட்டிக் கொண்டுள்ள பத்திராதிபர்' என்று குறிப்பிட்டார் (I. 113 – 114) . 'இந்தியா' பத்திரிகையும் 'சு.மி' போல சில வேளைகளில் செயல்பட்டது. 'இந்தியா' (மே 24, 1908) இதழில் வந்த வாசகர் கடிதத்தில் உயர்சாதியாருக்காகக் கல்விச்சாலை கள் ஏற்படுத்த வேண்டும்; அதில் பஞ்சமர்களுக்கென்று தனிப்பள்ளிக் கூடம் உண்டாக்க வேண்டும் என்று கேட்டுக்கொள்ளப்பட்டிருந்தது. இதனை விமரிசித்த தாசர், ஏதோபார்ப்பனர்கூடி பணதானம் பண்ணுகிறமாதிரி, பஞ்சமர்க்கென்று தனிப்பள்ளிக்கூடம் தருகிறார்கள் போலும் எனக் கிண்டல் செய்தார். தனிப் பள்ளிக்கூடம் உண்டாக்கி னால் அங்கேயும் வாத்தியார் வேலை கிடைக்கப் போகிறவன் பார்ப்பான் தானே என்று விநயமாகக் கேட்டார் தாசர்.

'சு. மி', 'இந்தியா' போன்ற பிராமணிய பத்திரிகைகள் தாசர் காலத்தில் தலித்துக்களைப் பழைய நிலையிலேயே ஒடுக்கி வைப்பதற்காக எவ்வித குற்றவுணர்வுமின்றி, மிக வெளிப்படையாக, இதுவே நியாயம் என்ற நினைப்போடு செயல்பட்டன. பகிரங்கமாக சாதி துவேஷத்தை –

சனாதனத்தைப் பிரச்சாரம் செய்யத் தயங்கவில்லை; அதற்காக வெட்கப்பட்டதுமில்லை. இன்றைய சுதந்திர ஜனநாயகத்தில் இதே உணர்வு கமுக்கமாக, கபடமாக, ஓசையின்றி, இடக்கரடக்கலாக வெளிப்பட்டுக் கொண்டிருக்கிறது. சாதி துவேஷ உணர்வை விட்டுவிடுவது என்பதை ஏதோ தலித்துக்களுக்காக இறங்கிவந்து விட்டுக் கொடுப்பதாக நினைக்கிறார்களேயொழிய, தங்களை இழிவிலிருந்து திருத்திக் கொள்ளுவதாக நினைப்பதில்லை.

பிராமணிய ஏடுகள் சமயம் கிடைத்தபோதெல்லாம் தலித்துக்கள் மேலே வந்துவிடக் கூடாது என்று வாசகர் கடிதங்கள் வழியாக எதிர்த்து வந்ததைப் போல, இதற்கு எதிராக, தாசர் பிராமணர்களை விமரிசித்து வந்த பிறபத்திரிகைச் செய்திகளைத் தமது விமரிசன பார்வையோடு பிரசுரம் செய்தார். இலங்கா தீபப்பத்திரிகைகளில் ஒரு பிராமணன் மகமதிய மார்க்கத்திற்கு மாறிய செய்தி வெளிவந்ததை வரவேற்றுத் தமது மகிழ்ச்சியைத் தெரிவித்தார் (I.1907:17). திருச்சி சீரங்கர் கோவிலில் நடைபெற்ற ஆழ்வார் ஊர்வலத்தில், '.... வடகலை தென்கலை நாமம்போட்டுத் திரியும் பார்ப்பார்கள் பொறாமையால் சண்டையிட்டுச் சுவாமியென்று கவனிக்காது ஆழ்வார் கழுத்திலிட்டிருந்த மாலையைப் பிடுங்கியும் அவரைக் கீழே தள்ளவும் ஆரம்பித்து போலீசாரால் பிடிபட்டு விசாரணையிலிருக்கின்றார்கள் ...' என்று சில பிராமணர்களின் சுய ரூபத்தை எடுத்துக் காட்டினார் (I.1907 : 17).

பம்பாயைச் சேர்ந்த வெங்கைய மகாத்மா என்ற வேதாந்தி மெல்போர்ன் நகரில் தங்கியிருந்தபோது, தனது டைப்பிஸ்டாக இருந்த ஒரு பிரெஞ்சு சிறுமியைக் கட்டிப் பிடித்து முத்தமிட்டாராம்! இது பத்திரிகைச் செய்தி (I 1908 : 82). (பரமாத்மா, சீவாத்துமாவை வலுக்கட்டாயமாக முத்தமிடுவது இந்திய அத்வைத வேதாந்தத்துக்கு உடன்பாடாகலாம்; ஐரோப்பாவில் இது சட்டப்படி குற்றம்). இச்செயலுக்காக அந்த வேதாந்திக்கு ஆறுமாதம் கடுங்காவல் சிறைத் தண்டனை கிடைத்ததாம்!

வடநாட்டில் வங்காள ஐகோர்ட் ஜட்ஜ் (மாஜி) பாபு சாரத சரணமித்திரர் என்பவர் இந்துசபை ஒன்றை ஏற்படுத்தி, இந்துப் பழம்பெருமைகளைச் சொல்லி பிரச்சாரம் செய்துவந்தார். ரோமானியரை கிரேக்கர் வென்றது போல (?) ஆங்கிலேயரை இந்துக்கள் வெல்லவேண்டும்; எல்லாரும் இனிமேல் தேவநாகரி வரிவடிவத்தில் எழுதவேண்டும்; இந்துக்களின் ஒற்றுமைக்கு இந்திமொழி பொதுமொழியாக வேண்டும் என்றெல்லாம் பேசிவந்தார். இது பற்றிக் குறிப்பிட்ட தாசர், பாபு பிரச்சாரம் பண்ணும் காரியங்கள் நிறைவேறுவதைப் பார்க்க அவர் ஒன்றும் சிரஞ்சீவி பட்டம் பெற்றவரல்லர் என்று விகடம் செய்தார் (I.1910 : 297 - 98).

பூபேந்திரநாத் பாஸு 1911–இல் கொண்டுவந்த விவாக மசோதாவை (கலப்பு மணம்) தாசர் தமக்கேயுரிய விகட உணர்வோடு ஆதரித்தார்.

கள்ளுக்கடை, சாராயக்கடை, ரிப்ரஷ்மெண்ட் அறைகள், தாசி வீடுகள், இரவில் தாசிகளை ஏற்றிப்போகும் வண்டிகள் முதலியவற்றில் யாரும் சாதி ஆசாரம் பார்ப்பதில்லை. இரவில் பலசாதிப் பெண்களோடு தங்கிவிட்டு, விடியற்காலம் எழுந்தோடி வரும்போதுமட்டும் சாதி ஆசாரம் பார்க்கலாமா? எனவே இவர்கள் பாஸு கொண்டுவந்த மசோதாவைத் தடுக்கமாட்டார்கள். 'இரவில் நடக்கும் சகலசாதி சம்மந்த காந்தர்வ விவாகம் பகலில் சகல சாதியிலும் பஹிரங்க விவாகமாக மாறுவது சிரேஷ்டச் செயலாம்' என தாசர் கலப்புமணத்தை ஆதரித்தவிதமே தனிதான்! (I.1911:375). 'இந்து யூனிவர்சிட்டி' எனப் பெயர் சூட்டித் தொடங்கப்படும் ஒரு நிறுவனத்தில் சாதிபேதம் இல்லாதிருக்க முடியுமா என்று தாசர் கேட்டார் (I.1911 : 385).

அயோத்திதாசர் வாழ்ந்த காலத்து இந்திய – தமிழகப் பகுதிகளில் நிகழ்ந்து கொண்டிருந்த அரசியல், பொருளாதாரம், கலாச்சாரம், சமூகம், மதம் தொடர்பான மாற்றங்களில் அவரை மிகவும் ஆழமாகப் பாதித்தவை சாதிபேதம் சம்பந்தப்பட்டவையாகவே இருந்தன என்பது புரியும். சாதிபேத அமைப்பால் பாதிக்கப்பட்ட ஒரு கனவானின் எதிர்வினைகளாகவே தாசரின் செயல்பாடுகள் அனைத்தும் அமைந் திருந்தன. தாசர் எதற்காக சாதிபேதமற்ற திராவிடர்களின் பௌத்த மதத்தை நிர்மாணித்தார் என்பதை அறிய இதுமட்டும் போதாது. அவர் காலத்தில் தலித்துக்களுக்கு எதிராக சுதந்திரமாகக் கட்டவிழ்த்து விடப்பட்ட சாதிய வன்கொடுமைகளை அறிய வேண்டும்; பிரிட்டிஷ் ஆட்சிக் காலத்தில் பட்லர், துரைமார் வீட்டுக் காவலர்கள், பாரம்பரிய மருத்துவம், ஆங்கில மருத்துவமனைகள், ரயில்வே, இராணுவம் முதலிய துறைகளில் தலித்துக்கள் உழைத்து வசதிக்கு வந்து கொண்டிருந் தார்கள். கிறிஸ்தவத்துக்கு மாறி மிஷனரிகள் தந்த கல்வி, வேலை வாய்ப்புக்களைக் கைப்பற்றி கௌரவமான நிலைக்கு உயர்ந்து கொண்டிருந்தார்கள். தாசர் போன்ற பௌத்தர்கள் பௌத்த சங்கம், பாடசாலை, மருத்துவம், பத்திரிகை வழியாக நவீனத்துவ வாழ்வில் ஊன்றத் தொடங்கியிருந்தார்கள். இந்த மேம்பாடுகள் எல்லாமே நகர்ப்புறங்களில்தான் ஓரளவுக்குச் சாத்தியமாயின. கிராமங்களில் பாரம்பரியமான சாதிய ஒடுக்குமுறை எப்போதும் போலப் பேயாட்டம் போட்டுக்கொண்டுதானிருந்தது. பிராமணியம் மிகத் தீவிரமாக பழைய சனாதன சமூக ஒழுங்கைப் பராமரிக்க எத்தனங்களை மேற்கொண்டிருந்தது. அதனைத் தட்டிக் கேட்பார் யாருமில்லை; ஆனால் தாசர் தட்டிக் கேட்டார்; விடாமல் கேட்டார்; இதற்கான அறம் – ஒழுங்குசார்ந்த ஒரு கருத்தியல் தளமாக திராவிட பௌத்தத்தைத் தேர்ந்தெடுத்தார். பிராமணிய ஹிம்சைக்கு எதிர் நிலையில் திராவிட பௌத்த அகிம்சையை வியூகம் அமைத்தார்.

●

# 4

# • அயோத்திதாசர் கால தலித்துக்கள் •

இந்திய – தமிழக வரலாற்றில் தலித்துக்களின் வரலாறு பிறசாதிகளின் வன்முறைகளுக்கு ஆளான சோக வரலாறு. அந்தச் சோகவரலாற்றில் ஒரு மாற்றம், இலேசான மாற்றம் தோன்றக் காரண மானது பிரிட்டிஷாரின் காலனிய அரசாட்சி. இந்த அந்நிய அரசாட்சியின் ஒரே குறிக்கோள் ஆட்சியை நிலைப்படுத்தி, செல்வங்களைக் கொள்ளையடிப்பதே. இதற்காக அந்த ஆட்சி கொண்டுவந்த புதிய உற்பத்தி முறைக்குப் புதிய உற்பத்தி உறவுகளும், சக்திகளும் தேவைப்பட்டன. அந்த அரசாட்சி வரும்வரை இங்கு நிலவிய பாரம்பரியமான உற்பத்தி முறைக்கு சாதிய சமூக அமைப்பும், உறவுகளும் பராமரிக்கப்பட்டு வந்தன. வேளாண்மை உற்பத்தியே மையமான பொருளாதார உற்பத்தியாகவும், இதற்கு வேண்டிய மலிவான உற்பத்திச் சக்திகளாக பிறப்பாலேயே தீண்டாதாராகச் சமூக விலக்குக்கு ஆளாக்கப்பட்ட தலித்துக்கள் பயன்படுத்தப் பட்டு வந்தார்கள். இந்து மதத்தின் சாதியக் கொள்கை, உயர்சாதியார்களின் உடைமைப் பெருக்கத்துக்கும், நீடிப்புக்கும் வழி வகுத்தது. இதன்படி எவ்வித உடைமை யும் உரிமையும் பாராட்ட முடியாத அடிமை நிலைமை

யில் தலித்துக்கள் வைக்கப்பட்டார்கள். இப்படி ஒரு கொடூரமான சமூக நிலைமையைப் பிறப்பாலேயே சாசனப்படுத்தியது பிராமணிய சனாதனக் கொள்கை. இந்தக் கொள்கையைக் கேள்விக்கு உட்படுத்திய காலம்தான் பிரிட்டிஷ் காலனியஆட்சிக் காலம். ஐரோப்பிய அறிவாளி கள், கிறிஸ்தவ மிஷனரிகள், தனிமனிதனை அலகாகக் கொண்ட பிரிட்டிஷ் சட்டம், தரிசாகக் கிடந்த நிலங்கள் விளைநிலங்களாக மாற்றியமை, அறிவியல் – தொழில் நுட்ப வளர்ச்சி, மேற்கத்திய கல்வி, நகர்ப்புறங்களில் புதிய துறைகளில் வேலைவாய்ப்பு பெருக்கம், ஜனநாயக அமைப்புக்கள் – செயல்பாடுகளின் வளர்ச்சி ... இப்படிப் பட்ட காரணங்களால் மொத்த சமுதாயமே நல்லதுக்கும் கெட்டதுக்கு மாகப் பெரும் மாற்றங்களை அடைந்து கொண்டிருந்தது. இந்தப் பிரளயகாலத்தில் தலித்மக்களும் கூட மாறினார்கள்; நிமிர்ந்து நிற்கமுடியும் என்பதை உணர்ந்தார்கள். இதற்காக அவர்கள் பட்ட பாடுகள் அநேகம். புதிய காலச் சூழலில் இவர்கள் சமத்துவத்தை நோக்கி நிமிர எத்தனித்த போது சாதியம் என்ற பிராமணியம் தனது அடிப்படையே ஆட்டம் காணுவதாகப் புரிந்து கொண்டு, மேலும் மேலும் சாதிய வன்கொடுமைகளை தலித்துக்கள் மீது கட்டவிழ்த்து விட்டது. பிரிட்டிஷ் ஆட்சியில் கிட்டிய சொற்ப அனுகூலத்தைக் கூட தலித்துக்கள், அனுபவித்து விடக்கூடாதென, பாரம்பரியமானப் வழிகளிலும், நவீன பத்திரிகைகள், அதிகாரிகள், இந்து அமைப்புக்கள், சுதேசிய இயக்கங்கள், கல்விக் கூடங்கள், கிறிஸ்தவ மதம் ... ஆகியவற்றின் ஊடாகவும் தலித்துக்களை இடை விடாமல் அவமானப்படுத்தி வந்தது; பொதுவான இடங்களிலிருந்தும், சமூகச் செயல்பாடுகளிலிருந்தும், நில உடைமைகளிலிருந்தும், அவர் களை விலக்கி ஒடுக்கிச் சனாதன 'தருமத்தை' அறிவியல் காலத்திலும் தொடர்ந்து பராமரித்தது. பிராமணியத்தால் எவ்வித சுய முயற்சியு மின்றி ஆதாயம் அடைந்து வந்த உயர் சாதிய சக்திகள் அதனை இழக்கத் தயாராக இல்லை; உள்ளதைப் பகிர்ந்து கொள்ளுதல் என்பதை சாதிய சமூக அமைப்பில் காணவியலாது; எனக்கு இது, உனக்கு அது என்ற பாகுபாட்டின் அடிப்படையில்தான் சாதியம் செயல்படுகிறது. நமக்கு என்ற பேச்சுக்கே இடமில்லை.

இந்த நிலைமையைப் படித்த தலித்துக்கள் உணரத்தலைப்பட்டார் கள்; மிக மலிவாகவும், எளிதாகவும், எந்தவிதமான முகாந்திரமு மின்றியும் தாங்கள் மற்றவர்களால் மரியாதையின்றி நடத்தப்படுவதை உணர்ந்து இந்த நிலைமையில் மாற்றம் வரவேண்டும்; நியாயமான ஒரு சமூக ஒழுங்கும், அமைப்பும், நடைமுறையும் இருக்க வேண்டும் என்று எண்ணினார்கள். பிறப்புத் தகுதி தேவைப்படாத நவீன காலத்தில் அதனையே வலியுறுத்திவந்த பிராமணியத்தை எதிர்கொண் டார்கள்; இந்துமதம்தான் சாதிமதம் என்பதை ஐயத்திற்கு இடமின்றி உணர்ந்தார்கள்; மாற்றுமதங்கள், நாடுகள், நாகரிகங்கள், வரலாறுகள் ஆகியவற்றைக் கற்றறிந்தார்கள்; கருத்தியல் ரீதியாக பிராமணியத்தை எதிர்கொண்டு கருத்துப்போராட்டம் நடத்தியதோடு, சபைகள்,

அமைப்புக்கள் மூலமாகவும், அவற்றின் பத்திரிகைகள் வழியாகவும் தலித்துக்களிடையே விழிப்புணர்ச்சியை ஏற்படுத்தினார்கள். நகரங்களில்தான் இம்முயற்சி தொடங்கப்பட்டது; பிராமணியத்தை வீழ்த்திடத் தங்களது பலத்தை வலுப்படுத்தும் முயற்சிகளில் ஈடுபட்டார்கள்; சாதிய ஒழிப்புக்கு அமைப்புக்களைக் கட்டினார்கள்; கிறிஸ்தவ மதத்துக்கு மாறினார்கள்; கல்வியை முக்கிய ஆயுதமாகக் கொண்டார்கள்; தங்களுக்கான மாற்றுச் சிந்தனைகள், சித்தாந்தங்கள், மதங்கள், வரலாறுகள் ஆகியவற்றைக் கட்டமைக்கும் முக்கியமான அறிவுச் சொல்லாடல்களை உருவாக்க முயன்றார்கள்; பிராமணியத்துக்கு எதிராக இருந்த சக்திகளோடு உரையாடுவதன் வழியாக சமுதாயத்தில் தங்களுக்கான நேச சக்திகளை வளர்க்க முயன்றார்கள்; சாதிய இந்தியாவின் சுயராஜ்ய அரசியல் விடுதலை தங்களுக்குப் பெரும் பாதகமாக அமையும் என்பதைச் சரியாக அவதானித்து அதற்கு முன், பிரிட்டிஷ் ஆட்சிக் காலத்திலேயே அகவிடுதலையாகிய சமூக விடுதலை வருவதை ஆதரித்தார்கள்; குறிப்பாக சாதி வேற்றுமைகள் அகல வேண்டும்; சாதி முறையையே அகற்ற வேண்டும்; நலிவுற்ற சாதியார்க்குப் பிற சாதியாரோடு சமபலத்தோடு அதிகாரபேரம் நடத்த முடியாத நிலை இருந்ததால், இட ஒதுக்கீட்டு உரிமை, வகுப்புவாரி பிரதிநிதித்துவ உரிமை, கிராமப்புறங்களில் சொந்த விவசாயம் செய்வதற்கான நிலவுடைமை உரிமை, கல்வி கற்க உரிமை, இலவச கல்வி, நிதி உதவி, தொழிற்கல்வி, ஆகியவற்றை வலியுறுத்தி நடைமுறைப்படுத்த அப்போதைய பிரிட்டிஷ் அரசாங்கத்தை ஆதரித்தார்கள். ஐரோப்பியரும், ஐரோப்பிய மிஷனரிகளும் சாதிபேதம் பார்க்காதது தலித்துக்களுக்குப் பெரும் ஆறுதலாகவும், சமயத்தில் ஆதரவாகவும் இருந்தது. அந்நியர்களது ஒடுக்கு முறைக்கு ஆளாகிய போதெல்லாம் பிறசாதி சுதேசிகள் அதனை அநியாயம் என்று கூறியபோது, பிறசாதிகள் ஆண்டாண்டு காலமாகத் தங்களை ஒடுக்கிவந்தது மட்டும் நியாயமோ எனத் தலித்துக்களால் அவர்களைப் பார்த்துத் திருப்பிக் கேட்க முடிந்தது.

வளர்ந்துவந்து கொண்டிருந்த இந்தியதேசிய காங்கிரஸ் மூலமாகவோ அல்லது தமிழகத்தில் பிராமணர் அல்லாதாரின் திராவிட இயக்கம் மூலமாகவோ, கிறிஸ்தவத்தின் மூலமாகவோ தங்களுக்குச் சாதி அடிமை முறையிலிருந்து விடுதலை கிடைக்கும் என நம்பிய தலித்துக்கள் ஒருபுறம் இருக்க, வேறு தலித்துக்கள் வெளியிலிருந்து எந்தச் சக்திகளாலும் தலித்துக்கு மீட்சியை வழங்கமுடியாது, நமக்கான வலிமையை வரலாற்றிலிருந்தும், சமகாலத்திலிருந்தும் திரட்டி ஓர் அணியாக எழுவதன் மூலமே சுயமீட்சியை, விடுதலையைச் சாதிக்க முடியும் என்று நம்பினார்கள். அத்தகையவர்களின் முன்னோடிதான் க. அயோத்திதாசர். இந்த முயற்சிக்கு பௌத்தமே சாதகமாக இருந்ததை இவர் கண்டறிந்தார். பௌத்தத்தின் அடிப்படையே சுயமீட்சிதான்; ஒருவன் தன்னைத் தனது வினையைக் கட்டுப்படுத்துவதன் மூலமாக, பூரண விடுதலையை ஈட்டமுடியும், நிருவாண நிலை பெறமுடியும் என்பது

ஒன்று; வரலாற்றில் பிராமணியத்தை முதன்முதலாகக் கேள்விகேட்டு அதன் சனாதன முகத்திரையைக் கிழித்தது பௌத்தம் என்பது மற்றொன்று. அடுத்தது, அவர் காலச்சூழலில் ஒரு வட்டத்திற்குள் பேசிப் பரிமாறப்பட்ட நவீன பௌத்தம், ஒட்டு மொத்தமாக தலித்துக்களின் மதமே என்ற ஒரு வரலாற்றை புனைவதாகும். ஏனெனில் சமகாலத்திலும் சரி, வரலாற்றிலும் சரி, தலித்துக்களை சாதியக் கொடுஞ்சிறைக்குள் வைத்து தண்டித்துக் கொண்டிருப்பது இருந்தது பிராமணியம்; அதனை எதிர்த்துப் போராட ஏற்ற மதம் தலித்துக்களுக்கான பௌத்தமே என்ற தருக்கம் தாசரிடம் செயல்பட்டது.

அவரது சமகால தலித்துக்கள், பிராமணியத்தின் சாதிய வஞ்சகத் தால் எவ்வாறெல்லாம் நசுக்கப்பட்டார்கள் என்ற தாக்கம் தாசரை பௌத்தத்திற்கு இட்டுச் சென்றது. கிறிஸ்தவத்துக்கு இட்டுச் செல்ல வில்லை; பௌத்தத்தில் பிராமணிய சாதிகள் வரமுடியாது; ஆனால் கிறிஸ்தவம் அன்று பிராமணிய கிறிஸ்தவமாகிவிட்டிருந்தது. பிராமணி யத்தாலும் (இந்து மதம்); கிறிஸ்தவத்திற்குள்ளும் தலித்துக்கள் எவ்வாறு தண்டிக்கப்பட்டார்கள் என்பதை தாசர் 'தமிழன்' பத்திரிகையில் விளக்கமாகப் பதிவு செய்துள்ளார். முதலில் பிராமணியத்தின் சாதியத்தைக் காணலாம்.

தாசர் வாழ்ந்த காலத்தில் பிரிட்டிஷ் ஆட்சி நடந்தாலும், கிராமங்க ளில் அன்று வழக்கமான சாதியக் கொடுமைகள் தலித்துக்களுக்கு இழைக்கப்பட்டுக் கொண்டிருந்தன. பழைய சாதி முறையோடு, கிராமப்புற தலித்துக்களை நசுக்குவதில் பிரிட்டிஷ் ஆட்சி முறை ஏற்படுத்திய கிராமப்புற வருவாய்த்துறை உத்தியோகஸ்தர்களும் சேர்ந்து கொண்டார்கள். புதிய உத்தியோகமுறையில் கிடைத்த அதிகாரத் தோடு, பாரம்பரியமாகப் பிறப்பால் வந்த சாதி அதிகாரமும் இவர்களிடம் இணைந்தன. இரட்டைக்குழல் துப்பாக்கி மாதிரி செயல்பட்டார்கள். கிராமங்களில் இத்தகைய சுதேசி மாஜிஸ்டிரேட், தாசில்தார், முன்சீப், கர்ணம் முதலான வருவாய்த்துறையினரால் ஏழை எளிய சாதிகள் (குறிப்பாக தலித்துக்கள்) ஒடுக்கப்பட்டன; அவர்களிடம் கட்டாயவேலை வாங்குவது, நாள் முழுவதும் உழைத்த தற்குக் குறைந்த கூலி தருவது, விளைச்சலற்ற காலத்தில் வரிகளைக் கறாராக வசூலிப்பது; தலித்துக்கள் தங்கள் குறைகளை ஆங்கிலேய கலெக்டர் துரையிடம் நேரடியாகச் சொல்ல விடாமல் தடுப்பது; பொய்க் குற்றங்களைச் சாட்டுவது, ஊரை விட்டே துரத்துவது . . . இப்படி அன்றாடம் மேற்படி அதிகாரிகள் தலித்துக்களின் வாழ்வை நரகமாக்கிக் கொண்டிருந்ததை தாசர் பத்திரிகையில் எழுதினார்; சாதிபேதம் பாராட்டாத ஆங்கிலத் துரைகளையே வருவாய்த் துறையில் அமர்த்த வேண்டும் என்று அடிக்கடி அரசாங்கத்திடம் கோரிக்கை விட்டார், நினைவூட்டினார். '. . . கிராம உத்தியோகஸ்தர் களுக்குக் கொடுத்துள்ள சொற்ப அதிகாரங்களையும் எடுத்துவிட வேண்டியதே விவசாய விருத்திக்கு சுகமாகும்' என்றார். (I.1910 : 290).

சாதியம், கிராமப்புற விவசாய உற்பத்திக்கு எவ்வாறு தடையாக இருந்தது என்பதை எடுத்துக்காட்டினார். கிராமப்புற சாதியத்துக்கு தாசர் உறுதியாகச் சொன்ன தீர்வு : 'உழைப்பவனிடம் நிலத்தை அளிக்கவேண்டும்'. பொதுவுடைமைக் கட்சிகள் இன்றும் சொல்லிக் கொண்டிருக்கிற விவசாய வர்க்கப்பிரச்சினைக்கு அடித்தளமாக இருக்கும் சாதியத்தை அன்றே தாசர் உணர்ந்திருந்தார் என்பது முக்கியமாகும். அதற்கு முன்பாக தரிசு நிலங்களை ஏழைச் சாதிகளுக்கு அரசே வழங்க வேண்டுமெனக் கேட்டுக்கொண்டார்.

கிராமங்களில் சாதியின் பேரால் தலித்கூலி ஜனங்களின் உடல் உழைப்பு அரக்கத்தனமாக நிலவுடைமைச் சாதிகளால் சுரண்டப்பட் டன. உடல் உழைப்பே தலித்துக்களுக்கு அவர்களது பிறப்புக்காக வழங்கப்பட்ட தண்டனையாக இருந்தது. உணவு, உடை, உறைவிடத் திற்கு கிராமங்களில் தலித்சாதியர்கள், நிலவுடைமைச் சாதிகளைச் சார்ந்து வாழ வேண்டிய அடிமை நிலைதான் இதற்குக் காரணம். உழுகின்ற பறையரிடம் சொந்த பூமி இல்லை. நிலமெல்லாம் சிலரது கையில் இருப்பதால்தான் பிரச்சினை என்றார் தாசர். அவர்கால அமெரிக்காவில் சொந்தபூமி வைத்து விவசாயம் பார்ப்பவர்கள் 87 சதவிகிதம். இந்தியாவில் 5 சதவிகிதம் கூட இல்லை என்று புள்ளிவிவரம் காட்டிய தாசர், இதற்கு 'சாதிநாற்றக் கசிமலங்களும்' ஒரு காரணம் என்று எழுதினார் (I. 1908 : 38). உழைப்பவர்கள் தலித்சாதிகள்; உடைமையாளர் உயர் சாதிகள். இந்தப் பிளவை தாசர் கண்டார். சோம்பேறிகள் ஒன்றுசேர்ந்து பூமியைப்பெருக்கிக் கொண்டு, அதைப் பண்படுத்திப் பயிரிட, விதியற்றுப்போய்ப் பறை யனைத் தேடுவார்கள் என்று தாசர் குறிப்பிட்டார் (I. 38). இந்தப் பிளவுபட்ட சாதிய சமூக அமைப்பு, விவசாய உற்பத்தியைப் பேரளவுக்கு விருத்தி செய்யவில்லை. பஞ்சம் ஏற்படுவதற்குக்கூட இத்தகைய சாதகமற்ற சாதி அமைப்பும் சாதிபேதமும்தான் காரணம் என்றொரு கருத்தை தாசர் அவ்வப்போது முன்வைத்தார் (I. 43). வழக்கமாக நமக்குப் பாடப்புத்தகங்கள் வழியாக, பிரிட்டிஷ் ஆட்சிக் காலத்தில் ஏற்பட்ட பஞ்சங்களுக்கு மூலகாரணம் அந்நிய ஏகாதிபத்தி யம் என்று சொல்லப்பட்டு வந்துள்ளது. சாதியமே வேளாண் உற் பத்தி முறைக்கு உகந்ததாக இல்லை; இதுவே பஞ்சங்களுக்குக் காரணமாக இருந்துள்ளது என்ற காரணம் பாதிக்கப்பட்டவர்களால் சொல்லப்பட்டது.

அன்று இரவுபகலாக நிலத்தில் கூலிவேலை செய்த ஏழைக்கு 'சாதிபேதக்காரர்கள்' தந்த கூலி, நாள் ஒன்றுக்கு ஒன்பது காசு! (I. 1911 : 370). தாசர் தமது காலத்தில் தென்னிந்திய விவசாயக் கூலியாட்களுக்கு வழங்கப்பட்ட கூலி விபரத்தை வெளியிட்டார்.

**பண்ணைக் கூலி:**

    1 ஆணுக்குச் சராசரி நாள் 1க்குக் கூலி – 3\4 அணா

    1 பெண்ணுக்குச் சராசரி நாள் 1க்குக் கூலி – 1\2 அணா

*16 வயதுக்குட்பட்ட பையன்கட்கு நாள் 1க்குக் கூலி – 1\4 அணா*

**கூலியை நெல்லாகத்தந்தால்:**

*1 ஆணுக்கு நாள் 1க்கு – 3 ஆழாக்கு*

*1 பெண்ணுக்கு நாள் 1க்கு – 2 ஆழாக்கு*

**கேழ்வரகு (அ) சோளமாகத்தந்தால்:**

*1 ஆணுக்கு நாள் 1க்கு – 1 உழக்கு*

*1 பெண்ணுக்கு நாள் 1க்கு – 1 ஆழாக்கு.*

கூலிஜனங்கள் சம்சாரி வீடுகளில் உப்பு புளி மிளகாய் கேட்டால் உங்கள் வாய்க்கு ருசியாகக் குழம்புகூட வேண்டுமோ என்பார்களாம். கூலி போதாதென முறையிட்டால், வீட்டு எஜமானியிடம் அனுப்பிக் கேட்க சொல்வார்களாம். அவளோ நான்குநாள் பழையதான கூழ்ப்பானைகளில் ஆற்று நீரை விட்டுச் சுரண்டி கலயங்களில் வார்ப்பாளாம். இதுக்கும் மேலே, பண்ணையாரிடம் பசியாறக் கூலி கேட்டால், அவன் பாட்டனும், அப்பனும் வாங்கிய கடனைத் திருப்பித் தரவில்லை என்றும் அதனால் கூலி இல்லை என்றும் கூறுவாராம் (I.378). காலங்காலமாக இந்த உரையாடல் நடந்து கொண்டுதான் இருக்கிறது! அன்று தலித் கூலியாளுக்கு ஐந்து ரூபாய் கடன் கொடுத்துவிட்டு ஆறுமாத காலம் விவசாய வேலை வாங்குவதும், அரைப்படி நெல்லுக்கு ஒரு நாள் முழுவதும் வேலை வாங்குவதும் நடைமுறையில் இருந்தது (I. 57). ஒரு அணா, அரை அணா விலை பெறும் தானியங்களைக் கொடுத்து நாள் பூராவும் வேலை வாங்குவதும் வழக்கமே (I. 22). இந்திய சமுதாயத்தில் ஆறில் ஒரு பகுதி மக்களை சாதிமுறையால் அடிமைப்படுத்தியது, மலிவான உழைப்புச் சக்தியை நிரந்தரமாகப் பட்டினியில் வைத்திருப்பதற்கே என்பது விளங்கும். அவர்கள் இழிந்தவர்கள்; அசுத்தமானவர்கள்; பார்க்கச் சகிக்கமாட்டா தவர்கள்; தரித்திரங்கள், இதற்கு அவர்கள் பிறப்பே காரணம் என்று நியாயம் கூறப்பட்டது. தலித்துக்குரிய அடிப்படைத்தகுதி எவ்வித உடைமையும் உரிமையும் இல்லாமையே. அவனுக்குச் சிறிதளவேனும் உடைமை வந்துவிட்டால் சுயமாக, சொந்த உழைப்பில் வாழத்தலைப்பட்டு விடுவான் என்பதைப் பிறர் உணராமல் இல்லை. இப்படி ஒரு தலித் உடைமை பெற்றதால் பட்ட பாடுகளை தாசர் 'தமிழனில்' விரிவாக எழுதினார்.

கிராமத்தை விட்டு, கோலார் தங்கவயலில் தொழிலாளியாக உழைத்து (அன்று வடஆர்க்காடு மாவட்டத்தில் வாழ்ந்த பறையர்களுக்கு கோலார் தங்கவயல் முன்னேற்றத்திற்குரிய வேலைத் தளமாக இருந்தது) நாலு காசு தேடி மீண்டும் சொந்த கிராமம் வந்து நன்கு உடை உடுத்தும் பறையனைப் பிடித்து மரத்தில் கட்டிவைத்து உயர்சாதியார், புளியமிலாரால் அடித்தார்கள். இது பற்றி அவன், அதிகாரியிடம் புகார் கூறியதால் அன்றிரவே அவனது குடிசைக்குத்

தீ வைத்தார்கள்; ஊரை விட்டே துரத்தினார்கள்; கொண்டு வந்த பணத்தைக் கொண்டு சொற்ப நிலம் வாங்கிச் சொந்த விவசாயம் பார்த்தால் அவன் நிலத்தில் விளைந்த பயிரில் இரவில் மாடுகளை விட்டு மேய விட்டார்கள். பயிரை மேய்ந்த மாடுகளை அவன் பிடித்து பவுண்டுக்குக் கொண்டுபோனால் அவனைக் கொலை செய்யவும் தயங்கமாட்டார்கள் என்று தாசர் எழுதினார் (I. 1914 : 507 - 8). தென்னாற்காடு ஜில்லா, திண்டிவனம் தாலுகா, விடலாபுரம் கிராமத்தில் நடந்த படுகொலையைத்தான் தாசர் எழுதினார். டிசம்பர் 1912–இல் நடந்த படுகொலை இது. தலித் நிலத்தில் மாடுகளை மேயவிட்டவர்கள் ரெட்டிகள். அவனை மறுநாள் அடித்துக் கொலை செய்ததும் அவர்களே. விசாரணைக்கு வந்த தாசில்தார், இன்ஸ்பெக்டர், மாஜிஸ்டிரேட் மூவரும் தமிழ்நாட்டைச் சேர்ந்த சாதி இந்துக்களல்ல என்பதையறிந்த தாசர், விசாரணை நியாயமாக நடக்கும் என்று எழுதினார் (III.1913: 77 - 79).

மதுராந்தகம் தாலுகா, ஓரத்தூர் கிராமத்தில் வாழ்ந்த பறையர் களுக்கு அக்கிரகாரத்துப் பிராமணர்கள் விதித்திருந்த சாதித்தடைகள் :

- ❖ பறையர் பிராமணரின் பட்டாநிலம் வழியாகப் போகக்கூடாது
- ❖ ஏரியில் தண்ணீர் பிடிக்கக் கூடாது; பிடித்தால் குடம் உடைபடும்
- ❖ ஆடுமாடுகளைக் காட்டில் மேய்க்கக் கூடாது
- ❖ காய்ந்த விறகுகள் பொறுக்கக் கூடாது
- ❖ ஏர்மாடுகள் வைக்கக் கூடாது
- ❖ சுத்த நீர் குடிக்கவோ, துவைத்த ஆடை உடுத்தவோ கூடாது
- ❖ மாட்டுக்குப் புல்லறுக்கக் கூடாது
- ❖ சர்க்கார் தீர்வை கட்டுவதற்கு அக்கிரகாரத்தைச் சுற்றிப் போக வேண்டும் (I. 1909 : 102).

இத்தகைய தடைகள் இந்திய கிராமங்கள் எங்கும் நீக்கமற நிறைந்திருந்தன. உடைமை, குடிநீர், சுகாதாரம், பொது இடங்களில் புழக்கம் ஆகியவை தலித்துக்களுக்கு மறுக்கப்பட்டன. இவையெல்லாம் சாதி ஆசாரக்காரருக்கு, உடைமையாளர்களுக்கே உரியன, இந்த உரிமைகள் சாதியில் ஆசாரக்கேடானவர்களாகக் கருதப்பட்டவர்களுக்கு இல்லை என்பதுதான் அன்றைய பொதுப்புத்தி அறிவு. தலித் சாதிக்காரன் ஒரு கொடி வழியில் (ஒற்றையடிப்பாதை) எதிரில் வந்தால், பெரிய சாதிக்காரர்கள் அவனை வந்த வழியே திருப்பி அரைமைல், ஒரு மைல் தூரத்துக்குத் துரத்தியடித்தார்கள். பொதுக் கிணற்றில் நீர் பிடிக்க தலித்துக்கு உரிமை இல்லை; அசுத்த நீர்தான் அவனுக்கு! மீறிப் பிடித்தால் புளியம் மிலார் அடி, தொழுவில் மாட்டுதல் தண்டனைகளாக வழங்கப்பட்டன. இதனால் அசுத்த நீரைக் குடித்த பறையர்கள் விருதுபட்டியில் விஷபேதியால் மாண்டார் கள்: மிருகங்களுக்குத் தண்ணீர் தருபவர்கள், மக்களுக்குக் கொடுப் பதில்லை என்று தாசர் வருந்தினார் (I.1909 : 109). பஞ்சகாலத்தில்

வயிற்றுக்கே சோறில்லாமல் குடல் வற்றி இறந்து போகும் ஏழைமக்
களைப் பற்றி (தலித்துக்கள்) கிராம முன்சீபுகள் சீதபேதியால் மரணம்
என ரிப்போர்ட் எழுதி விடுவார்கள் (ராமலிங்கரெட்டி) இந்தியா
6. 4. 1907 (II. 63).

பிரிட்டிஷார் கட்டிவைத்த பொதுச்சத்திரங்களில் தலித்துக்கள்
தங்க அனுமதிக்கப்படவில்லை. கிராமங்களிலிருந்த தாலுகா கோர்ட்டு
களில் தலித்துக்கள் நுழையத் தடை. கோர்ட் கச்சேரிக்கு வெளியே
நின்றுகொண்டு அவன் சொன்ன பிராதை எவனாவது கேட்டு
உள்ளே சென்று சொல்ல, அதன் அடிப்படையில் அவனுக்குத் தீர்ப்பு
வழங்கினார்கள் (I. 507).

கிராமங்களில் பறையர்கள் தங்களுக்குரிய வீடுகளைக் கட்டும்
போது, ஓரமாக முன்னால் திண்ணைகள் வைத்துக் கட்டக்கூடாது.
(அது பெரிய சாதிக்குரிய சின்னம்) சுத்தநீரை ஊர்ப் பொதுக்
கிணற்றிலிருந்து எடுக்கக்கூடாது; அசுத்த நீர்தான் அவர்களுக்குரியது;
அவர்கள் நாள்முழுக்க விவசாய உழைப்பில் ஈடுபட்டு உழைப்பதற்கு
அரை வயிற்றுக் கஞ்சிக்கேனும் தக்க கூலி கொடுக்கக் கூடாது;
அவர்கள் எபபோதும் பட்டினி கிடக்க வேண்டும்; பட்டினியைப்
போக்க உயர்சாதியை நம்பியே இருக்க வேண்டும் (I.52). பட்டினியைப்
போக்குவதற்குக் கடுமையாக அவர்கள் உழைத்தாக வேண்டும்.
இன்னும் கூடுதலாக சேவை செய்ய வேண்டும். உயர் சாதியார்
வீட்டில் அரிசி மிதித்துப் பதப்படுத்த வேண்டும்; கேழ்வரகு, சோளம்,
வரகு, கரும்பு, மிளகாய், கொத்துமல்லியைப் பதப்படுத்த வேண்டும்;
புளியை உருட்டிக் கொடுக்க வேண்டும்; வீட்டுக் கிணறுகளில்
விழுந்த செம்பு பித்தளைப் பாத்திரங்களை மூழ்கி எடுத்துக் கொடுக்க
வேண்டும். இந்தமாதிரி வேலைகளெல்லாம் பறையர்களது சாதிக்கடமை
என்றே விதிக்கப்பட்டன (I.1911 : 381-82).

இந்துக்கள் தங்கள் குளங்களில் மாடு குதிரை கழுதைகள் வாய்
வைத்து நீர் அருந்தச் சம்மதிக்கிறார்கள்; ஆனால் தலித்துக்கள்
தங்கள் பாத்திரங்களில் நீர் மொள்ளச் சம்மதிப்பதில்லை. தொட்டால்
தீட்டு? (I.1910 : 266). (தொடக்கக்கால நாவலாசிரியர் அ. மாதவையாவும்
தமது நாவல்களிலும், சிறுகதைகளிலும், சீர்திருத்தக் கட்டுரைகளிலும்
பிராமணர்கள் பறையரை இதேபோல நடத்துவதைப் பற்றி தார்மீகக்
கோபத்தோடு எழுதியிருக்கிறார்.)

தாழ்ந்த சாதியார்கள், இறந்துபோன ஆடுமாடுகளையே புசிக்கும்படி
உயர்சாதியார் வழக்கம் வகுத்து, அவ்விலங்குகளின் தோலைமட்டும்
எடுத்துக் கொண்டார்களாம். முனிசிபாலிட்டிக்கு உட்பட்ட கிராமங்
களில் இறந்த பிராணிகளை ஓரிடத்தில் கண்டிப்பாகப் புதைக்க
வேண்டும் – தோல் உட்பட என்று உத்திரவிட வேண்டும் என்று
தாசர் எழுதினார்.

இவ்விடத்தில் தலித்துக்களிடையே தாசர் இரண்டு பிரிவுகளைச்
செய்வதைச் சுட்ட வேண்டும். தாழ்ந்த சாதி – தாழ்த்தப்பட்ட சாதி

என ஒரு பாகுபாட்டைச் செய்தார். குறவர், தோட்டி, வில்லியர், சக்கிலியர் ஆகியோர் தாங்களாகவே தாழ்ந்த சாதிகள் என்றும், பறையர் முதலானோர் கனம், தனம் ஆகியவற்றில் பிறரால் வஞ்சகமாகத் தாழ்த்தப்பட்டவர்கள் என்றும் எழுதினார். 1909 டிசம்பர் விடுமுறைக் காலத்தில் சில பெரியோர் கூடி இந்தியாவில் தாழ்த்தப்பட்டவர்களைச் சீர்திருத்த முடிவு செய்தார்கள். அப்போது 1. இயல்பாக அறிவின்றித் தாழ்ந்த சாதிகள் (குறவர், வில்லியர், சக்கிலியர், மலமெடுக்கும் தோட்டிகள்) 2. வேஷ பிராமணர்களால் தாழ்த்தப்பட்ட சாதிகள் (பறையர், சாம்பாவர், வலங்கையர்) இந்த இரண்டாம் பிரிவினரை முதல் பிரிவினரோடு சேர்த்துப் பஞ்சமர் (ஐந்தாம் சாதி) என்று பெயரிட்டதை தாசர் ஆட்சேபித்தார். (I.97). பறையர் என்ற சாதியைச் சேர்ந்தவராக தாசர் சாதியத்தால், பிராமணரால் தாழ்த்தப்பட்டதாலும், பூர்வ பௌத்தர் என்ற தமது வரலாற்று உத்தேசத்தைக் கருதியதாலும் பறையரைத் தாழ்த்தப்பட்ட சாதியர் என்றார். (தாசரே பள்ளராகப் பிறந்திருக்கும் பட்சத்தில் தேவேந்திரகுல வேளாளர்கள், இந்திரன் என்ற நாமம் பெற்ற புத்தரை வழிபட்ட குலத்தைச் சேர்ந்த வேளாளத் தொழில் புரிந்த பள்ளர்கள் என்றும், இவர்களே புத்த பள்ளிகளில் அறஹத்துக்களாக இருந்து அறம்போதித்தார்கள் என்றும் புனைந்திருக்க ஏகதேசம் வாய்ப்பு இருக்கிறது – ஆ. ர்.). பறையர்க்கே உரிய பாடசாலையை, சாதி ஆசாரக்காரர்களின் பேச்சைக்கேட்டு ஆட்சியாளர்கள் 'பஞ்சமர் ஸ்கூல்' எனப் பெயரிட்டதை தாசர் ஒப்பவில்லை. இப்படியே போனால் இன்னுஞ்சிறிது காலத்தில் தோட்டி, பறையர் யாவரும் ஒரு வகுப்பார் என்று கூடக் கூறிவிடுவார் கள் என்று எழுதினார் (I.1909:138). தாசருடைய சரித்திரத்தில் பறையர் என்போர் சாதி பேதமற்ற திராவிடர்கள்; பூர்வ பௌத்தர்கள். அவர்களுக்கும், தாமாகத் தாழ்ந்த பிற தாழ்ந்த சாதிகளுக்குமிடையே வேற்றுமை உண்டென்பது தாசரின் கருத்து; வேஷ பிராணர் சாதிபேதமற்ற பறையர் என்ற மோதலை அவர் பிராமணியம் பூர்வ பௌத்தம் என்றே நோக்கினார். இன்றுபோல தலித் சாதிகள் தனித்தனித் தலைமையில் குறிப்பிட்ட பிரச்சினைகளைக் கையாண்டு, பொது அரசியலில் கூட்டு நிலைபாட்டை எடுப்பதுபோல 19ஆம் நூற்றாண்டு இறுதியில் 20–இன் தொடக்கத்தில் சூழல் இல்லை. நாடார், தீயர் எனத் தனித்த சாதியாக மதரீதியாகப் போராடிய நிலைதான் அன்றைய நிலை. அந்தச் சூழ்நிலைக்கேற்பவே தாசரும், பௌத்த மதரீதியாகப் பறையருக்கான ஒரு மாற்று மதத்தை பிராம ணியத்துக்கு எதிராகக் கட்டியமைக்கப் பாடுபட்டார். எனவே இன்றைய தலித்விடுதலை அணுகு முறைகளை அக்காலத்துக்கு விரித்து யாரும் விசனப்பட வேண்டியதில்லை. குறிப்பாக தலித் அல்லாத அன்பர்கள்!

கிராமங்களில் பெரியசாதி என்பவன் ஒருவன் அகால மரணமடைந் தால் அதற்கு விசாரணை உண்டு. ஆனால் தாழ்ந்த சாதியாகக் கருதப்பட்டவன் மரித்தால் விசாரணையே கிடையாது (I.171).

அவனது உயிரை அத்தனை பொருட்படுத்தத்தக்கதாக மதிக்கத்தக்க தாகப் பிறர் – பிராமணியம் கருதவில்லை போலும். குற்றங்களுக்கு வழங்கப்பட்ட தண்டனை முறை சாதியை அனுசரித்தே இருந்து வந்தது. கிழக்கிந்திய கம்பெனி ஆட்சியில் இந்த சாதிக்கொரு நீதி வழமை அமலிலிருந்தது. ஒரே குற்றம் புரிந்த தாழ்த்தப்பட்டவனுக்குத் தொழுக்கட்டை தண்டனையும், உயர் சாதியானுக்கு சாதாரண காவல் தண்டனையும் தரப்பட்டன. தொழு என்பது நீண்ட கட்டை கள். இவற்றில் நான்கு துவாரம் இட்டு, இரண்டு துவாரங்களில் இருகைகளையும், மற்றதில் உள்ள இரண்டு துவாரங்களில் இரண்டு கால்களையும் மாட்டிப் பூட்டிட்டு வெயிலில் விட்டுவிடுவார்கள். அவனை யாரும் தொடக்கூடாது; காப்பாற்ற முயலக்கூடாது; மீறினால் அவனையும் தொழுவில் மாட்டினார்கள் (I.1913 : 505).

தஞ்சை ஜில்லா, நாகப்பட்டினம் தாலுகா, காடர்கோன்பாடி கிராமத்தில் உள்ள இடுகாட்டுக்குப்பெயர் அரியான் திடல். இது பறையர் பள்ளர்களின் இடுகாடு. சுமார் 250 குழி பரப்பிலிருந்த இதனைப் பக்கத்து வயல்காரர்கள் தொடர்ந்து ஆக்கிரமித்ததால் ஐந்தாறு குழி கூடத் தேறாத நிலை ஏற்பட்டது. பிறகு அந்த இடு காட்டு வழியையும் ஆக்கிரமித்து விட்டதால், அவ்வழியே போன பறையர் பள்ளர்கள் தங்கள் மகசூல்களை அழித்துவிட்டதாகப் பிராது கொடுத்து அபராதம் வசூலித்த செய்தியை தாசர் 'தமிழனில்' எழுதினார் (I.1911 : 333). தஞ்சை கலெக்டரிடம் காடர்கோன் குடிகள் திரண்டு விண்ணப்பிக்க கேட்டுக் கொண்டார் தாசர்.

கிராமங்களில் அன்றாடம் நடந்து கொண்டிருந்த சாதிக் கொடுமை களை அகற்றுவதற்காக தாசர் கூறும் தீர்வு: கிராமந்தோறும் பறைச் சிறுவர்களுக்கு கல்விச்சாலைகள் நிறுவி நான்காம் வகுப்புவரை இலவசக் கல்வி அளிக்க வேண்டும்; கிராமங்களிலுள்ள தரிசு நிலங்களைப் பறையர்க்குத் தரவேண்டும் (I. 80 - 81). பறையர் மீட்சிக்குக் கல்வியையும், அவர்களது நிலவுடைமையில் நிகழும் விவசாயத்தையும் தாசர் கேட்கிறார். பிரிட்டிஷ் ஆட்சியின் போதே இவற்றை அடைந்து விடவேண்டும் என்று நினைத்தார். கிராமங்களில் இருக்கின்ற தலித்துக் களுக்கு நிலவுடைமையும், அவர்களது வருங்கால தலைமுறைக்குக் கல்வியும் நவீன வாழ்வும் தேவை என தாசர் சிந்தித்தது அனுபவம் தந்த படிப்பினை! 1891 டிசம்பரில் நீலகிரியில் திராவிட கனவான்கள் கூடி நேஷனல் காங்கிரசுக்குப் பத்து அம்ச கோரிக்கைகள் அடங்கிய விண்ணப்பத்தை அனுப்பினார்கள். இவற்றில், பறையரைச் சாதியின் பேரால் இழிவுபடுத்துவோரை அவதூறு குற்றத்துக்கு ஆளாக்கும் சட்டம் இயற்ற வேண்டும், பறையர்க்குத் தனிக்கல்விச்சாலை, கட்டணச்சலுகை, ஸ்காலர்ஷிப், உத்தியோகம் தரவேண்டும்; பொதுக் கிணறுகளில், குளங்களில் தடையின்றித் தண்ணீர் எடுக்கும் உரிமை, ஆங்கிலேய ஆட்சி அலுவலகங்களில், கச்சேரிகளில் பறையர் நுழைந்து நீதிபெறும் உரிமை, கிராம வருவாய்த்துறை உத்தியோகங்களில்

இட ஒதுக்கீடு ஆகியவற்றைக் கோரியிருந்தார்கள். இக்கோரிகைகளிலிருந்து அன்று பறையர்களுக்கு அடிப்படையான மனித உரிமைகள் பிராமணியத்தால் மறுக்கப்பட்டிருந்ததை யாராலும் உணரமுடியும். பறையர் மட்டுமன்றி ஏனைய பள்ளர், சக்கிலியர் முதலான தலித்துக்களின் நிலையும் இதுதான்.

நகரங்களில் வேறு வகையான சாதித்தடைகள் நிலவின. முனிசிபல் வருகையால் நகரச்சுத்தி, தெருவிளக்கு, குழாயில் குடிதண்ணீர் வசதிகள் ஏற்பட்டதால் தனிக்கிணறு, அசுத்தநீர், சுகாதாரமற்ற சூழல் பெரிதும் அகற்றப்பட்டது உண்மையே. ஆனால் 'சுதேசமித்தன்' போன்ற பிராமணநலன் காக்கும் பத்திரிகைகள் நகரங்களில் பஞ்சமரைத் தனித்தே வைக்கும் சமூகவிலக்கினை வலியுறுத்திக் கொண்டேயிருந்தன. மொத்த சமூகத்தில் தலித்துக்களை உறவாடவிடாமல், அவர்களைப் பாரம்பரியமான விதத்திலேயே நடத்த பெருமுயற்சி எடுத்தன. அவற்றை தாசர் எதிர்கொண்ட விதத்தினை முன் அதிகாரத்தில் கண்டோம்.

தீண்டாமை பாராட்டி, சகல சாதிகளும் புழங்கும் இடங்களிலும், துறைகளிலும் படித்த தலித்துக்களுக்கு வேலை தரக்கூடாது என்பதில் பிராமணர்கள் கண்ணுங்கருத்துமாக இருந்தார்கள். தெய்வங்களில் கூட உயர் சாதி வணங்கும் தெய்வங்கள் தலித்துக்களுக்குக் கிடையாது; கோவில்களில் நுழையக்கூடாது எனத் தடுத்தார்கள். இது வேண்டாமென்று தலித்துகள் கிறிஸ்தவம் மாறி படித்து வேலைபார்த்த போது, அங்கேயும் உயர்சாதியார் சென்று தலித்துக்களை ஒதுக்கி, யாவும் தங்களுக்கே எனச் சொந்தங் கொண்டாடினார்கள். தாங்களே வாழப் பிறந்தவர்கள் என்ற நினைப்பு அவர்களது ஆழ்மனதில் நன்கு வேரூன்றியிருந்தது. சாதி என்ற குறுக்குவழி, மூடத்தனம் அவர்களுக்குச் சகல சௌகரியங்களையும் உண்டாக்கியதால் அதை அவர்களால் எளிதில் விடமுடியவில்லை. ஆனால் தலித்துக்களோ வாழ்நாள் முழுவதும் அவற்றை அடைய போராட வேண்டிய நிலையிலிருந்தார்கள். இந்த நிலைமை இந்த இருபத்தோராம் நூற்றாண்டின் தொடக்கத்திலும் மாறவில்லை. இன்று பிராமணியத்தைப் பிறர் எடுத்துள்ளனர்.

சென்னைக்குச் சில வருடங்களுக்குமுன் டிராம் வண்டி வந்தபோது அதில் பறையர்கள் கண்டக்டர்களான போது, அவர்கள் கையால் சீட்டு வாங்குவது உயர்சாதியாருக்குத் தீட்டு எனக் கூறித் தடுத்தார்கள். பறையர்களை அகற்றிவிட்டு அவர்களே கண்டக்டர்களானார்கள். இப்போதுமட்டும், டிராம்வண்டியில் பயணம் செய்யும் பறைச்சி, சக்கிலிச்சி தோட்டிச்சி அருகில் நின்று டிக்கட்டுக்கு காசுவாங்கும் போது அந்த உயர்சாதி கண்டக்டர்களுக்குத் தீட்டுப்படாதா என்று தாசர் கேட்டார். இதேபோல, மருத்துவமனைகள், இராணுவம் முதலான துறைகளிலும் பறையர்களை வேலைக்கு வைக்கக் கூடாது என்று கூக்குரலிட்டார்கள். இந்தவிதமான போக்கினை தாசர் வேறுகோணத்தில் அணுகினார். அதாவது உயர் சாதியான தங்களுக்கு

ஆதாயம் வருமென்றால் அப்போது சாதி, தீட்டு பார்க்கமாட்டார்கள்; ஆனால் பறையர்க்கு ஆதாயம் என்றால் அங்கே ஒட்டுமொத்த குரலில் சாதித் தீட்டு ஒட்டிக் கொள்ளுவதாகக் கத்துவார்கள். '... பார்ப்பான் என்போன் பணஞ்சம்பாதித்து முன்னுக்குவர வேண்டிய இடங்களில் எல்லாம் சாதியாசாரங் கிடையாது. பறைய னென்போன் பணஞ்சம்பாதித்து முன்னுக்கு வரவேண்டிய இடங்களில் எல்லாம் சாதியாசாரம் உண்டு' என்று தாசர் இந்தக் கபடத்தை அம்பலப்படுத்தினார் (I. 44 - 45). படித்த தலித்துக்கள் தக்க உத்தியோகங் களில் பிரவேசிக்க நகரங்களில் சாதியத் தடை போடப்பட்டது.

நகரத்தில் ஐயர், நாயுடு, முதலிய சாதியார் வசிக்கும் வீதிகளை அந்தந்தச் சாதியின் பெயரிட்டு வழங்காத அச்சாதியார்கள், பறையர் கள் வசிக்கும் வீதிகளை மட்டும் 'மயிலாப்பூரான் பறைச்சேரி வீதி', 'இராமசாமி முதலி பறைச்சேரி வீதி' என போர்டுகளில் எழுதி வைத்ததை தாசர் கண்டித்தார் (I.177). கிராமங்களின் சேரிகளிலிருந்து பெயர்ந்து நகரத்திற்கு வந்த பறையர்களின் சாதி அடையாளத்தை அழிக்கக் கூடாதபடி, அவர்கள் இன்னர் என்று பிறருக்குக் காட்டிக் கொடுக்கும் முயற்சியாக இது இருந்தது. நவநாகரிக வாழ்வில் தலித்துக்கள் ஈடுபட்டுப் பிறரைப்போல, பிறரைவிட உயர்ந்தபோதிலும் அவர்களது சாதி அடையாளத்தை அழியாமல் பாதுகாப்பது உயர்சாதியாரின் பணியாக இருந்தது. சாதிய வன்மமும், வன்முறையும் அவர்களைவிட்டகலவில்லை. நகரங்களில் பி. ஏ., எம். ஏ. படித்து இராவ்பகதூர் பட்டம் பெற்று உயர்ந்த உத்தியோகங்களில் கௌரவமாக வாழும் பறையர் வீடுகளைச் சரியாக அடையாளம் வைத்துக் கொண்டு, அவ்வீடுகளுக்கு முன்னால் நின்று, பிறசாதியார்கள் பிச்சை எடுப்பதுபோல வந்து, கூத்து மேடைகளில் நகைச்சுவை உண்டாக்க பறையரை இழித்துப்பாடும் 'பறையன் வந்தான், பறைச்சி வந்தாள்' என்ற மாதிரி பாடல்களைப்பாடி நடித்துக்காட்டினதாக தாசர் எழுதியுள்ளார் (I.1909 : 96). சொந்த முயற்சியால் பறையர் போன்றோர் நவீன நாகரிக வாழ்க்கையில் முன்னேறுவது மற்றவர்கட்குச் சகித்துக் கொள்ள இயலாத காரியமாக இருந்துள்ளது. இருக்கிறது!

1860களில் 'டம்பாச்சாரி விலாசம்' ஆடியவர்கள், தங்கள் விளம்பரப் பத்திரிகைகளில் பஞ்சமர் கூத்துமேடைக்கு வர அனுமதியில்லை என்று பிரசுரம் செய்ததாக தாசர் நினைவு கூர்ந்துள்ளார். இத்தகைய சூழலில், 1891–இல் பறையர் கூடி, தம்மை 'பூர்வீக திராவிடர்' என்ற பெயரில் அழைக்குமாறு காங்கிரஸ் கமிட்டிக்கு விண்ணப் பித்தார்களாம். 1892–இல், கூடிய மஹாஜன சபைக்குப் பறையர்கள் தம்மை 'பூர்வீக திராவிடர்' என்ற பெயரில் குறித்தனுப்பினார்களாம். பறையர், சாம்பான், வலங்கையர் என்ற பெயர்களைத் தவிர்த்தார்கள் என்று தாசர் எழுதினார். அக்கால கூத்து மேடைகளில் நகைச்சுவை ஏற்படுத்துவதற்காகப் பறையர்களை அவமானப்படுத்தியே காட்சிகளை யும் பாடல்களையும் அமைத்தார்கள் (I.177). இக்கொடுமைகளைச்

சகிக்க முடியாத அயோத்திதாசர் 'நூறுகுடிகளைக் கெடுத்துத் தங்கள் ஒரு குடி சுகமடையக்கோரும் சாதித் தலைவர்களின் கொடிய செயல்களை அடக்க அறக்கருணையாம் செங்கோல் உதவாது; மறக்கருணையாம் கொடுங்கோல் கிஞ்சித்து இருந்தே தீரல் வேண்டும்' என்று எழுதினார். சாதியை ஒழிக்க பிரிட்டிஷ் ஆட்சி கொஞ்சம் கொடுங்கோல் ஆட்சி செய்தாலும் பரவாயில்லை என்று நினைத் துள்ளார் (I.1909 : 159). சாதியக் கொடுங்கோன்மையை, கொடுங் கோன்மை ஆட்சியால்தான் அகற்றமுடியும் போலும்! உயர்சாதியார் நடத்திய கடைகளில் ஒரு தலித் சென்று ஒரு பலகாரத்தைச் சுட்டிக் காட்டி இதுவேண்டாம் வேறு ஒன்று கொடு எனக் கேட்டால், பலகாரத்தைத் தீண்டிவிட்டான் என்றும், அதனால் அதன் விலையை எல்லாம் அவனே கொடுக்க வேண்டும் என்றும் சொல்லி அக்கம் பக்கத்துப் பெரியசாதியார் என்போர் சேர்ந்து கொண்டு மிரட்டிய தகவலையும் தாசர் பதிவு செய்துள்ளார் (I.1913 : 504).

எல்லாவற்றுக்கும் சிகரம் வைத்ததுபோல ஒரு சம்பவத்தை தாசர் குறிப்பிடுகிறார். ஆந்திராவில் நடந்தது இது. தீண்டாச் சாதியில் பிறந்த ஒரு கைக்குழந்தை உரசியதால் தீட்டுப்பட்டதாக வெகுண்ட ஓர் உயர்சாதிப் பெண், அதன் தலையில் குடத்து நீரைக் கொட்ட அது மூச்சுத்திணறிச் செத்தது (III.1910 : 25). இதுபோல் எத்தனை எத் தனையோ கொடுமைகள்! இன்றைக்கும் கூட, பிறசாதியார்கள், 'சாதித்தடை ஏதுமில்லை – ஷெட்யூல்டு சாதி தவிர்த்து' என்று கலியாண விளம்பரத்தில் பகிரங்கமாக அச்சிடுகிறார்கள்.

## கிறிஸ்தவத்தில் சாதியம்

தலித்சாதிக் கொடுமைகளிலிருந்து விடுபடுவதற்கு தாசர் வாழ்ந்த காலத்தில் ஏராளமான தலித்துக்கள் – பறையர்கள், கத்தோலிக்க கிறிஸ்தவத்துக்கும் புராட்டஸ்டண்ட் கிறிஸ்தவத்துக்கும் மதம் மாறினார்கள். மிஷனரிகளின் பள்ளி, கல்லூரிகளில் படித்துப் பட்டம் பெற்று வேலைகளில் அமர்ந்து வாழ்க்கைத் தரத்தை வெகுவாக மேம்படுத்தினார்கள். ஆனால் இந்த வழியிலும் ஆசார இந்துக்கள் போட்டிக்கு வந்தார்கள். அவர்களிலும் பலர் கிறிஸ்தவம் மாறி தலித் கிறிஸ்தவர்களை ஒடுக்கினார்கள். இதற்கு மிஷனரிகளும் ஆதரவு தந்தார்கள். 18–ஆம் நூற்றாண்டில் புராட்டஸ்டாண்ட் மதத்திற்குள் சாதியைப் புகுத்தியவர் சீகன்பால்கு; கத்தோலிக்க மதத்தில் சாதியைப் புகுத்தியவர்கள் ராபர்ட்டி நொபிலியும், வீரமா முனிவரும். இவர்களைப் பொருத்தவரை எது எப்படியானாலும், இந்தியா முழுவதும் கிறிஸ்தவம் பரவினால் சரி. 'தாழ்ந்த சாதியோரை கிறிஸ்தவர்களாக்கிவிட்டால் நமது தேவனாகிய கிறிஸ்து தாழ்ந்த சாதியாகி விடுவார். உயர்ந்த சாதியோரைக் கிறிஸ்தவர்களாக்கி விட்டால் நமது தேவனாகிய கிறிஸ்து உயர்ந்த சாதியாகி விடுவார் . . .' என்ற எண்ணத்தினால்தான் இந்த அபாயம் நேரிட்டதாக தாசர்

எழுதினார் (I.1907 : 533). தாழ்த்தப்பட்டவர்கள் கிறிஸ்தவம் மாறியது சாதிப்புலைமையைத் தீர்க்கவே; ஆனால் சாதியின் சௌகரியங்களை அனுபவித்தவர்களும் கூட கிறிஸ்தவம் மாறியது கிறிஸ்துநாதர்பேரில் கொண்ட விசுவாசத்தை விட அந்தமதத்தால் பெறக்கூடிய பொருளாதார ஆதாயமே என்பது வெளிப்படை. இப்படிப்பட்டவர்களை தாசர் விமரிசித்துள்ளார். கிறிஸ்தவனான பிறகும் சாதியைப் போற்றுபவன், சமயத்துக்கு கிறிஸ்துவையும், சாதிக்கு மனுதர்மத்தையும் பிராமணனையும் ஏற்றுக் கொண்டவனாகிறான்; அவன் முழு கிறிஸ்தவன் இல்லை; அரைக் கிறிஸ்தவனே. சாதி ஆசாரம் வேண்டும் என்பதால் அரை இந்து; கிறிஸ்தவ மத ஆசாரம் வேண்டும் என்பதால் அரை கிறிஸ்தவன், அதாவது சாதியில் இந்துவாகவும், மதத்தில் கிறிஸ்தவனாகவும் இருப்பவன் அரைக் கிறிஸ்தவன் என்றார் தாசர் (I.1910 : 688).

கிறிஸ்தவத்துக்கு முதன்முதலில் மாறியவர்கள் தலித்துக்களே (பறையர்). இரண்டு பிரிவான கிறிஸ்தவத்திலும் இதுவே நடந்தது. இரண்டின் வரலாறுகளை தாசர் சுருக்கமாகத் தமது பத்திரிகையில் எழுதியுள்ளார். 1. ஆர். சி. கிறிஸ்தவம் (ரோமன் கத்தோலிக்கம்) 1498–இல் போர்த்துக்கீசியர்களாலும், 1591–இல் ஆங்கிலேயர்களாலும், 1594–இல் ஹாலந்து தேசத்தாராலும் (ஒல்லாந்தியர்கள்), 1638–இல் பிரஞ்சியராலும் அறிமுகப்படுத்தப்பட்டது. மேற்குறித்த நாட்டார்களின் குடியேற்றங்களோடு மிஷனரிகள் மதத்தைப் பரப்பியது நிகழ்ந்தது. 1541–இல் சவேரியார் கடற்கரைப் பகுதிகளில் மதமாற்றம் செய்தார். 1697–இல் பெஸ்கி வந்தார் (வீரமாமுனிவர்). அவர் கோணாங்குப்பத்தில் ஓர்கோயில் கட்டினார். மயிலை மேற்றாணியார் (பிஷப்) உத்தரவோடு, மயிலாப்பூரில் பெரியநாயகி கோவில் நிறுவி, அதில் குழந்தை ஏசுவைக் கையிலேந்தியிருப்பதுபோல் மாதாவின் படம் ஒன்றை எழுதி வைத்தார். இந்த ஆர். சி. பாதிரிகளை நம்பிய சாதிபேதமற்ற திராவிடர்கள் ஆர். சி. மார்க்கம் தழுவினார்கள். ஆர். சி. பாதிரிகள் (ஆதி) திராவிடர்கள் வசித்த சேரிகள் மத்தியிலும், அருகிலும் பூமிகளை விலைக்கு வாங்கி ஐந்து முதல் ஆறாயிரம் வரை செலவிட்டுக் கோவில்களை மதில் சுவர்களோடும், கல்லறைத் தோட்டங்களோடும் கட்டினார்கள். இதன் காரணமாக, மற்ற சாதி இந்துக்கள் கிறிஸ்தவத்துக்கு மாறத் தயங்கினார்கள் (I.1908 : 88). மதம் மாறிய திராவிடர்களால் ஞானஸ்நானத்துக்கும், வாரக்காணிக்கைக்கும், புனிதர்களின் திருநாளுக்கும், புதுநன்மை, விவாகம், சாவு, குழி, தூம்பா, குருசு, தேன்மெழுகு வர்த்திகள் முதலானவற்றுக்கும் விதிக்கப்பட்ட தொகைகளைத் தர இயலவில்லை (I.88 - 89). காலப்போக்கில் பாதிரிகள் நாயகர், செட்டி முதலிய சாதியர்களை அதே சாதி அந்தஸ்தோடு கிறிஸ்தவத்துக்குள் அனுமதித்து, பழைய கிறிஸ்தவர்களைப் பறைக் கிறிஸ்தவர்கள் என்று தாழ்த்திவிட்டார்கள். 'இதுதானே உங்களை நம்பிய பலன்?' (I.89) என்று தாசர் வேதனையோடு கேட்டார். இப்போதுள்ள பாதிரிகளைப்போல அன்று கிறிஸ்துநாதரும், அவருடைய சீடர்களும்

இப்படிப் பொருள் சம்பாதித்துப் போதிக்கவில்லையே என்று தாசர் ஒப்பிட்டார் (I.89). கிறிஸ்தவ மதபோதகம் அன்று காலனிய நாடுகளில் – ஆசிய – ஆப்பிரிக்க கண்டங்களில் முழுமூச்சாக நடத்தப்பட்டதற்கு வேறு முக்கிய காரணம் இருந்தது. வணிக முதலாளியம் வளர்ந்து ஏகாதிபத்திய சக்தியாகிக் கொண்டிருந்த காலகட்டத்தில் ஆசிய, ஆப்பிரிக்க கண்டங்களிலிருந்த தேசங்கள் முதலாளிய உற்பத்திகளின் பரந்துபட்ட சந்தைகளாக மாற்றப்பட்டுக் கொண்டிருந்தன. இதற்கு ஐரோப்பிய நாடுகள் துப்பாக்கியை மட்டுமன்றி பைபிளையும் பயன்படுத்தின. ஆசிய, ஆப்பிரிக்க நாடுகளில் நிலவிய பூர்வீக அரசியல் – பொருளாதாரம், சமூக – கலாச்சாரம் ஆகியவற்றை அழித்துப் புதிய வணிக முதலாளிய அரசியல் – பொருளாதார உற்பத்திக்கும் அமைப்புக்கும் உகந்த சந்தை நாடுகளாக மாற்றும் உபாயங்களில் ஒன்றாகக் கிறிஸ்தவ மதமாற்றங்கள் முடுக்கிவிடப்பட்டன. அந்தந்த நாடுகளின் (அவை நாடுகளாகவே உருவாகியிருக்கவில்லை) சமூக – கலாச்சார அம்சங்களுக்குத் தக்கபடி சில சமரசங்களைச் செய்து கொண்டு கிறிஸ்தவம் பெரும்பான்மை மதமாக ஆவதற்கான செயல்பாடுகளில் முயன்று கொண்டிருந்தது. இந்திய உபகண்டத்தில் சாதிபேதங்களை ஏற்கும் சமரசம் புரிந்து கிறிஸ்தவம் சாதிமதமாகப் பரவலாயிற்று. இந்த அம்சங்கள் தாசர் எழுத்துக்களில் தூக்கலாக இல்லை;

2. புரோட்டடஸ்டண்ட் கிறிஸ்தவ பாதிரிகள் இங்கே உண்டாக்கிய கல்விச்சாலைகளில் திராவிட பௌத்த பிள்ளைகள் சேர்ந்து படித்து அவர்களது மதத்துக்கு மாறினார்கள். பி. ஏ., எம். ஏ. பட்டங்களைப் பெற்றுப் பாதிரி, உபதேசி, உபாத்திமார் வேலைகளில் அமர்ந்து நகரங்கள் – கிராமங்களில் போதகம் செய்து வந்தபோது, புறமதத்தாரும், சாதியாரும் அவர்களைக் கற்களாலும், தடிகளாலும், சாணத்தாலும் அடித்துத் துரத்திப் படாதபாடுபடுத்தினார்கள். பிறகு அவர்களே கிறிஸ்தவமதம் மாறினார்கள்; அதற்குப் பாதிரிகள் இடம் கொடுத்தார்கள். பழைய கிறிஸ்தவர்கள் பறைக் கிறிஸ்தவர்களானார்கள் (I.1909 : 90 - 91). இதுபற்றி தாசர் விமர்சிக்கும் போது, சாதியை விடாதநிலை கிறிஸ்துவின் போதகத்துக்குப் பொருந்தாது ; கிறிஸ்தவர்கள் கூட்டம் பெருகவேண்டும் என்பதை மட்டும் பார்த்தாலும் கிறிஸ்துவின் நீதி போதங்கள் பரிமளிக்காது. சாதியை விடாத ஆயிரங்கிறிஸ்தவர்களைவிட, சாதிபேதமற்றுப் புண்ணிய பலனைமட்டும் கருதும் ஒரு கிறிஸ்தவன் இருந்தால் போதும். கிறிஸ்துவின் மகத்துவமும் போதகமும் எங்கும் பரவும் என்றெழுதினார் (I.91).

தாசர் கூறிய இந்தவித இலட்சிய கிறிஸ்தவம் இந்தியாவில் இல்லை. தனிமனிதன் என்ற அளவில் இலட்சியமதம் இருக்கலாம்; ஒரு பெரிய நிறுவனம் என்ற அளவில் அது ஓர் அரசியல் அமைப்பாகவே இருக்கவியலும். இந்தியாவில், சாதியை ஏற்றுச் சமரசம் கண்ட மதம் கிறிஸ்தவ மதமாக நீடிக்க முடியாது; அது இந்துச்சாதி

மதத்தின் ஒரு பிரதியாகவே, நகலாகவே இருக்கும் தகுதியைப் பெற்றுவிடுகிறது.

தாசர் காலத்தில், கிறிஸ்தவத்தில் சாதிவெறி இருந்தது என்பதற்கு இரு சம்பவங்களை தாசர் காட்டியுள்ளார். ஒன்று சென்னையில் நடந்தது. இது உயர் சாதி கிறிஸ்தவர்களின் அடாவடித்தனத்திற்கு உதாரணம். சென்னையில் குருவானவர் உத்தரவு பெறாமலே, தேவாலயத்தின் கல்லறையில் சில கிறிஸ்தவர்கள் சடலத்தை அடக்கம் பண்ணியபோது, அதை நிறுத்தச் சொன்ன குருவானவரை முகத்தில் குத்தி அடித்து நொறுக்கிவிட்டு ஆளுக்கு முதலில் கோர்ட்டில் வழக்கும் தொடர்ந்தார்களாம் (I.92). மற்றொன்று புதுச்சேரியில் நடந்தது. தாழ்த்தப்பட்ட சாதியாரை ஒடுக்கியதில் அப்போது புதுச்சேரி, இந்திய யூனியனுக்குச் சளைக்கவில்லை. புதுச்சேரி தேவா லயத்தில் தாழ்த்தப்பட்ட சாதி கிறிஸ்தவர்களை உயர்சாதிக் கிறிஸ்தவர் களோடு சமமாக உட்காரக் கூடாதெனப் புதிதாக வந்த ஒரு குரு வானவர் கோபித்தபோது அதனைப் பறைக் கிறிஸ்தவர்கள் ஆட்சேபித் தார்களாம். அதற்கு அந்த குருவானவர், ‘உங்கள் பெண்ணைச் சக்கிலிக்குக் கொடுப்பீர்களா?’ என்று கேட்டாராம். அதற்குத் தாங்கள் சம்மதமே என்று பறையர்கள் சொன்னதும் ஆத்திரம் தாங்காத குருவானவர் ஒரு பறைக் கிறிஸ்தவப் பெண்ணை முதுகில் ஓங்கி அறைந்து வெளியே விட்டுவிட்டு வந்தாராம். இதைக் கண்ட ஏழைக் கிறிஸ்தவர்கள் குருவானவர் பேரில் மேலதிகாரிகளிடம் பிராது கொடுத்தார்களாம் (I.92 - 93).

இவ்விரு சம்பவங்களையும் ஒப்பிட்டுக்காட்டிய தாசர் இவ்விரு கிறிஸ்தவர்களில் யார் எதார்த்தக் கிறிஸ்தவர்கள்? (சரியான கிறிஸ் தவர்கள்) என்று பாதிரிகளுக்கு ஒரு கேள்வியை விடுத்தார். புராட்டஸ் டண்ட் மிஷனரிகள் கருணையால் எளிய சாதியார் கல்வி பெற்று வேலை பார்த்து முன்னேறிக் கொண்டிருந்தபோது, இவர்களது வளர்ச்சியைக் கண்டு பொறுக்காத சாதிபேதக்காரர்கள் வஞ்சக நோக்கத்தோடு லூதர் மிஷனரி சங்கத்தில் சேர்ந்து, புராட்டஸ்டண்ட் கிறிஸ்தவ மதத்திலும் தாங்கள் சாதிபேத அசுத்தத்தை உண்டாக்கி விட்டதாக தாசர் ஒரு முக்கியமான வரலாற்றுச் செய்தியை எழுதி யுள்ளார் (I.1909 : 141). இது பத்தொன்பதாம் நூற்றாண்டின் பிற்பகுதி யில் நிகழ்ந்தது. இதன்பிறகே பறையர்கள் தமக்குரிய தனிச்சபையை ஏற்படுத்திக் கொண்டார்கள். லண்டனில் தலைமையகத்தைக் கொண்ட ‘ஸால்வேஷன் ஆர்மி’ (Salvation Army) எனப்படும் ‘இரட் சணிய சேனை’யில் மொத்தமாகச் சேர்ந்தார்கள். இச்சேனையைப் பறையர் சபை என்றே கூறினார்கள். நாகர்கோவிலில் புத்தேரியில் உருவான காதரீன் பூத் ஆஸ்பத்திரியும், இங்கு ஏற்படுத்தப்பட்ட பாராமெடிக்கல் கல்வி, வேலைவாய்ப்புகளும் சேனைக் கிறிஸ்தவர் களை முன்னேற்றியது. இன்றும் இதன் நற்பயனைப் பறைக் கிறிஸ்தவர் கள் அனுபவித்துக் கொண்டிருக்கிறார்கள். தாசர் உருவாக்கிய சாதிபேதமற்ற பௌத்தம் வளர்ந்திருக்குமானால், வடதமிழ் நாட்டுப்

பறையர்கள், ஜப்பான், முதலான தென்கிழக்கு ஆசிய பௌத்த நாடுகளிலுள்ள பௌத்த நிறுவனங்களின் உதவிகளால் எப்படியோ முன்னேறியிருப்பார்கள். வரலாற்றைத் திரும்ப எழுதலாம் தான், திருப்பிக் கொண்டு வந்து சரிசெய்ய முடியுமோ?

எப்படியானாலும் அன்று கிறிஸ்தவ மிஷனரிகளே ஏழைப் பறையர் களுக்கு உண்மையான ஆதரவு தந்தார்கள்; பிரிட்டிஷ் துரைத்தனமும் உதவியது (I. 1909 : 204 - 5). இந்த இருதரப்பினரும் செய்துவந்த உண்மை யான சீர்த்திருத்தங்களுக்கு எதிரிகளே சுதேச சாதியவாதிகளான சீர்த்திருத்தக்காரர்கள் என்று தாசர் சான்றுகளோடு நிறுவினார். குறிப்பாக ஆரிய சமாஜவாதிகளைத் தாசர் முற்றாக நிராகரித்தார். (I.1910 : 261 - 62).

கிறிஸ்தவ மிஷனரிகளை தாசர் பாராட்டினாலும், சில மிஷனரிகள், அன்று, ஏழைப் பறையர்களைப் படங்கள் பிடித்து மேல்நாடுகளுக்குக் கொண்டுபோய் பிரபுக்களிடம் காட்டி, அம்மக்களை முன்னேற்று கிறோம் என்று சொல்லி, பணம் பெற்று வந்து கல்விக் கூடங்களை ஏற்படுத்தினார்கள். (இந்த வழக்கம் இன்றும் உண்டு). ஏழைப் பறையர்களிடம் கட்டணம் வாங்கிக் கொண்டு, சேர்த்து வந்த பணத்தால் பெரியசாதிகள் என்போரைக் கிறிஸ்தவர்களாக்கி அவர் களுக்கு உதவி, பறையர்களைப் புறக்கணித்தார்கள்; குதிரை வண்டியோடு சுகமாக வாழ்ந்தார்கள் (III.1907 : 5). இருந்தாலும், மிஷனரிகளால் பறையர்களுக்குச் சொற்பக் கல்வியின் பலனாவது கிடைக்கிறது; ஆனால் உள்ளூர் எஜமான்களோ பறையர்களுக்கு எதுவும் செய்வ தில்லை என்றார் தாசர் (III.5).

புங்கனூர் லோக்கல் போர்டு டிஸ்பென்ஸரியைச் சில பாதிரிமார்கள் தாங்களே ஏற்று நடத்த அனுமதி கேட்டபோது, அவ்வூர் முனிசிபல் கமிஷனர்கள், ஏற்று நடத்துவதானால், பஞ்சம கிறிஸ்தவர்களை வேலைக்கு வைக்கக் கூடாது, கிறிஸ்து போதனைகள் கூடாது; பணம் ஏதும் வாங்கக் கூடாது என்ற மூன்று நிபந்தனைகளை விதித்தார்களாம். இதற்கு பாதிரியார்கள் ஒத்துக்கொள்ளவில்லை (I.1910 : 306). சாதி இந்துக்களின் இத்தகைய நடவடிக்கையை நறுக்காகச் சொன்னால், வைக்கோல் போர் மீது படுத்த நாய் தானும் உண்ணாது; கன்றுக் குட்டியையும் உண்ண விடாது.

இந்து ஆசார சீர்த்திருத்தக்காரர்கள் தாழ்ந்த சாதியாரை உயர்த்தப் போகிறோம் என்று வெற்றுச் சப்தம் இட, மிஷனரிகள் சப்தம் ஏதுமின்றி இலட்சக்கணக்கில் செலவழித்துக் கலாசாலைகள மைத்து எளிய குடிகளைப் படிக்கவைத்து உத்தியோகங்களில் அமர்த்தி யதை தாசர் வரவேற்றுப் பாராட்டத் தவறவில்லை (I.1912 : 404 - 5). அவரைப் பொருத்தவரை சாதிபேதம் கூடாது.

உயர்சாதி சுதேசி இந்துக்கள், கிறிஸ்தவ மிஷனரிமார்கள் அமைத்த கலாசாலைகளில் பஞ்சமர்கள் சேர்ந்து படிப்பதால், தங்கள் பிள்ளைகள் அவர்களோடு கலந்து படிக்கமாட்டார்கள் என்று சாதிபேதம்

பாராட்டி, அதை ஒரு காரணமாகச் சொல்லி சுதேசிகள் கூடி கலாசாலைகள் அமைக்கப்போவதாகக் கூறியதற்கு, ஜீவனம் நடத்த அது நல்ல தொழிலாக இருந்ததே காரணம் என்றார் தாசர் (I. 1912 : 405). பத்தொன்பதாம் நூற்றாண்டில் நாற்பதுகளில் சென்னையில், பஞ்சமக் கிறிஸ்தவர்களைக் காரணம் காட்டியோ, அல்லது மிஷனரி கலாசாலைகளில் சாதி இந்து மாணவர்கள் கிறிஸ்தவமதம் மாற்றப்படுவதைக் காரணம் காட்டியோ, சுதேசிகள் டிரஸ்ட் அமைத்து இந்துக் கலாசாலைகள் ஏற்படுத்தினார்கள். இதிலிருந்த பொருளாதார நோக்கத்தை தாசர் உடைத்துக் காட்டினார்.

இதுவரை கூறிவந்த காரணங்களால் தாசர் பறையர் முதலான தலித்துக்கள் வேறுமதங்களுக்கு மாறுவதில் சாதிபேதம் அகலாது என்ற முடிவுக்கே வந்தார். 1894 வாக்கில், ஆனரபிள் எஸ். ஸ்ரீநிவாசராகவ ஐயங்கார், அரசாங்கத்துக்கு எழுதிய அறிக்கையில் பறையர்கள், கிறிஸ்தவ மற்றும் இசுலாம் மதங்களுக்கு மாறினால்தான் முன்னேற முடியும் எனப் பிரேரபித்திருந்தார். இதனை தாசர் ஏற்கவில்லை. உண்மையில் பறையர்களின் முன்னேற்றத்தைச் சாதி இந்துக்களே தடுத்தார்கள். ரயில்வே, ராணுவம், மருத்துவம், காவல் துறைகளிலிருந்த பறையர்களைத் 'தீட்டு' என்ற சாதியக் காரணம் காட்டி வேலைகளிலிருந்து அகற்றியவர்கள் சாதி இந்துக்களே. இவ்வாறு அகற்றிவிட்டு, பறையர்கள் முன்னேற்றத்திற்கு கிறிஸ்தவ – இசுலாமிய மதமாற்றங்களைச் சிபாரிசு செய்ததை தாசர் கண்டித்தார். பறையர்களின் முன்னேற்றத்திற்கு கிறிஸ்தவம் உதவாது; இசுலாம் உதவாது; அவர்கள் அனைவரும் ஆதிபௌத்தத்திற்கே வரவேண்டும்; சிறுதெய்வ வழிபாடு, ரத்தபலி, கொடை கூடாது என்று தாசர் வலியுறுத்தினார் (II: 24, 29).

தமது காலத்தில் நிகழ்ந்து கொண்டிருந்த சாதிய அடாவடித்தனங்களுக்கு மத்தியில் பௌத்தம் என்ற சாதி – வருண எதிர்ப்பு மதம்தான் தாசருக்கு ஒரே புகலிடமாகப்பட்டது இயல்பானதே. 1907–இல் 'தமிழன்' இதழை ஆரம்பித்ததே இந்த எண்ணத்தை தலித்துக்களிடம் பரப்புவதற்கே. 19–ஆம் நூற்றாண்டின் இறுதியிலேயே தாசர் இதற்கான தயாரிப்புக்களில் இறங்கிவிட்டார். பறையர்கள் தங்களது பூர்வ பௌத்தத்திற்கு வரவேண்டியதன் தேவையை, அதற்கான சமூகச் சூழலை தாசர் எடுத்துக்காட்டினர். குறிப்பாக பிரிட்டிஷ் ஆட்சியின் கீழ் உத்தியோகம் பார்த்த சுதேசி அதிகாரிகளும், உத்தியோக வர்க்கமும், இந்து சீர்த்திருத்த வாதிகளும் பறையர்களுக்கு எதிராகச் சகல மட்டங்களிலும் செயலாற்றிக் கொண்டிருந்ததை மிக விளக்கமாக தாசர் தமது இதழ்களில் எடுத்துக்காட்டியுள்ளார். அந்த சுதேசி உத்தியோக – அதிகார – சீர்திருத்த சாதி இந்துக்களின் நடவடிக்கைகளால் ஆதிதிராவிடர்கள் எவ்வாறு பாதிக்கப்பட்டார்கள் என்று பார்க்கலாம்.

●

# 5

• சுதேசி அதிகார – உத்தியோக வர்க்கமும் சீர்திருத்த – சுயராஜ்ய வாதிகளும் •

பிரிட்டிஷ் ஆட்சியில் உருவான புதிய துறைகளில், கிராமப்புறங்களிலிருந்து நகரங்கள் வரை, நிர்வாகத்தில் பங்குபெற்ற சிறிய அதிகாரிகளிலிருந்து பெரிய அதிகாரிகள் வரை சாதி இந்துக்களே – குறிப்பாக பிராமணர்களே இடம்பெற்றனர். இவர்களில் கிராமப்புற பெருநிலவுடையாளர்களும் அடங்குவார்கள். இவர்களிலிருந்தே இந்து சமூக சீர்திருத்தக்காரர்களும், தேசிய காங்கிரஸின் சுயராஜ்ய கிளர்ச்சி அரசியல்வாதிகளும் உருவானார்கள். இவர்களிடம் பாரம்பரியமான சாதி அதிகாரமும், புதிய ஆட்சி அதிகாரமும், குவிவுற்றன. இப்பிரிவினரையே தாசர் கடுமையாக விமர்சித்தார். ஏனெனில் இவர்களே தலித்துக்களைப் புதிய வாய்ப்புக்களைப் பெற்று முன்னேற விடாமல் தடுத்தவர்கள். சாதிபேதமுள்ள இந்தியா போன்ற தேசத்தில் அதிகார உத்தியோகங்கள் யாவற்றையும் சாதிபேதமில்லாதவர்களே அதாவது – ஆங்கிலேயர்களே ஆள வேண்டும் (I.448); அல்லது இட ஒதுக்கீடு செய்வதன் மூலம் சமூகத்தில் சகல சாதிப் பிரிவினர்களும் தலித்துக்கள் உட்பட – அதிகார உத்தியோகங்களில் இடம்பெற வேண்டும் என்பது தாசர் திரும்பத் திரும்ப வலியுறுத்திய

கோரிக்கை. இதற்கு மேல் ஒருபடி சென்று, சாதிபேதம் இந்நாட்டை விட்டு நீங்கும் வரை – அது வேரூன்றியிருக்கும் வரை சாதித்தலைவர்களுக்கு பிரிட்டிஷ் அரசு உத்தியோகம் கொடுக்கக்கூடாது என்று தாசர் தமது தீர்வைச் சொன்னார் (I.1913 : 457). ஆனால் நடந்த கதை வேறு! இந்து சமூக சீர்த்திருத்தவாதிகளின் சாதிபேதக் கொள்கையை விமர்சித்த தாசர், முதலில் சாதி சமய பேதங்களை ஒழிப்பதே சீர்த்திருத்தத்துக்கு அடிப்படை என்ற தீர்வை முன்வைத்தார் (I.34). உண்மையில் இந்து, சமய, சமூக சீர்திருத்த நடவடிக்கைகள் எல்லாமே மேற்கத்திய சமத்துவ மதிப்பீடுகளின் தாக்குதல்களிலிருந்தும் கிறிஸ்தவ மதத்திலிருந்தும் இந்துச் சமயத்தையும், சாதிமுறையையும் காப்பாற்றும் முயற்சிகளே என்பதை தாசர் சரியாகப் புரிந்திருந்தார்.

முதலில் உத்தியோக – அதிகார வர்க்கத்தினால் ஏழைக் குடிகளும், தலித்துக்களும் பட்ட துயரங்களை தாசரின் எழுத்து வழியாக அறியலாம். கூடவே தாசர் முன்மொழிந்த தீர்வுகளையும் காணலாம். கிராமப் புறங்களில் பழைய பாரம்பரிய சாதியச் சட்டத்தை தொடர்ந்து அமல்படுத்திவந்த சுதேசிய முனிசீப்புகளிடம், புதிய 'மாஜிஸ்டிரேட்' (நீதி வழங்கும்) கிரிமினல் அதிகாரத்தைக் கிழக்கிந்திய கம்பெனி நிர்வாகம் தந்தது. இதனால் சாதியில் தாழ்ந்த கூலி சனங்கள் கிராம நிர்வாகிகளால் இரட்டிப்பாக ஒடுக்கப்பட்டு வந்தார்கள். இந்தப் புதிய மாஜிஸ்ரேட் அதிகாரத்தை அவர்களிடமிருந்து பறிக்க வேண்டும் என்பது தாசரின் கோரிக்கை. புதிய மாஜிஸ்டிரேட் அதிகாரம் சாதி பேதத்தை ஒட்டியதாகவே இருந்தது. 'சாதியையே பெருமெய் (பெருமை) பாராட்டித் திரிபவர்களும் சொற்பக் கல்வியுள்ளவர்களுமாகிய முநிசீப்புகளிடம் மாஜிஸ்டிரேட் அதிகாரங் கொடுப்பது ஆபத்தாகவே முடியும்' என்றார் தாசர் (I. 22). இந்த முன்சீபுகளோடு, கிராமங்களில் நிலபுலமுள்ள பெரிய சாதியார் எனப்படுவோர் இணைந்து செயல்படுவதால் சாமானிய கூலிசனங்களுக்கு அவர்களது உழைப்புக்குரிய கூலி கிடைப்பதில்லை (I. 22). சிறு குற்றங்களுக்குக் கூட இவர்கள் கடுமையாகத் தண்டிக்கப்பட்டார்கள். இட்ட வேலைகளைச் செய்யக் கட்டாயப் படுத்தப்பட்டார்கள் (I. 22).

தாசர் இப்பிரச்சினையைப் பற்றி எழுதக் காரணம் காங்கிரஸார், நீதிவழங்கும் மாஜிஸ்டிரேட் அதிகாரத்தை ஆங்கிலேய கலெக்டரிடமிருந்து எடுத்துவிடக் கோரியதேயாகும். ஆங்கில கலெக்டர் சாதிபேதமற்றவர்; சாதிபேதம்பார்க்கும் சுதேசி தாசில்தார்கள், முன்சீப்புகளிடமிருந்தே மாஜிஸ்டிரேட் அதிகாரத்தைப் பறிக்க வேண்டும். இந்த அதிகாரத்தை இவர்கள் சாதிபேதங்களை அனுசரித்துச் செயல்படுத்தியதால் ஏழைக்குடிகளே பாதிக்கப்பட்டார்கள். மக்கள் கலெக்டரை வரவேற்றார்கள்; தங்களுக்கு இவரால் நியாயம் கிடைக்குமென நம்பினார்கள். சுதேசி அதிகாரிகள் வந்தால் கலக்கமடைந்தார்கள். தங்களை மீறி இவர்கள் கலெக்டருக்கு மனுச்செய்து அது அவர்களது பார்வைக்கு அனுப்பப்பட்டால் விண்ணப்பித்தவன்பாடு அதோ

பாடுதான். அவனை ஊரைவிட்டே ஓடும்படி செய்தார் தாசில்தார். இந்த உத்தியோகஸ்தர்களுக்குப் பயந்தே குடியானவர்கள் பலர் கிராமத்தைக் காலி செய்ய நேரிட்டது (I.1907:5). கம்பெனி ஆட்சி போலன்றி, 'குயின் விக்டோரியாளம்மன்' அரசாட்சியில் (1857 – க்குப்பின்) தாசில்தார்களுக்கிருந்த மாஜிஸ்டிரேட் அதிகாரம் பறிக்கப் பட்டதால் ஏழைக் குடிகளுக்கு நிம்மதி வந்ததாக தாசர் எழுதினார் (I.20-21). இம்மாதிரி நிலமைகள் மாறவேண்டுமானால், அரசாங்கத்தார், உயர்ந்த சாதி, தாழ்ந்த சாதி என்ற சாதி சட்டங்களை விடுத்து, 'சிவில் வியாஜத்தை நடத்தும் முநுசீப்புகளிடம் கிரிமினல் அதிகாரங் களைக் கொடாமல், கிராம அதிகாரச் சட்டங்களைப் புதுப்பிக்க வேண்டும்' என்று கோரிக்கை விட்டார் (I. 1908 : 22). தாசரைப் பொறுத்தவரை, '... சாதி பேதம் இல்லாத சுத்தயிதயம் உடையவர் களுக்கே கலெக்டர் உத்தியோகங் கொடுத்துக்கொண்டு வருவார்களா யின் சகல குடிகளுஞ் சுகம் பெற்று வாழ்வார்கள்' (I.1908 : 26). ஏழை மக்கள் ஆங்கிலேய அதிகாரிகளையே வரவேற்றார்கள் என்ற அன்றைய நிலைமையை தாசர் எழுதினார் (I.1908 : 61).

கிராமங்களில் உயர்சாதி சக்திகளோடு (பிராமணர்கள்) அரச அதிகாரிகள் இணைந்து தலித்துக்களை வன்முறைக்கு உள்ளாக்கி வதைத்ததை தாசர் மதுராந்தகம் தாலுகா, ஓரத்தூர் கிராமத்தில் நடந்த உண்மைச் சம்பவத்தைக் கொண்டு நிறுவினார். ஓரத்தூரில் பிராமணர் வீடுகள் 27; பறையர் குடிசைகள் 28; பறையர்க்கு வீதி களில் நடக்கத் தடை. சர்க்கார் தீர்வை கட்ட அக்கிரகாரத்தைச் சுற்றி வரவேண்டும்; தீர்வையை ஒரு கௌண்டன் வழியாகவே முன்சீப் ஐயர் வாங்கினார். தபால் பெட்டி அக்கிரகாரத்திலிருந்ததால் பறையர்கள் கடிதம் போடமுடியாது. கவுண்டனிடம் தந்து போடச் சொல்ல வேண்டிய நிலை. இந்த அநியாயத்தை அவர்களிடம் கேட்கப்போன ஒரு பறையனை நான்கு பார்ப்பனர்கள் சேர்ந்து கல், தடிகளால் இரத்தம் வர அடித்தார்கள். இதனை அவன் கிராம முன்சீப் ஐயரிடம் பிராது செய்யப் போனபோது பார்ப்பனர்கள் ஒரு வாழைக் குலையை வெட்டி முன்சீப் வீட்டுத் திண்ணையில் வைத்து, அதனை அவன் திருடியதாகவும் தாங்கள் அடித்ததாகப் பொய்ப் பிராது கொடுத்தார் கள் (I. 102 – 3). இந்நிகழ்ச்சியிலிருந்து தலைமுறை தலைமுறையாக பிராமணர்களும், அவர்களைச் சார்ந்த சாதி ஆசாரக்காரர்களும் பறையர் முதலான தலித்மக்களை எப்படி நடத்தி வந்திருப்பார்கள் என்பதை ஒருவாறு அறியலாம். கிராமங்களில் நடக்கும் தலித்துக்கு எதிரான வன்முறைச் செயல்கள் ஏறத்தாழ மேலே எழுதி வந்த வகையிலேயே அமைகின்றன.

மற்றொரு சம்பவம். திண்டிவனம் தாலுகா மேல்பாக்கம், பாஞ்சாலம், சாத்தனூர் கிராமங்களைச் சேர்ந்த தாசில்தாரும், முனிசீப்புகளும், கணக்கர்களும், அப்பகுதியில் தரிசாகக் கிடந்த ஆயிரம் ஏக்கர் நிலத்தை மேற்படி கிராமங்களில் வாழும் ஏழைக் குடிகளுக்கு (பஞ்சமர்) தருமாறு மனுச் செய்தபோது, அது மேய்க்காலுக்கு

விடப்பட்டநிலம் என மறுத்துவிட்டார்கள். காலி நிலங்களை ஏழைகளுக்குப் பயிர் செய்யக் கொடுக்கும் உத்திரவை 1902–ஆம் ஆண்டிலேயே பிரிட்டிஷ் ஆட்சி பிறப்பித்து விட்டிருந்தது (I. 338).

மாதம் பத்துரூபாய் சம்பளத்தில் முனிசீப் வேலையில் சேர்கிற ஒரு இந்து, பத்து வருசத்துக்குள் பத்தாயிரம் ரூபாய் குவித்துவிடுகிறான், ஐம்பது ரூபாய் சம்பளத்தில் தாசில்தாராகிறவன் இதே கால கட்டத்திற்குள் ஐம்பதனாயிரம் ரூபாய் ஸ்திதி அடைகிறான். அது எப்படி என்று தாசர் நக்கல் செய்தார் (I. 457).

தாசில்தார், முன்சீப் போன்ற கிராம அதிகாரிகளின் இரட்டை அதிகாரத்தையும், ஒடுக்குமுறையையும் தடுத்திட தாசர், கூறிய தீர்வுகள். 1. 'அந்தந்த கிராமங்களிலுள்ள தாசில்தாரர்களுக்கும் முனிஷிப்புகளுக்கும், கணக்கர்களுக்கும் அங்கு சொந்த பூமிகள் இருக்கப்படாது'. 2. போலீசுகளை மேற்பார்வையிட சூப்பிரண்டெண்ட் இருப்பது போல, (கிராமக்) குடிகளின் குறைகளை நேரிலறிந்து கலெக்டரிடம் தெரிவிக்க வருவாய்த் துறைகளில் ஐரோப்பிய வருவாய்த் துறை சூப்பிரண்டெண்ட் ஒருவரை அரசு நியமிக்க வேண்டும். ஏனெனில் கிராம வருவாய்த்துறை உத்தியோகஸ்தனுக்கு அந்த கிராமத்தில் சொந்த நிலமிருந்தால் அதில் மற்றக் குடியானவர்களை மிரட்டிப் பயிர் செய்ய வைப்பான் என்றும் (I. 1909 : 106), ஐரோப்பியர் சாதிபேதம் பார்க்காமல் நியாயமான முறையில் நடப்பர் என்றும் எழுதினார் (I. 1909 : 106).

குறிப்பிட்ட சாதியே, அரசுப்பணிகளுக்கு ஏகபோக உரிமை பாராட்டி அவற்றில் வேறு சாதியார் வரவிடாமல் தடுத்ததை தாசரும் கண்டார். 'ஒரு ஆபிசில் பெரிய உத்தியோகஸ்தர் ஒரு ஐயங்கார் சேர்வாராயின் ஐந்து வருஷத்துக்குள் அவ்வாபீசிலுள்ள முதலி, செட்டி, நாயுடு மற்றுமுள்ளவர்கள் எல்லாம் மறைந்துபோய் எல்லாம் ஐயங்காரர்கள் மயமாகவே தோன்றுவதியல்பாம்' என்று தாசர் எழுதினார் (I. 1909 : 156). இது தமிழகத்தின் தனித்துவம்.

கிராமப்புற அதிகாரிகளின் சாதி பேத ஆசாரங்கள், நகர்ப்புற சாதி இந்து அதிகாரிகளிடமும் இருந்தன. நவீன படிப்பால் இவர்களது சாதி மனப்பாங்கை மாற்ற இயலவில்லை. பரம்பரையாக ஊறியிருந்த சாதிய ஆழ்மனம்தான் அவர்களுடைய மனம், மொழி, செயல், உத்தியோகம் அனைத்தையும் இயக்கியது. மயிலாப்பூர் நகர சீர்த்திருத்த சங்கத்தார் ஆலோசனைக் கூட்டத்தில் சேஷாச்சாரியார். பி.ஏ., பி.எல் என்பவர், தங்களது (உயர்சாதி) சுடலைக்குப் போகும் வழியில் பறைச்சேரி இருப்பதால் அவ்வழியாக உயர்சாதியார்கள் போக அஞ்சுவதாக ஆலோசனை கூறினார்! இதனை விமர்சித்த தாசர், சாதாரண முனிசிபல் அதிகாரம் கிடைத்ததும் பறைச்சேரி மீது இப்படி ஆலோசனை பண்ணுகிறவர்கள் வசம் சுயராஜ்யம் கொடுத்தால் பறைச்சேரிகளும், பறையர்களும் ஊர்பேர் இல்லாதவர்களாக்கப்பட்டு விடுவார்கள்; துரைகளின் ஆட்சி இருக்கும் வரைதான் தாழ்த்தப்

பட்டோருக்கும் வளம் கிடைக்கும்; அவர்கள் போய்விட்டால் பழைய நிலைதான் என்றெழுதினார் (I.1908: 74 - 75). இது தாசரின் தீர்க்க தரிசனங்களில் ஒன்றாகும்.

முன்னர் இல்லாத அளவுக்குப் பறையர் முதலான தலித் சாதியாருக்கு நவீன நாகரிகத்தின் பலன்கள் ஓரளவேனும் கிடைக்கத் தொடங்கியதை உணர்ந்து வரவேற்ற தாசர், இதற்கு பாதகமாக இருப்பவர்கள், இருக்கப் போகிறவர்கள் சாதி முறையைக் கட்டிக் காக்கின்ற சுதேச இந்துக்கள் என்பதைச் சரியாகப் புரிந்திருந்தார். அவர்கால சமூகத்தை, ஐரோப்பியர், சுதேசி உயர்சாதியார், தாழ்த்தப்பட்டோர் என மூன்று பிரிவுகளாக வகைப்படுத்தினார். ஐரோப்பியரின் சாதிபேதம் பாராட்டாத பண்பை வரவேற்றார்; ஆயின் அவர்களது மதத்தை ஏற்கவில்லை; சுதேசி சாதி இந்துக்களின் பிராமணியமே சாதிக்குக் காரணமெனக் கண்டு அவர்களை கடுமையாக விமர்சித்தார். இவர் கட்கு எதிர் நிலையில் சாதி மத பேதமற்ற பௌத்த தன்மத்தைத் தாழ்த்தப்பட்டோரின் தர்மமாக, அரசியல் தளமாக தாசர் கட்டி எழுப்பப்பாடுபட்டார்.

சாதி இந்து உத்தியோகஸ்தர்களின் போக்கை இடைவிடாமல் கண்காணித்து விமர்சித்தார் தாசர். அவர் காலத்தில் பிரைமரி ஸ்கூல் சூபர்வைசர்கள் கூட சாதி ஆசார சீலர்களாக நடந்து கொண்டார்கள். சிறிய சாதிப் பிள்ளைகள் பயிலும் கிராமத்துப் பள்ளிக்கூடங்களுக்கு நேரில் போய் மேற்பார்வையிடாமல், (தீட்டு!), தாங்கள் இருக்கும் இடத்துக்கு அப்பிள்ளைகளை வரவழைத்து, தூரத்தில் நிறுத்தி பரீட்சை நடத்திவிட்டதாகவும், பார்வையிட்டு விட்டதாகவும் 'ரிப்போர்ட்' எழுதி விடுவார்களாம்! (I. 1909 : 101).

அரசாட்சியில், நிர்வாகத்தில், உத்தியோகத்தில், ஜனங்களின் பொதுவாழ்க்கையை நிர்ணயிக்கும் பொறுப்பில் வருகிறவர்களுக்கு இருக்கவேண்டியது, சாதிபேதம் பாராட்டாத குணம்; இருக்கக் கூடாதது சாதிபேதம் பாராட்டும் இயல்பு. இதனைத் தாசர் திரும்பத் திரும்ப எழுதினார். அடுத்து இந்து ஆசார சீர்த்திருத்த வாதிகளின் செயல்பாடுகளை தாசர் எவ்வாறு நோக்கினார் என்பதைக் காண வேண்டும். தென்னிந்திய சாதி ஆசார சீர்த்திருத்தவாதிகளுக்குச் சாதிகளும் இருக்க வேண்டும், அதைச் சீர்த்திருத்தவும் வேண்டும்! இப்படிப்பட்ட ஈரடியான, உள்முரண்பாடான நிலைக்குக் காரணம் இவர்கள், தங்கள் சொந்த சுகத்தை முன்வைத்தே சாதி சீர்த்திருத்தம் பற்றிப் பேசினார்கள் என்பது தாசரின் கருத்து. (I. 1909 : 204). இது அவர்களுக்கு ஒரு விளம்பரம், பகட்டு, என்றார் (I. 404). எளியசாதி யாரை முன்னேற்றப்போகிறோம் என்று இவர்கள் கூறுவது ஆடுநனைகிற தென புலி ஒப்பாரிவைத்த கதை மாதிரிதான் என்றார் தாசர் (I. 1910 : 228). இது, '... இமயமலையை வெட்டி வழிவுண்டாக்குவது போலாம்' என்று எழுதினார் (I. 1909 : 98). ஆசாரங்களைச் சீர்த்திருத்தப் போவதாக சாதி இந்துக்கள் கூறியதை தாசர் கேள்விகேட்டார்.

உண்மையில் ஆசாரம் என்பது எது? சமய ஆசாரங்கள், குல ஆசாரங்கள், இல்வாழ்க்கை முதலானவற்றை விட்டுவிடுவதாகிய பற்றற்ற செயல்தான் ஆசாரம். இதுவே முன்னோர் கண்டமுடிவு. எனவே, ஆசாரம் என்றால் சமயாசாரம், குலாசாரம் ஆகியவற்றைத் தவிர்ப்பதேயாகும். ஆசார சீர்த்திருத்தம் பேசிய மேற்சாதியார் இதனை உணரவில்லை. முதலில் இவர்களுக்குப் பிறரை உயர்த்தப் போகிறோம் என்ற நல்லெண்ணமும் கருணையும் இருக்குமாயின், 'கீழ்ச்சாதி' என்ற மொழியை மறந்தும் பயன்படுத்தமாட்டார்கள் (I. *410 –11*). ஆனால் அன்றைய நடைமுறையில் அவ்வாறில்லை!

சுதேசிகளையும், சுதேசத்தையும் சீர்த்திருத்துவது இவர்களுக்கு உண்மையான நோக்கமாயிருந்தால், முதலில் விவசாயத்தையும், கைத்தொழிலையும் சீர்த்திருத்த முயற்சித்திருக்க வேண்டும். அந்த முயற்சியில் அவர்கள் இறங்கியிருந்தால், உழைப்பாளிகளான பூர்வக் குடிகளை (தலித்துக்கள்) தாழ்ந்த சாதியோர் என்று கூறி ஒடுக்கியிருக்க மாட்டார்கள். அப்படி இறங்காததால், 'சாதிகளின் விருத்தியும், மதக்கடைகளின் விருத்தியும் மேலும்மேலும் பெருகிவருகிறதன்றி விவசாய விருத்தியுங் கைத்தொழில் விருத்தியும் பெருகுவதைக் காணோம்' என்று தாசர் நாட்டு வளர்ச்சிக்கு ஆதாரமான சமூக – பொருளாதார சீர்திருத்தத்தைக் குறிப்பிட்டார் (I.1912 : 412). இது தாசரின் தீர்க்க தரிசனங்களில் மற்றும் ஒன்று. இத்தகைய அடிப்படை யான சீர்திருத்தத்தால் தாழ்த்தப்பட்ட வகுப்பார்கள் முன்னேறி வளம் பெறுவார்கள் என்பதை மிகச் சரியாக தாசர் கணித்துச் சொன்னார். ஓரளவிற்காவது நகரங்களில் தாழ்த்தப்பட்டோரில் சிலர் முன்னேறி வளம் பெற்றதற்குக் காரணம் பிரிட்டிஷாரின் ஆட்சியும், மிஷனரிகளின் அன்புமேயன்றி, சாதிவேசமுற்றுள்ள ஆசாரச் சீர்திருத்தக் காரர்கள் அல்லர் என்று தாசர் அடித்துச் சொன்னார் (I. 503). 'சாதி பேதமற்ற கிறிஸ்தவ மெஷநெரிதுரைமகன் ஒருவனுக்கு சாதிபேதம் பார்க்கும் சீர்திருத்தக்காரர்கள் ஆயிரம்பேர் கூட ஈடாகமாட்டார்கள்' என்றார் (I.383). உண்மையான சீர்திருத் தங்களைச் செய்பவர்கள் மிஷனரிகளும், பிரிட்டிஷ் ராஜாங்கத்தாருமே; இவற்றுக்கு எதிரிகள் சுதேசி சாதியவாதிகளான சீர்திருத்தக்காரர்களே என்று ஆதாரங்களோடு தாசர் நிறுவினார் (I.1910 : 262).

பொதுக்குளங்களில் பஞ்சமர்கள் நீர் அருந்தக் கூடாது, பிராமணாள் ஓட்டல்களில் காபி குடிக்கக்கூடாது என்று பகிரங்கமாக நடைமுறைப் படுத்திக் கொண்டே தாழ்ந்த வகுப்பாரை உயர்த்தப் போவதாகக் கூறுவது என்ன கூற்றோ? என்று தாசர் கேட்டார் (I. 279). ஆசார சீர்திருத்தவாதிகளின் சாதிபேதம் பாராட்டாமை, எளிய சாதிகளை ஈடேற்றுதல் போன்ற கோஷங்களின் சுயரூபத்தை தாசர் கலைக்க முயன்றார். இத்தகைய சமூக சீர்தருத்த எண்ணத்தை பிரிட்டிஷ் ஆட்சியாளர்கள் வெளியிட்டதும், சாதி ஆசாரக்காரர்கள் எங்கே இது நடந்துவிடுமோ எனப் பதறி, தாங்களே அவர்களை ஈடேற்றப் போவதாக பத்திரிகைகளிலும், பொது கூட்டங்களிலும் கூச்சலிட

ஆரம்பித்தார்கள். நாம் ஏன் இதில் தலையிட வேண்டும் என்று ஆட்சியாளர்கள் அடங்கிவிடுவார்கள் என்ற தந்திரமே இங்கு வெளிப் படுவதாக தாசர் விமர்சித்தார் (I. 98). அப்படியே சீர்திருத்தக்காரர்களை ஏற்றுக் கொள்ளுவதனால், சீர்திருத்த சங்கத்தில் சாதிபேதமுள்ளவர் களின் எண்ணிக்கை ஐந்தென்றால், சாதிபேதமில்லாதார் (தலித்துக்கள்) எண்ணிக்கை பத்தாக இருக்க வேண்டும். அப்போதுதான் நிஜமாகவே தாழ்த்தப்பட்டோரைச் சீர்திருத்த முடியும் (I. 98). 'அங்ஙனமின்றி சாதிபேதம் உள்ளவர்கள் கூடிக் கொண்டு சாதிபேதமில்லா ஏழைகளை ஈடேற்றப் போகிறார்கள் என்பது இந்த கலியுலகத்திலுமில்லை; இனிவரும் கலியுலகத்திலும் இல்லை என்பது திண்ணம்' என்று தாசர் உறுதிபட எழுதினார் (I. 99).

பச்சையப்பன் டிரஸ்டுக்கு நியமிக்கப்பட்ட சுதேசிய கனவான்கள், பச்சையப்பன் காலேஜில் கைத்தொழிற்சாலையை ஏற்படுத்தி, அதில் சாதிஆசாரமுள்ளவர்களே சேர்க்கப் படுவார்கள்; அப்படி அல்லாத வர்கள் சேர்க்கப்படமாட்டார்கள் என பகிரங்கமாக விளம்பரம் செய்ததை தாசர் எடுத்துக்காட்டி சுதேசிகளின் சாதி சீர்திருத்தத்தைக் கண்டித்தார். சீர்திருத்தம் தேவைப்படுவது கல்வியில்தான் என்று மிகுந்த தீர்க்கதரிசனத்தோடு சொன்னார் தாசர். அப்போதிருந்த கல்விமுறையில் பி. ஏ., எம். எ. பட்டம் பெறுவது, அப்படிப் பெற்றவர் களின் பெண்டு பிள்ளைகளை மட்டிலுமே காப்பாற்றக் கூடியது. மொத்த சமுதாயத்தையும் காப்பது நிலச் சீர்திருத்தமே என்றார் (I. 1911 : 317). அரசு உத்தியோகத்தையே குறியிலக்காகக் கொண்ட பி. ஏ., எம். ஏ. படிப்பு முறையால், விவசாயம், வியாபாரம், பொறியியல் துறைகளில் தேர்ந்தவர்களுக்கு ஒரு வாய்ப்புமின்றிப் போகிறது; இதனால் வெறுமனே உருப்போட்டுப் பெறுகிற பி. ஏ., எம். ஏ. பட்டங்களை விட, விவசாயம், கைத்தொழில், வாணிகம் பொறியியல் என்ற அடிப்படையான வளர்ச்சித் துறைகளில் ஈடுபாடு கொண்டு தேர்ச்சி பெற்றவர்க்கே அரச உத்தியோகம் வழங்குவது சாலவும் சிறந்தது என்றார் தாசர் (I.1911 : 318).

கலைநூல் கல்வி, கைத்தொழில், அறிவு, சிற்பம், சோதிடம், மருத்துவம், நீதி, விவசாயம் பற்றிய கல்வி முறையை தாசர் வரவேற்றார். (I.1911 : 332) கல்வியில் இரண்டு வகைகளைக் கூறினார்.

1. கண்டு படிக்கும் படிப்பு: கலை நூல்கள் கற்று கைத்தொழில் விருத்திபெற்று லோக உபகாரமாக விளங்கும் படிப்பு.

2. தெண்டப் படிப்பு: ஒருவர் கொடுக்கும் பாடங்களை உருப்போட்டு ஒப்பித்துச் சுயநலன் நாடும் படிப்பு.

தாசர் இவற்றில் இரண்டாவது வகையை ஒதுக்கினார் (I. 1911 : 350). இந்த தெண்டப் படிப்பு முறையில், அரசு உத்தியோகங்களுக்குப் போட்டிப்பரிட்சை நடத்தி ஆளெடுக்கும் முறையை தாசர் ஏற்க வில்லை. ஏக சாதியார் வாழும் ஐரோப்பிய – அமெரிக்க நாடுகளுக்கு இது பொருந்தலாம். ஆனால் பல சாதிகளைக் கொண்ட இந்திய

நாட்டுக்கு இது பொருந்தாது. இங்கே, பரிட்சைக்கு வேண்டிய பாடத்தை இராப்பகலாக உருப்போட்டு ஒப்பிக்கும் வழக்கம் எல்லாச் சாதியார்களிடமும் கிடையாது. குறிப்பிட்ட சில சாதிகளுக்கு மட்டுமே இப்படி உருப்போடும் வழக்கம் உண்டு. அவர்களே போட்டிப் பரிட்சையில் முதலிடம் பிடித்து உத்தியோகங்களுக்கு வந்து விடுகிறார்கள். இதற்கு மாற்றாக, அவரவர் யோக்கியதை, அந்தஸ்து, உழைப்பு, இராஜவிசுவாசம் (நாட்டுப்பற்று) கண்டு உத்தியோகங்களைக் கொடுத்து, டிபார்ட்மெண்டுகளில் மகமதியர், கிறிஸ்தவர், இந்துக்கள் என்ற பிரிவினர்க்கு இட ஒதுக்கீடு செய்ய வேண்டும் (I.1911 : 328). போட்டி பரிட்சைமுறை, மனப்பாடக் கல்விமுறை, அதற்கான குடும்பச் சூழல், வசதி, ஆகியன வாய்க்கப்பட்ட பிராமண மற்றும் உயர் சாதியார்க்கே உத்தியோகங்கள் சென்று சேரும் வித்தையை தாசர் அன்றே துல்லியமாக அறிந்திருந்தார். இத்தகு கல்வி முறையால் சாமானிய சாதியார் வஞ்சிக்கப்பட்டதை தாசர் எடுத்துக்காட்டி, பல சாதி மதங்கள் நிலவும் சமூக அமைப்பிற்கு ஏற்ற இடஒதுக்கீட்டு முறையை, சாத்தியமான சமூகநீதி முறையைத் தாசர் தீர்க்க தரிசனத் தோடு முன் வைத்தார். அப்போது பெரியார் தீவிரமான காங்கிரஸ் பக்தராகச் செயல்பட்டுக் கொண்டிருந்தார்.

நவீன (அறிவியல்) கல்வியை தாசர் வரவேற்றார். ஐரோப்பியரின் அறிவியல் கண்டுபிடித்த ஸ்டீமர், போனகிராப், லெத்தோகிராப், போட்டோகிராப், விவசாய வித்தை முதலியவற்றைக் கற்கச் சொன்னார் (I.1912 : 407). வெறும் அரசாங்க வேலைக்காகக் கற்கப்படும் கல்வி கல்வியாகாது. விவேகமும் தொழிலும் அபிவிருத்தியாக வேண்டும், புதிய அறிவியல் கண்டுப்பிடிப்புக்களைக் கற்க வேண்டும் அதுதான் கல்வி என்றார் (I. 408). இத்தகைய கல்வி தான் சரியான சீர்திருத் தத்தைக் கொண்டுவரும். இதுதான் ஒரு மனிதன் யாராகயிருந்தாலும், அவனது தேசம், மொழி, வருணம் கடந்து அவனை ஒரு மனிதனாக, சமமானவனாக உணரவைக்கும் என்று சொன்னார் (I.434). இதுவே தேசத்திற்கு முதன்மைச் சிறப்பு; ஒருவன் தனது நிலத்தில் உழைத்துப் பிற உயிர்களுக்கு ஈந்து வாழ்வது இரண்டாவது சிறப்பு; வியாபாரம், கல்வி, கைத்தொழில் விருத்தி மூன்றாவது சிறப்பு (I.1912 : 435). அக்காலத்தில் வாழ்ந்த லட்சுமி நரசு போன்றவர்களோடு தாசர் கொண்டிருந்த உறவு தாசருக்கு மிக நவீனத்துவமான, சமயச் சார்பற்ற ஒரு சமுதாயம் பற்றிய சிந்தனையைத் தூண்டியிருக்க வாய்ப்பு இருந்தது.

தாசர் மொழிந்த சீர்திருத்தத்தில் தேசத்தின் சிறப்புக்குரிய நான்கு படிகள் கூறப்பட்டுள்ளன (I.1914: 521-22).

| | | |
|---|---|---|
| முதற்படி | : | விவசாய அபிவிருத்தி, உற்பத்தி. |
| இரண்டாம் படி | : | வித்தியா (தொழில்கள்) விருத்தி, விவேக விருத்தி |

| | | |
|---|---|---|
| மூன்றாம்படி | : | கல்வி விருத்தி |
| நான்காம் படி | : | மனிதனின் விருத்தி. |

நான்காம் படியில் தாசர் பௌத்தத்தின் நான்கு சத்தியங்களைக் கூறி மனிதன் அவற்றை ஆராய்ந்து உணர்ந்து நிருவாண நிலை பெறும் இலட்சியத்தை விவரித்தார். நிருவாண நிலையை அடையும்போது மனிதன் தெய்வமாகிறான். இதுவே சத்திய தன்ம சீர்திருத்தம் என்றார் தாசர். சாதி இந்துக்களின் ஆசார சீர்திருத்தத்துக்கு மாற்றாக தாசர் முன்வைத்தது சத்திய தர்ம சீர்திருத்தமாகும். இது புறவிருத்தி யோடு (முதல் மூன்று படிகள்) அக விருத்தியை இணைக்கிறது! இவற்றில் நான்காம் படியாகிய மனிதனின் அகவிருத்திக்கு, முதல் மூன்று படிகளாகிய புறவிருத்தி மிகவும் அவசியம் என்பதை தாசர் வலியுறுத்தினார். மேற்படி புறவிருத்தியிலும், அகவிருத்தியிலும் சாதி மதம் சம்பந்தப்படவில்லை என்பது முக்கியம். தாசருக்கு முன் வாழ்ந்து மறைந்த சி. இராமலிங்கர் (1823 – 1874) அகவிருத்தியைப் பற்றி மட்டுமே ஆழமாகப் பேசினாரே தவிர, அதற்கு அனுசரணை யாகப் புறவிருத்தியும் வேண்டும் என்ற கவனம் அவருக்கு இருந்ததாகத் தெரியவில்லை. தாசரின் 'சத்திய தன்மசீர்திருத்தம்' இராமலிங்கருக்கு பின் வந்த வளர்ச்சி. தாசர் பிறந்து நாற்பதாண்டுகளுக்குப் பின் பிறந்து ஆறரை ஆண்டுகளுக்குப் பின் மறைந்த கவிஞர் பாரதியார், சாதிமத குழப்பங்கள் தீராததாலும், ஆரிய மாயையிலும் வேதாந்த லாகரியிலும் தம்மை இழந்ததாலும், பிராமணியத்தின் கோரப் படியிலிருந்து தம்மை முற்றாக விடுவித்துக் கொள்ள இயலாததாலும் அவரது சிந்தனைகளும், தீர்வுகளும் உள்முரண்பாட்டிலிருந்து தப்ப முடியவில்லை. தாசர் காலத்தில் வாழ்ந்த பாரதியார் தேசிய காங்கிரஸ், சுயராஜ்ய கிளர்ச்சி ஆகியவற்றை எதிர்கொண்ட நிலை பாட்டிலிருந்து தலித் இனத்தின் மீட்சிக்காக இடைவிடாத போராட் டம் நடத்திய தாசர் முற்றிலும் வேறுபட்டு நின்றார். அந்த நிலை பாட்டைக் காணலாம்.

சாதிபேதம் பாராட்டுபவர்கள் முன்வைத்த ஆசார சீர்திருத்தங் களையும், சுயராஜ்ய முயற்சிகளையும் தாசர் நூற்றுக்கு நூறு எதிர்த்தார். தாசர் பத்திரிகை நடத்திய அந்த ஏழாண்டுகள் ஆசாரசீர்திருத்த கோசங்களும், காங்கிரஸின் மிதவாத தீவிரவாத கோஷ்டிகளின் சுயராஜ்ய கோரிக்கை கோசங்களும் சப்தமாக ஒலித்துக் கொண்டிருந் தன. வங்கப்பிரிவினையைத் (1905) தொடர்ந்து வங்காளத்தில் சுயராஜ்ய கிளர்ச்சி தீவிரமடைந்தது; 1906 கல்கத்தா காங்கிரஸ் மாநாட்டில் சுயராஜ்ய கோரிக்கையும், அந்நியப் பொருள் புறக்கணிப்பு தீர்மானமும் முன்மொழியப்பட்டு நாடெங்கும் பிரச்சாரம் செய்யப்பட்டது; 1906 சுதேசி ஆண்டாகவும் அனுசரிக்கப்பட்டது. மதராஸ் மாகாணத் தில் வ. உ. சி.யின் சுதேசி கப்பல் கம்பெனி தொடங்கும் முயற்சிகள் மேற்கொள்ளப்பட்டன. வ.உ.சி.க்கு 40 ஆண்டு சிறைத்தண்டனை விதித்ததை தொடர்ந்து திருநெல்வேலி, தூத்துக்குடி கலவரங்கள்

வெடித்தன. 1911–இல் வாஞ்சிநாதன் என்ற பிராமண இளைஞன், ஆஷ் துரையைக் கொலை செய்தான். 1910–இல் பார்ப்பனரல்லாதார் கிளர்ச்சி தொடங்கியது. தென்னாப்பிரிக்காவிலிருந்து காந்தி 1914–இல் இந்தியா திரும்பினார். மராட்டியம் (திலகர்), பஞ்சாப் (நவுரோஜி), வங்காளம்(பிபின் சந்திரர்) ஆகிய மாநிலங்களில் தீவிரவாத காங்கிரஸும், தமிழகத்தில் பிராமண வக்கீல்களைப் பெருவாரியாகக் கொண்ட மிதவாத காங்கிரஸும் இக்கால கட்டத்தில் முனைப்புடன் செயல்பட ஆரம்பித்தன. வங்காளத் தலைவர்களையும், வந்தேமாதர கோஷத்தையும், பாரதமாதா, சக்தி, உருவகத்தையும், வேதாந்தத்தையும் சென்னையில் பாரதி, ஜி. சுப்பிரமணிய ஐயர் போன்ற பத்திரிகையாளர்கள் தீவிரவாத காங்கிரஸின் சுயராஜ்ய இலட்சியத்தோடு இணைத்து வேலை செய்தார்கள். தாசர் இப்படிப்பட்ட காலகட்டத்தில் சாதிபேதமற்ற, சமத்துவ சமுதாயம் பற்றி விவாதித்தார். மேற்படி காங்கிரஸையும், அதன் உள்ளமைப்பு, நோக்கம், செயல்பாடு பற்றியும், திட்டம் பற்றியும், சுயராஜ்யம் பற்றியும் எதிர்வினைகள் புரிந்தார். பத்திரிகையில் இவற்றைக் கடுமையாக விமர்சித்தார்.

சாதி பேதங்கள் நிலவும் ஒரு நாட்டில் சுயராஜ்யம் என்றால் சகல சாதிகளுக்குமாக இன்றி, பாரம்பரியமான உயர் சாதிகளுக்கே சென்று சேரும் என்பதே தாசரின் விமர்சன அடிப்படை, இந்த நிலையிலிருந்தே எல்லாவற்றையும் அணுகினார். எல்லாவற்றுக்கும் முன்பாக முதலில் 'சாதிமத கசிமலங்களை' அகற்றுவதே பிரதானம் என்றார். அவரது பாகுபாட்டில் சாதிமத கசிமலங்களை அகற்றுவது 'உள்சீர்திருத்தம்'. ஆசார சீர்திருத்தம் – சுயராஜ்ய கோரிக்கை எல்லாம் 'புறச்சீர்திருத்தம்'. முதலில் காங்கிரஸ் சுதேசி கிளர்ச்சிக்காரர்கள் உள்சீர்திருத்தத்தில் முழுகவனம் கொள்ள வேண்டுமேயன்றி, புறச்சீர்திருத்தத்தில் அல்ல. அவ்வாறு புறச்சீர்திருத்தத்தில் புகுந்தால், காங்கிரஸுக்குள் உள்ள மிதவாதிகளின் மூர்க்கத்தாலும், அமிதவாதிகளின் அக்கிரமத்தாலும் நாட்டுக்கு மோசம் விளையும் என்று தாசர் எச்சரித்தார் (I.1908 : 23 - 24). 1907 சூரத் மாநாட்டில் தான் காங்கிரஸின் இந்த இரு பிரிவாரும் அடிதடி ரகளையில் இறங்கினார்கள்.

காங்கிரஸ் கட்சியின் சமூக தளத்தை தாசர் எடுத்துக்காட்டினார். இந்து மதத்துக்குச் சாதிப்பிரிவினைகள் ஆதாரம்; சாதி பிரிவினைகளுக்கு இந்து மதம் ஆதாரம் என்று குறிப்பிட்ட தாசர் (I.181), காங்கிரஸ் கட்சி அனுபவத்தில் இந்து காங்கிரஸாக உள்ளது என்றார். எனவே அது சாதிப்பிரிவினைகளைக் கொண்டது என்றார். சாதியை அது விட்டால்தான் இந்தியர் என்ற ஒருமைப்பாட்டுக்குள் மகமதியர், கிறிஸ்தவர், தாழ்த்தப்பட்டோர் இணையமுடியும் என்றார் (I.182).

சுதேச கிளர்ச்சியாளர்களின் அரசியல் அமைப்புதான் 'நாஷனல் காங்கிரஸ்'. இது தாசரின் பார்வையில் 'இந்து நாஷனல் காங்கிரஸாக'

ஆறிலொரு பகுதி (தலித்) ஏழைகளின் துயரங்களை அரசுக்குத் தெரிவிக்காமல் தங்கள் குறைகளைப் பற்றி மட்டும் தெரிவிக்கிற சுயநல காங்கிரஸாக, 'வங்காள காங்கிரஸாக', 'பிராமண காங்கிரஸாக', திராவிடர் கோரிக்கைகளைக் கவனிக்காத காங்கிரஸாக (I. 1908 : 77), 'சாதி காங்கிரஸாக' (I. 1908 : 37) புலப்பட்டது!

1907, டிசம்பரில் சூரத்காங்கிரஸ் மாநாட்டில் நடந்த கலவரம் பற்றி தாசர் விமர்சித்தார். இக்கலவரத்துக்குக் காரணமே சாதிபேதம் என்றார். வாயினால் வாதிப்பதை விட்டுக் கைகலப்பில் ஈடுபட்டவர்கள் கற்றவர்களா என்று கேட்ட தாசர், இப்படிப்பட்டவர்கள் கையில் சுயராச்சியம் கொடுத்தால் என்ற வினாவையும் உடன் எழுப்பினார் (I. 36).

சுதேசிய சீர்திருத்தக்காரர்களுக்கு, சாந்தம், சமாதானம், எல்லோரையும் சோதரர் என்று எண்ணும் பண்பு, வாய்மை, நன்முயற்சி, நல்ஞானம், நற்கடைபிடி ஆகியன வேண்டும் என்றார் (I. 32 - 33). இப்பண்புகள் எல்லாமே பௌத்த அட்டாங்கத்தின் சில அம்சங்களாகும்.

பிராமணர்களின் ஆதிக்கம் நிறைந்த காங்கிரஸ் சாதிபேதத்தை ஒழிக்க முன்வராது என்பது தாசரின் நம்பிக்கை. பிராமணர்களும், அவர்களது அமைப்புக்களும் தாசரின் நம்பிக்கையைப் பொய்த்துப் போக விடவில்லை. 'சென்னை நாஷனல் இன்டஸ்டிரியல் அசோசியேஷன்', உண்மையில் 'திராவிட மஹாஜனசபை' குறிப்பிட்டது போல, 'பிராமணர்கள் இண்டஸ்டிரியல் அசோசியேஷன்' ஆகத்தான் இருந்தது (I. 78). சென்னை மஹாஜன சபையிலும் பிராமணரே ஆதிக்கம். இந்த சபையினரோடு 1892 – ஏப்ரலில் தாசருக்கு கசப்பான ஓர் அனுபவம் ஏற்பட்டது. இச்சபை 1892 ஏப்ரலில் கூடி, ஏரி, கிணறு, ரோடு, ஜில்லா சீர்திருத்தம் பற்றியும், பறையர்களுக்கான உபகாரம் பற்றியும் ஆலோசிக்க ஏற்பாடு செய்தது (பறையர்க்கு உபகாரம், என்பதை ஏரி, கிணறு, ரோடு சீர்திருத்தத்தோடு ஒன்றாகச் சேர்த்திருப்பதைக் காண்க!) இந்த ஆலோசனைக் கூட்டத்திற்கு நீலகிரி ஜில்லா பிரதிநிதியாக தாசரும் வந்திருந்தார். 'பறையர் பிராப்ளம்' பற்றிப் பேச்சு வந்தபோது தாசர் பேச அழைக்கப்பட்டார். அவர், பறையருக்கு ஆலயப்பிரவேச உரிமை பற்றிப் பேச ஆரம்பித்ததும், எல்லாரும் ஒன்று சேர்ந்து கூச்சலிட்டார்கள். அவர்களுள் ஒருவரான சிவராம சாஸ்திரியார் எழுந்து, 'உங்கள் குலத்தோருக்கு மதுரைவீர சாமி, காட்டேரி சாமி, கருப்பண்ண சாமி கொடுத்திருக்கின்றோம்' என்று கூறி, 'சிவனும் விஷ்ணுவும் உங்கள் குலத்தோருக்கு உரியதல்ல' என்று ஆட்சேபித்தார் (I. 80). அதற்குப் பதிலிறுத்த தாசர், அவர்களது சாமிகள் வேண்டாம், பறைக்குலச் சிறுவர்களுக்கு இலவசக் கல்வியும், பறைக்கிராம வாசிகளுக்கு தரிசு நிலங்களும் தரச்சொல்லி அரசுக்கு சிபாரிசு செய்யக் கோரினார். இந்த இருவரது பேச்சிலுள்ள வேறுபாட்டை சாதிய சமூகத்தில் பிறந்து வளர்ந்த யாராலும் விளங்கிக் கொள்ள

முடியும். ஒரு பிராமணசாதி சுதேசியின் சாதி ஆணவமும் பௌத்தம் தன்மம் பேணும் ஒரு பறையரின் சமூக அக்கறையும் இங்கே தெளிவாக வெளிப்படுகின்றன. இத்தகைய சுதேசிகளிடம் தாசர் போன்றோர்க்கு அவநம்பிக்கை உண்டானது இயல்பானதே. நாஷனல் காங்கிரஸின் சென்னைப் பிரதேச காங்கிரஸை பிராமண காங்கிரஸ் என்று குறிப்பிட்ட தாசர், காங்கிரஸ் கமிட்டியாரும், சீர்திருத்த சங்கத்தாரும் பறையருக்காகப் பரிந்துரை செய்யும் உபகாரத்தை நிறுத்தி, அவர்களுக்கு உபத்திரவம் செய்யாமலிருந்தாலே போதும் என்றார் (I.86).

தாசர் காலத்தில் ஆசார சீர்திருத்த முயற்சிகளிலும், சுயராஜ்ய கோரிக்கைகளிலும் சாதிமத குல பேதங்களை எப்படி அகற்றுவது, என்ற பொருள் பற்றிய விவாதம் பத்திரிகைகளிலும், கூட்டங்களிலும், மாநாடுகளிலும் பரவலாக நிகழ்ந்து கொண்டிருந்தது. பலதரப்பிலிருந்து பல விளக்கங்கள் வந்தன. அத்வைத வேதாந்த விளக்கங்கள் ஒருபுறம்; இந்துத்வ மறுபொருள் கோடல்கள் ஒருபுறம்; மேற்கத்திய பகுத்தறிவுசார் வியாக்கியானங்கள் ஒருபுறம். ராஜாங்க சீர்திருத்தங்களும், ஆசார சீர்திருத்தங்களும் அன்று ஒரு நபரே பேசக்கூடிய விஷயங்களாக இருந்தன. இவர்களில் பலர் பேசிய சாதி மத குல ஆசாரசீர்திருத்தங்கள் யாவும் ஊருக்கு உபதேசமாகவே இருந்ததாகவும் தங்கள் வீடுகளில் இவர்களில் பலர் ஆசார சீலர்களாக இருந்ததாகவும் பாரதி எழுதியுள் ளார் **(பா. ப I. 1998 : 233)**. ஒரு விதத்தில் சுயராஜ்ய கோரிக்கை கிளர்ச்சியிலிருந்து திசை திருப்புவதற்கே பலரும் ஆசார சீர்திருத்தம் பேசுவதாகவும், இது ஆங்கிலேயரின் சதி என்றும் பாரதிக்குட்பட்டது **(பா. ப I. 1998 : 345).** ஆசார சீர்திருத்தம், அரசியல் மாற்றத்துக்குப் பிறகே என்று பாரதி எழுதினார். சாதிகுல பேதங்களை முற்றாக அகற்றிய பிறகுதான் சகலருக்கும் சமஉரிமை தரும் சுயராஜ்யம் வேண்டும் என்பது தாசரின் நிலைப்பாடு! ஆசார சீர்திருத்த முயற்சிகளால் சிக்கலும், குழப்பமும், பிளவும் தேசவிடுதலைக்குக் காலதாமமும் ஏற்படும் என்பது பாரதி கருத்து **(பா. ப I. 1998 : 427)**. சுயராஜ்யத்தை சாதி இந்துக்கள் கையில் தரக்கூடாது என்று தாசர் பிரிட்டிஷ் அரசாங்கத்திடம் திரும்பத் திரும்பக் கேட்டுக் கொண்டார்.

தாசர் முதலில் 'உள் சீர்திருத்தமாம்' சாதிமதபேத ஊழல்களை ஒழித்துவிட்டுப் பின்பு 'புறச்சீர்திருத்த சுதேசியத்தை' நாடுவதுதான் அழகு என்றார் (I. 1970 : 294). பாரதியும் கூட சென்னைக்கு வந்த புதிதில் *1904*–இல் உள்சீர்திருத்தமே பிரதானம் என்றவர் பல அரசியல் கொந்தளிப்புக்கள் ஏற்பட்ட பின் *1906*–இல் தமது நிலைபாட்டை மாற்றிக் கொண்டார். 'ஆயிரம் உண்டிங்கு சாதி எனில், அந்நியன் புகல் என்ன நீதி?' என்று கேட்டார். சாதிமத பேதங்களை அகற்றும் முயற்சி, அந்நிய ஆட்சியின் கீழ் சாத்தியமில்லை, சுயராஜ்யம் பெற்றபிறகே அது சாத்தியம், அதற்கு முன்பே இதில் ஈடுபட்டால், அது அந்நிய ஆட்சிக்கே சாதகமாக முடியும் என்றார். ஆனால், சுயராஜ்

யத்துக்கு முன்நிபந்தனை சாதிமத பேதமகற்றும் உள்சீர்திருத்தமே என்றார் தாசர். 'எப்போது இங்கே சாதிபேதம் நீங்குகிறதோ அப்போது தான் இந்நாட்டுக்கு சுயராட்சியம் கொடுக்க வேண்டும்' (I.1912 : 441). ஐரோப்பியரின் சுதந்திரமும், சமத்துவமும், சுயராஜ்யமும் தங்களுக்கு வேண்டும் என உரிமைபாராட்டும் இந்தியர்கள் (இந்துக்கள்) அதே உரிமையைப் பறையர் முதலானோர்க்கு விரிவுபடுத்துவதில்லை என்பதே தாசரின் விசனம். 'ஐரோப்பியருக்குள்ள சுகங்களை இந்துக் களும் அடையவேண்டுமென்று முயல்வோருக்குப் பார்ப்பானுக்குள்ள சுகம் பறையனும் அடையவேண்டுமென்னும் கருணை இல்லையோ?' என்று தாசர் கேட்டதில் நியாயம் இருந்தது (I. 495). 'சாதியும் வேண்டும், மதமும் வேண்டும் சுயராட்சியமும் வேண்டும் என்றால் அது ஈடேறாது' (I.521) என்று அறிவித்தார் தாசர். இன்றுவரை ஈடேறவில்லை என்பதுதான் எதார்த்தம்.

பாரதிக்கு தேசவிடுதலை பொதுவிசயம். சாதிமத பேதம் அகற்றும் உள்சீர்திருத்தம் அந்தந்தப்பிராந்தியத்தைச் சேர்ந்த அந்தந்த வகுப் பாருடைய பிரச்சினை 'அந்தந்தக் கூட்டத்தாரின்' பொறுப்பு என்றார். இவை சில்லறை விசயங்கள். ஆசார சீர்திருத்தம் என்பது அந்தந்த வகுப்பிற்குரிய சீர்திருத்தங்களாகும். இவற்றை அந்தந்த வகுப்பார் செய்து கொள்ளுவதே பொருந்தும். தேசிய காங்கிரஸ் தேச முழுமைக்குமான பொது விவகாரங்களைக் கவனிக்கும். அதாவது வாணிபம், கைத்தொழில், தேசவிடுதலை முதலானவை என்று பாரதி 1893–இல் லாகூர் காங்கிரஸ் மாநாட்டில் நவுரோஜி அறிவித்ததை எடுத்து எழுதினார் (பா. ப. II. 2001 : 77). பாரதிக்கு சாதி குல ஆசார சீர்திருத்தம் என்பது, பிறருக்குப் பாதிப்பில்லாதபடி அவரவர் வீடுகளில் அநுசரிக்கப் படுவதேயன்றிப் பொதுஜன க்ஷேமத்தைப் பற்றிய விஷயங்களில் அவ்வேற்றுமைகளை *மறந்து விட வேண்டும்* என்று ஜி. சுப்பிரமணிய ஐயர் பேசியது சரியாகப் பட்டது (பா. ப. II. 2001 : 522). தனிப்பட்ட மனிதர்கள் மறந்துவிடவேண்டிய விசயமாக பாரதிக்குப்பட்டது. அப்போது பாரதிக்கு சுதேசியமே பத்தாவது அவதாரம், அந்நியப் பொருள் பஹிஷ்காரமே அதன் ஆயுதம்; வந்தே மாதரமே அதன் தாரக மந்திரம் (பா. ப. II.2001 : 587).

தாசரின் கேள்விகள் வேறுவிதமாக இருந்தன. 'சுடுகாட்டுக்கு வழி கொடாத சுதேசிகளுக்கு சுயராட்சியங்கொடுக்கப் போமோ?' என்று கேட்டார் (I.1911 : 333). இந்துக்கள், தங்களது மநுதன்ம சாஸ்திரத்தை அநுசரித்துக் கொண்டே சுயராட்சியம் கேட்பது ஏற்கத்தக்கதல்ல என்றார் (I.1912 : 422). இதற்குப் புதுச்சேரி நிலைமையை எடுத்துக்காட்டினார். புதுச்சேரி என்ற சிற்றூருக்கு பிரான்சியர் குடியரசு வழங்கியபிறகு, ஆண்டுதோறும் அங்கு நடக்கும் தேர்தல்காலத் தில் பிணங்கள் பல விழுவதும், வீடுகள் சாத்தப்படுவதும், மக்கள் கைகால் ஒடிவதும் பிரத்தியட்ச விசயமாகிவிட்டன. ஒரு சிற்றூர் அளவு ஊருக்கே குடியரசு ஆட்சி சரிப்பட்டு வரவில்லை என்கிறபோது

இந்தியாவுக்கு சுயராட்சியம் கொடுத்தால் என்ன ஆகும்? என்று தாசர் கேட்டார் (I.422 - 23). இப்படியொரு சுயராஜ்யம் சாதிமத பேதம் பாராட்டும் சுதேசிகளிடம் வழங்கப்பட்டால், '... இத்தேசத்திலுள்ள சகலருக்கும் யாங்களே மேலானவர்களாதலால் மேலதிகாரங்கள் யாவையும் நாங்கள் அனுபவிக்க வேண்டும் எனத் தங்கள் சுயசாதியோர் யாவரையும் ஒன்றாகச் சேர்த்து அதிகார கூட்டங்களில் வைத்துக் கொண்டு மற்றவர்களை கோலுங் குடுவையுங் கொடுத்து அல்லோகலத்திலலையைச் செய்து விடுவார்கள்' என்று தீர்க்கதரிசனம் சொன்னார் தாசர் (I.1907 : 30). நடந்தது இதுதான்! பாரதியால் தாசரைப் போல ஒரு தீர்க்கதரிசனம் கூற இயலவில்லை; அவர் ஒரு மஹா கவியாக இருக்கலாம்; புதுமைவிரும்பியாகக் கூட இருக்கலாம், அந்தந்த சந்தர்ப்பங்களில் உந்தித்தள்ளுகிற உணர்ச்சிகளின் வசப்பட்டு, தன்னிலையழிந்து தன் முந்தைய கருத்துக்களை மறுத்து நேரெதிராக முழங்குபவராக இருக்கலாம். ஆனால் அவர் தாசரைப் போல ஒரு தாழ்த்தப்பட்ட சாதியைச் சேர்ந்த சிந்தனாவாதியாக இல்லை என்பதுதான் அவரது முரண்பாடுகளுக்கெல்லாம் காரணம். அவர், அவர்காலத்துச் சனாதனிகளிடமிருந்து தம்மை முற்போக்கானவராக நினைத்திருக்கக் கூடும்; ஆயின், தாசரோடு ஒப்பிடுகையில் பாரதி மிகவும் பிற்போக்கானவரே! பாரதி, அவர்காலக் காங்கிரஸ்காரர்களைப் போல சுயராச்சியம் சுயராச்சியம் என்று பேசினார், எழுதினார். இந்தியர்களில் மேலிருந்து கீழ்வரை எத்தனையோ சாதிப்பிரிவுகள் இருக்க, இவற்றுள் எந்தச் சாதியாருக்கு சுயராச்சியம் வாங்கிக் கொடுக்கப் போகிறாரோ மிஸ்டர் கேயர் ஆர்டி?' என்று தாசர் கேட்ட கேள்வியைப் பாரதிக்கும் விடப்பட்ட கேள்வியாக எடுத்துக் கொள்ளலாம் (I.1908 : 23). இனம், நாடு, மொழி, கலாச்சாரம், மதம், ஆகியவற்றில் முற்றிலும் வேறுபட்ட ஒரு அந்நியதேசத்தாரின் ஆட்சியை அகற்றுவதற்கு, இந்துத்துவமீட்பு வாதத்தை முழு மூச்சாக பிரச்சாரம் செய்த திலகர் *(1856 – 1920)* போன்றோரின் நிலைபாட்டை ஏற்றுக் கொண்ட பாரதியின் அரசியல் செயல்பாடு, ஆதிக்கத்துக்கு உட்பட்ட வர்களுக்கான செயல் உத்தி எனப் பாராட்டுகிறார்கள். காலங்காலமாக இதே ஆதிக்க இந்துத்துவத்தால் ஆட்பட்ட நிலையிலேயே ஒடுக்கப்பட்ட வர்கள் இந்துத்துவத்தோடு சம்பந்தமல்லாத ஓர் அந்நிய ஆட்சியை வரவேற்றதையும், இந்துத்துவத்தின் சாதிபேதமான சமூக நிலைமையை அகற்றினால்தான் பூராண சுயராஜ்யம் ஏற்படும் என்று சொல்லி யதையும் தேசவிரோதமாகத் தூற்ற முடியுமா? இவை இரண்டுமே பாதிக்கப்பட்ட இருவேறு தரப்பாரின் நியாயங்கள் என்று சமன்படுத்த முடியுமா? இவை நடுநிலையாளர்களின் சிந்தனைக்கு விடப்படுகின்றன. இதைத்தொடரும் ஒரு கேள்வி: நடுநிலைமை என்று ஏதாவது உண்டா?

சுயராஜ்யம் பெறுவதற்கான நான்கு வழிகளைப் பாரதி *1907*–இல் குறிப்பிட்டார். அவை: *1.* சுதேசக்கல்வி. *2.* அந்நியப்பொருள் புறக் கணிப்பு *3.* கிராமபஞ்சாயத்து *4.* அரசுப்பணி நிராகரிப்பு (பா.பII : 2001).

பிரிட்டிஷாரின், மிஷனரிகளின் மேற்கத்திய கல்விக்கு மாற்றாக, லாலா லஜ்பத்ராய், திலகர், ஜி. சுப்பிரமணிய ஐயர், பாரதி, வங்காள தீவிரவாத காங்கிரஸார் 'தேசீயக்கல்வி' ஒன்றை வடிவமைத்துப் பிரச்சாரம் செய்தார்கள். இதன்படி, அந்நியர் ஆட்சியை அகற்றுவது, பாரத ஆரியப் பெருமையைக் கற்பிப்பது, அறிவியல் கலைகளோடு, புராதனமான இதிகாச – அவதார – புராண – உபநிஷத – வரலாற்று நாயகர்களை உதாரண புருஷர்களாகக் கற்பிப்பது என்ற கல்வித்திட்டம் உருவாக்கப்பட்டது (பா. ப. I.1998 : 496). இத்தகைய தேசீயக் கல்வி 1906 கல்கத்தா காங்கிரஸ் மாநாட்டில் நிறைவேற்றப்பட்டது (பா. ப. I. 2001 : 64). கல்வி என்றால், பாரததேச மஹான்களான வியாஸர், யாக்ஞுவல்கியர், சங்கரர் முதலிய ஞானிகளையும், கிருஷ்ணர், புத்தர் முதலிய அவதார புருஷர்களையும், அர்ஜுனன், கர்ணன், விக்கிரமன், சிவாஜி முதலிய சரித்திர வீரர்களையும் பற்றிச் சொல்லித் தருவது என்றார் பாரதி (பா. ப. I. 1998 : 461). இத்தகைய கல்வியை மிஷனரி பள்ளிகளில் சொல்லித்தருவதில்லை. இந்த மஹா புருஷர் களை மிஷன் பள்ளிகளில், கொலையாளி, அறிவிலி, தூர்த்தன் என்று சொல்லித்தருவதால், சுதேசித் தந்தையர் தம் பிள்ளைகளை மிஷன் பாடசாலைகளுக்கு அனுப்பக்கூடாது; அப்படி அனுப்புபவர்கள் தேசத் துரோகிகள் என்றார் பாரதி (பா. ப. I. 1998 : 461). மேலும் அன்னியர் எழுதிய பாரத வரலாற்றை மாற்றி நம்மவர் புதிய உண்மையான வரலாற்றை எழுதவேண்டும் என்றார் (பா. ப. I. 1998 : 462). தாசர் இந்தக் கல்வியையும், இவர்களது வரலாற்றையும் முழுசாக நிராகரித்து விட்டார். இவர்களின் தேசீய கல்வியில் நவீனகல்வியை மட்டும் தாசர் ஏற்றார். பள்ளிக் கூடங்களில் கூட சாதி இந்துக்களுக்குத் தனியாகவும், பஞ்சமர்க்கென்று தனியாகவும் பள்ளிக்கூடம் உண்டாக்கக் கோரியதை தாசர் கண்டித்தார். இப்படித் தனிப் பள்ளிக்கூடம் கேட்பவர்கள் கையில் சுயராச்சியம் வந்தால் பஞ்சமர்க்குரிய தனிப் பள்ளிக்கூடங்களையும் ஒழிப்பார்கள் என்று எழுதினார் (I. 1908 : 79). அன்று சுயராஜ்யம் கோரிய பெரிய சாதிகள் என்போர், பூமியை உழும் நவீன கலப்பையையோ, விரைவாய் நீர்பாய்ச்சும் ஏற்றத்தையோ, நெல்லையும் அரிசியையும் பிரிக்கிற எந்திரங்களையோ கண்டுபிடித்ததில்லை. இதேபோல போட்டோகிராப், டெலிகிராப், போனோகிராப், மோனோ கிராப், ஸ்டீம் ரெயில்வே, டிராம்வே என்பவற்றையும் கண்டுபிடிக்கவில்லை; மாறாக சாதி, மத வித்தைகளையே நாளுக்கு நாள் அபிவிருத்தி செய்து வருகிறார்கள் என்று தாசர் எழுதினார் (I.1908 : 72). அக்காலத்தில் சாதிமதபேதக் காரர்களைவிட அயோத்திதாசர் போன்றோர் மிகவும் நவீனத்துவப் பார்வை கொண்டிருந்தார்கள். நவீனத்துவத்தோடு சாதியும் மதமும் சகவாழ்வு நடத்த இயலாது; இந்தியாவில் மட்டுமே இது சாத்தியம்! மொழியாலும், சாதியாலும், இனத்தாலும் பலவாறாகப் பேதப்பட்டிருக் கும் இந்தியர்க்கு, சுயராஜ்ஜியம் உதவாது; பிரிட்டிஷாரின் சிறந்த ஆங்கில மொழியால் ஒற்றுமை பராமரிக்கப்படுவதாக தாசர் கருதினார்

(I. 1910 : 248). ஒற்றுமை பற்றிப் பேசும் சுதேசிகள் என்னும் காங்கிரஸ் கமிட்டியார், பிராமணர் ஓட்டல்களின் முன், கிறிஸ்தவர், பஞ்சமர், மகமதியர் நுழையக்கூடாதென்று பலகையில் எழுதித் தொங்கவிட்டி ருப்பதை தாசர் எடுத்துக்காட்டி அவர்களது ஒற்றுமையின் லட்சணத்தை உரித்துக் காட்டினார் (I. 273).

காங்கிரஸின் அந்நியப்பொருள் புறக்கணிப்பு என்பது தேசநலனுக் குக் குந்தகமானது; சுதேசிகளின் சுயநலனைக் கருத்தில் கொண்டது என்று விமரிசித்தார் தாசர். நாட்டினுடைய அன்னிய வியாபாரம் கெடும் என்றார் (I.1907 : 28 - 29). புறக்கணிக்கப்பட வேண்டியவை பல உள்ளன. சாதிகளையும் சமயங்களையும் சாராயக் கடைகளையும் கள்ளுக்கடைகளையும் 'பாய்காட்' பண்ணாமல், அன்னியதேச ஜவுளி களைப் புறக்கணிப்பதால், மூன்று முதல் ஐந்து ரூபாய்வரை விற்ற மல்பீசுகள் நான்கு முதல் ஏழு ரூபாய் என விலை ஏறிவிட்டதாகவும், 'சுதேசிய மல்லுகளோ சுத்த பூஜ்ஜியமே' என்றும் தாசர் பொருளாதார காரணத்தைக் காட்டி மறுத்தார் (I. 1908 : 36). அன்னிய தேச சரக்கு களை வாங்குவதால் தான் நாட்டில் பஞ்சம் ஏற்படுவதாக காங்கிரஸ் சொன்ன காரணத்தை தாசர் நிராகரித்தார். விவசாய உற்பத்தியில் நடந்த கோளாறுதான் காரணம். சர்வசீவர்களையும் காப்பாற்றும் நவதானியங்களைப் பயிரிடாமல், தங்கள் குடும்பம் மட்டும் வாழ வேண்டுமென்று மணிலாக்கொட்டையை (பணப்பயிர்) விளைவிப்பதா லேயே பஞ்சம் உண்டாவதாக தாசர் எடுத்துரைத்தார் (I.1908:44). (இது உண்மைதான் என்றாலும் பிரிட்டிஷாரே இந்தப் பணப்பயிர் விவசாயத்துக்கு மூலகாரணம் என்பதை தாசர் மறந்து விட்டாரோ?)

உள்ளூர் மக்களின் பஞ்சம் பட்டினிக்கு உதவமுன்வராத சுதேசி கனவான்கள், வெளிநாட்டுப் பொருட்களை பகிஷ்கரிப்பது தங்களது இலாப நோக்கத்திற்கே என்றார் தாசர் (I. 62). பிரிட்டிஷ் ஆட்சிக்குப் போட்டியாக வ. உ. சி.யும் (1872 – 1936), சிவாவும் மேற்கொண்ட சுதேசி கப்பல் வர்த்தகத்தை தாசர் மறுக்கவில்லை; அவர்கள் சுதேசி சரக்கு கப்பல் வர்த்தக விருத்தியைக் கவனிக்காமல், அரசுமீது பகையை விருத்தி செய்வதால் விளைவது துக்கம், மாளாத துக்கம் என்றார் (I. 1908 : 55).

அந்நியப் பொருட்களை ஒதுக்கச் சொன்ன பல சுதேசிகள், காண்டில், சோப், மாச்சீஸ், சருக்கரை போன்ற நவீன பண்டங்களை வாங்கும் மனநிலையில் இல்லை; அவர்களுக்கு கிரசின் விளக்கும், கருப்பட்டியும், காடாத்துணிகளும் போதும் என்று தாசர் விகடமாக எழுதினார் (I.1907 : 30). பகிஷ்காரம் என்பது நவீனத்துவத்துக்கு எதிரான நிலைபாடு என்பதை உணர்த்த விழைந்தார்.

காங்கிரஸார் சிவில் செர்விஸ் பரீட்சையை இந்தியாவில் வைக்க வேண்டும்; கிராம பஞ்சாயத்து ராஜ்யத்தை ஏற்படுத்த வேண்டும் (முன்னது மிதவாதம், பின்னது தீவிரவாதம்) எனக் கோரியதை தாசர் ஏற்கவில்லை. அதற்குக் காரணம் 1. இருக்கிற சாதிக் கட்டுப்பாடு

மேலும் இறுகிவிடும், 2. கிராமத்தில் சாதிபேதக்காரர்களின் கை ஓங்கும் (I. 346). வங்கப்பிரிவினையிலிருந்து, பெரிதும் பிராமணப்படிப் பாளிகளால் சுதேசிய விடுதலைக்காக ஆயுதப் புரட்சியைக் கையி லெடுத்த பயங்கரவாதப் போக்கு, தாசர் காலத்தில் தலைதூக்கியது. வங்காளத்தில் 'ஸ்வர்ண பெங்காளம்' (Golden Bengal) என்ற தலைமறைவு இயக்கம் தோன்றியது பற்றி சந்தேகமான விதத்தில் பாரதி குறிப்பிட்டுள்ளார். மேலும் அரவிந்தர் முதலானோர் பங்குபெற்ற 'யுகாந்தரம்' பத்திரிகை பற்றியும் குறிப்பிட்டார். இதில் 'சுதந்திரம் கிடைப்பதற்குரிய எவ்வித வழிமுறைகளும் தர்ம வழிமுறைகளே. நமது முடிவான நோக்கம் தரும நோக்கமாக இருக்குமானால் அபாயங்களும் தர்மந்தான்' என வங்கமொழியில் பிரகடனம் வந்திருந்ததை பாரதி மொழி பெயர்த்துள்ளார் (பா. ப. II. 2001 : 630). இந்த 'யுகாந்தரம்' வங்க இதழில் (1906–இல் தொடங்கப்பட்டது) ஆரம்பத்தில் அரவிந்தர் கட்டுரைகள் எழுதியுள்ளார். இந்த பிராமணிய பயங்கரவாதம் 1911 ஜூன் 18–இல் மணியாச்சி ரயில்வே ஜங்ஜனில் வாஞ்சிநாதனால் செயல்படுத்தப்பட்டு ஆஷ் துரை மாண்டார். இக்கொலைக்கான காரணத்தை தாசர் யூகிக்க முனைந்துள்ளார். இந்தக் கொலை, திருநெல்வேலி கலகத்தை முன்னிட்டு நடக்கவில்லை. ஆஷ் துரைமேல் பிராமண சாதியார்க்கு மட்டும் பகை வரக் காரணம், அவர் சாதிபேதங்களைப் பொருட்படுத்தாததுதான். இதுவே கொலைக்குக் காரணமாகலாம் என்றார். விசாரித்ததில் ஆஷ் துரை நல்லவர், நீதிமான், சகலசாதி மனிதரையும் சமமாகப் பாவிப்பவர் என்றே தெரிவதாக தாசர் குறிப்பிட்டார் (I. 1911 : 364). அவர் ஊகித்தது சரியே. வாஞ்சிநாதனின் கடிதம் இதற்குச் சான்று. சுதந்திர இந்திய பாடநூல்களில் இது மறைக்கப்பட்டு, வாஞ்சிநாதனை தியாகி என்று போதிக்கப்பட்டது!

காங்கிரஸாரின் 'வந்தேமாதரம்', 'பாரதமாதா' என்ற கோஷங்களைப் பற்றி தாசர் விமர்சித்தார். பிரிட்டிஷார், இந்திய சக்கரவர்த்தினியாக குயின் விக்டோரியம்மைக்குப் பட்டங்கட்டிய போது இல்லாத சுதேசிய மாதா இப்போது எங்கிருந்து தோன்றினாள்? இந்த இந்து சுதேச மாதாவை யுரேஷியரோ, மகமதியரோ, சுதேச கிறிஸ்தவர்களோ, அறுபது லட்சத்துக்கு மேற்பட்ட சாதிபேதம் இல்லாத திராவிடர்களோ (தலித்துக்கள்) ஏற்கமாட்டார்கள் என்று தாசர் எழுதினார் (I. 1908 : 52). சுதேசியம் பேசுபவர்கள் மதபேதச்சண்டை போட்டுக் கொண்டே வந்தேமாதரம் என்றால் எப்படி என்று தாசர் கேட்டார் (I. 35).

இந்தியர், மகமதியர் என்று பிரித்துப்பேசியதை தாசர் ஒப்பவில்லை. இந்தியர் என்றால் மகமதியரை உள்ளிட்டது. மகமதியருக்கு முன் இத்தேசத்துக்குக் குடிவந்த பிராமணர்கள் தங்களை இப்போது இந்தியர் என்று சொல்லும்போது, அவர்களுக்குப் பின்வந்து இங்கே சில இடங்களில் ஆண்ட மகமதியரை ஏன் இந்தியர் எனச் சொல்லக் கூடாது? என்று அன்றே தாசர் கேள்வி எழுப்பினார் (I. 103).

அரசாங்க கவுன்சில் மெம்பர் நியமனத்தில் இந்து – மகமதியர் எனப்பிரிக்கலாகாது; அது சுதேசிகளின் ஒற்றுமையைக் கெடுக்கும் என்று சொல்லும் சுயராஜ்யக்காரர்களின் உண்மையான அக்கறை, அதிகாரங்களெல்லாம் தங்களுக்கே வேண்டும் என்பதேயாகும். ஏனெனில் மற்றப்படி இந்து, மகமதியர் என்று பிரிவினையோடு தானே வாழ்கிறார்கள் என்று தாசர் சுயராஜ்ய சாதிபேதக்காரர்களின் வேடத்தைக் கலைத்தார் (I. 1909 : 182, 183).

இந்துக்கள் மட்டுமன்றி, மகமதியரும் சுயராஜ்யம் கோரியதை தாசர் அறிவார். இந்துக்களுக்குள்ள சாதிபேத பற்றும், மகமதியருக்குள்ள மதபேத பற்றும் அகலும்வரை இருசராரும் ஒற்றுமை அடையமாட்டார் கள். இந்துக்களுக்கு சாதிக்களிம்பும் மகமதியருக்கு மதக்களிம்பும் தடிப்பேறிவிட்டதாக தாசர் எழுதினார் (I. 514). இவை இன்றும் சிந்தனைக்குரியவையே.

தாசரைப் பொருத்தவரை, இத்தேசத்தின் பூர்வீகமான சாதிபேதமற்ற நிலையைக் கருதி, மக்களை மக்களாக பாவித்து, கல்வி விருத்தி, தொழில் விருத்தி, வியாபார – விவசாய விருத்திகளை மனதில் நிறுத்தி, சோம்பலின்றி உழைத்துத் தேசத்தைச் சீர்பெறச் செய்ய முயல்பவர்களே சுதேசிகள்; சுயதேசத்தார்; பூர்வ குடிகள் (I. 433). இந்த சுயதேசத்தாரும், பூர்வ குடிகளுமான மக்களும் தங்கள் தேசத்தைத் தாங்களே ஆளு வதற்குப் பெயரே சுயராட்சியம். இப்பெயர் தற்கால இந்துக்கள் எனப்படுவோருக்குப் பொருந்தவே பொருந்தாது. இவர்கள் இந்திய தேசத்திலுள்ள சிந்துநதி ஓரமாக வந்து குடியேறி இந்துக்கள் என அழைக்கப்பட்டார்கள். இவர்கள் பூர்வ குடிகள் அல்லர்; புதிய குடிகள். ஆகவே இவர்களுக்கு இத்தேசத்தை ஆளும் உரிமையும், சுதந்திரமும் இல்லை என்று தாசர் தமது இந்திரர்தேச சரித்திரத்தை மனதில் கொண்டு எழுதினார் (I. 1912 : 433). சுதேசிகள் என்றால் தேசத்திற்குச் சுதந்திரமுள்ளவர்கள்; தேசப்பூர்வகுடிகள். இங்கேயே பிறந்து வளர்ந்து அனுபவித்தவர்கள். காலத்திற்குக் காலம் இங்கே வந்து குடியேறியவர்கள் பரதேசிகள். தமிழ்நாட்டுக்குள் தமிழ்பேசிய பூர்வ திராவிட குடிகளே உண்மையான சுதேசிகள்; இதேபோல ஆந்திரா, கன்னட, மராட்டிய குடிகளும் அங்கங்கே சுதேசிகளே என்று தாசர் தமது முடிவைவெளியிட்டார் (I. 432).

தாசருக்கு ஒரு கொள்கை, வரலாறு, மதம், அறிவியல், உண்டு; இவை அனைத்துக்கும் அடிப்படை சாதிபேதம் இன்மையே. அதாவது சாதிகள் இல்லாமற்போகவேண்டும்; சாதி – மத பேதமற்ற நிலைமைக்கு இட்டுச் செல்லுவதே விடுதலை; சுயராஜ்யம். பிராமணரின் ஆதிக்கத்தை எதிர்த்துக் கிளம்பிய பிராமணரல்லாதர் சங்கத்தைப் பார்த்து தாசர் கேட்ட முதல் கேள்வி அவர்கள் சாதிமத ஆசாரங்களை ஒழித்துவிட் டார்களா? அல்லது அவற்றைத் தழுவிக் கொண்டார்களா? பிராமணர் வகுத்த சாதிமத ஆசாரங்களை அப்படியே வைத்துக்கொண்டு பிராமணர் அல்லாதார் எனக் கூறுவது வீண் என்றார் (I. 183).

இந்தக் கேள்விகளைப் பின்வந்த திராவிட இயக்கத்தாரிடமும், ஆத்திக – நாத்திக பிராமணரல்லாதாரிடமும், சாதிகளிடமும் கேட்டால் என்ன பதில்கள் வரும் என்பது இன்று ஊருக்கே வெளிச்சம்! 'யாருக்குத்தான் சாதி உணர்வு இல்லை?' என்பது இவர்களது கேள்வி!

# 6

# • பௌத்தர் [பறையர்] இந்து [பிராமணர்] பகையின் வரலாறும் இந்திரர் தேச சரித்திரமும் •

இதுவரை 19 – 20 நூற்றாண்டு காலகட்டத்தில் அயோத்திதாசரை, அவரது பார்வையை உருவாக்கிய அரசியல் – பொருளாதார, சமூக – சமய சாதிய சூழல்களையும், சீர்திருத்தப் போராட்டங்களையும் தெளிவுபடுத்திக் கொண்டோம். இனி, இந்தத் தாக்கங்களால் அவர் ஏற்படுத்திக் கொண்ட அறிவியல் – புனைவு சார்ந்த கருத்தியல்களின் அடிப்படையில் உருவாக்கிய பௌத்தர் (பறையர்) இந்து (பிராமணர்) பகையின் வரலாறு, இந்திரர் தேச வரலாறு, வைதீகத்தையும், கிறிஸ்தவத்தையும் பௌத்தமயமாக்கிய தாசரின் புலமை, இறுதியாக அவர் புனைந்து கட்டிய புத்தரது ஆதிவேதம் ஆகிய தாசரின் தனித்துவமான கொடைகளைப்பற்றிக் காணலாம். பிராமணர்களின் புராணங்களிலிருந்தும், ஸ்மிருதி சூத்திரங்களிலிருந்தும், வேத கீத சடங்கு மந்திர தத்துவங்களிலிருந்தும், இதிகாசங்களிலிருந்தும், புனைகதை ரூபங்களில் தரப்பட்டவற்றிலிருந்து சரித்திர எதார்த்தங்களை மீட்டுருவாக்கம் செய்ய முடியும் என்றால் (செய்ய முடியும் என்றே ஆய்வாளர்கள் கூறுவர்) தாசரின் புனைவுகளிலிருந்தும் இன்னொரு மறைக்கப்பட்ட – திரிக்கப்பட்ட – சரித்திர எதார்த்தங்களை மீட்டுருவாக்கம் செய்ய முடியும் அல்லவா?

'... சரித்திரங்களை ஆராய்ச்சி செய்ய வேண்டுமேயன்றி கற்பனா கதைகளை ...' அல்ல என்றும், '... சரித்திர ஆராய்ச்சியினின்று சகலவற்றையும் உசாவவேண்டுகிறேன்' (I.573)

என்றும் தாசர் கற்பனைக் கதைகளிலிருந்து, சரித்திர ஆராய்ச்சியை வேறுபடுத்திக் காட்டினாலும், பொதுவான சரித்திரம் என்று ஒன்று இருக்க முடியாத காரணத்தால் அந்தந்தக் குழுவினர் படைக்கும் சரித்திரங்களில் கற்பனைக் கதைகள் கலந்தும், கற்பனைக் கதைகளில் சரித்திரங்கள் கலந்தும் காணப்படுகின்றன. காலத்தின் பின்னோக்கிச் செல்லச்செல்லக் கற்பனைக் கதைகளாகவும், காலத்தின் முன்னோக்கி வர வர சரித்திரங்களாகவும் உருமாறிக்கொள்வது கண்கூடு.

தாசர் தாம் வாழ்ந்த காலத்தில் கண்டுணர்ந்த பறையர் பிராமணர் பகைக்கான மூலங்களை அவர் தேடியபோது சமகாலத்திலும், சரித்திரகாலத்திலும் கிடைத்த தரவுகளின் அடிப்படையில் ஒரு வரலாற்றைக் (Geneology) கட்டமைத்தார். 'பார்ப்பானுக்கு மூப்பான் பறையன் கேள்ப்பாரில்லாமற் கீழ்ச்சாதி ஆனான்' என்னும் பழமொழி (I. 1908 : 26), பிராமணருக்கு முன்பே இத்தேசத்தின் பூர்வ குடிகளாக வாழ்ந்தவர்கள் பறையர்கள் என்றும், பார்ப்பனர்களால், அவர்கள் காலப்போக்கில் கீழ்ச்சாதியார்களாக வீழ்த்தப்பட்டார்கள் என்றும் தாசரது சரித்திர ஆராய்ச்சிக்கு அடியெடுத்துக் கொடுத்தது. தாசர் வாழ்ந்த காலத்தில், பறையர், பிராமணரைக் கண்டு ஒதுங்கி ஓடினார்கள்; அவர்கள் வாழ்ந்த அக்கிரகாரத்திற்குள் காலடி எடுத்து வைக்க பயந்தார்கள். இதேபோல பிராமணர்கள், பறையர் வாழும் பகுதிக்கு வர நேர்ந்து விட்டால், பறையர்கள் சாணச் சட்டி உடைத்து அவர்களை அடித்துத் துரத்தினார்கள் (I. 36). இவ்வாறு இவர்கள் சாணச்சட்டியுடைத்து சாணி கரைத்துத் தெளிப்பது, ஈமச் சடங்கின் போது நிகழ்த்தப்படும் சடங்குகளாகும் என்று தாசர் ஆல்காட்டுக்கு எழுதிய கடிதம் ஒன்றில் குறிப்பிட்டார். இச்சமகாலத் தகவல் தாசரிடம் பறையர் பிராமணர் பகைக்குரிய வலுவான தடயமாகப் பட்டது.

எல்லீஸ் துரை சென்னைக் கல்விச் சங்கத்தில் (1812 – 1854) (The College of Fort St. George) தமிழ்ச் சுவடிகளை அச்சிட்ட காலத்தில், ஆரிங்டன் துரையிடம் பட்லராகப் பணிபுரிந்த கந்தசாமி (தாசரின் பாட்டனார்?) துரையிடம் கூறிய தகவல் குறிப்பிடத்தக்கது. ஆரிங்டன் துரைக்குத் தமிழ் வித்துவான்களாக இருந்த பார்ப்பனர்கள், அவரிடம், பறையர்கள் நீசர்கள், அவர்களைத் தங்கள் வீடுகளுக்குள் நுழைய விடுவதில்லை; தீண்டுவதில்லை என்று வத்திவைக்க, துரை பட்லரிடம் அது குறித்து விசாரித்தார். அப்போது அவர், பார்ப்பனர்க்கும் பறையர்க்கும் இடையில் ஏதோ பழைய பகை உண்டென்று கூறினாராம். பறையர் வீதிக்குப் பார்ப்பனர் வந்தால் துரத்தியடித்து, வழியில் சாணம் கரைத்துத் தெளித்து, சாணச்சட்டியை உடைப்பதாகச்

சொன்னாராம். பறையர் தொழில் விவசாயம்; பார்ப்பனர் தொழில் பிச்சை எடுத்துண்பது என்றாராம் (யாசகம் பெறுவது; தானம் பெறுவது) (I. 1909 : 138 - 39). இத்தகவல் பறையர் பிராமணர் பழம்பகை பற்றி உறுதிப்படுத்தியது. அடுத்தது கர்னல் ஆல்காட் எழுதிய 'பூவர் பறையா' (Poor paraiah) என்ற நூல். இதில், பறையர்கள் என்போர் பௌத்தர்களே; இப்பௌத்தர்களை வேஷபிராமணர்கள் பறையர்கள் என்று இழித்து, வசி, கற்காணம், கழு ஆகியவற்றில் இட்டு வதைத்துக் கொன்ற வரலாறு குறிக்கப்பட்டுள்ளதாக தாசர் அறிந்தார் (I. 1909 : 147). அக்காலத்தில் தாசர் ஊர்ஜிதப்படுத்திய பறையர் (பௌத்தர்) பிராமணர் (இந்து) பகை பற்றிய செவிவழிக் கதைகள் படித்த பறையர்கள் (பௌத்தர்கள்) வட்டாரத்தில் புழக்கத்தில் இருந்திருக்க வேண்டும்.

பௌத்தர்களைப் பறையர்கள் என்று பிராமணர்கள் இழிவு படுத்தியதற்கு வள்ளுவரின் 'திருக்குறள்' பதிப்பு வரலாறு தாசருக்குக் கிடைத்த பத்தொன்பதாம் நூற்றாண்டுச் சான்றாக இருந்தது. எல்லீஸ் துரை பதிப்பில் (1831) வெளிவந்த குறள் பதிப்பில் வள்ளுவர், பார்ப்பானுக்கும் பறைச்சிக்கும் பிறந்தவர் என்ற கட்டுக்கதை இடம் பெறவில்லை (II.460). 1835–ல் வெளிவந்த விசாகப் பெருமாளையர் பதிப்பிலும், அவர் தம்பி சரவணபெருமாளையர் பதிப்பிலும் (1837) இந்தக் கதை முதன்முதலாக இடம் பெற்றது (II.461). வள்ளுவர் சமணர் / பௌத்தர் என்ற கருத்து பதினெட்டாம் நூற்றாண்டிலிருந்து செவிவழிச் செய்தியாக சமய வட்டாரங்களில் பேசப்பட்டு வந்தது. சைவ சமய மீட்டெடுப்புக்கால கட்டத்தில், சமணர்/ பௌத்தர் எனப் பேசப்பட்ட வள்ளுவரின் பிறப்பை அசிங்கப்படுத்தும் நோக்கத்திலேயே வைதீகர்களால் இக்கதை குறள் பதிப்புக்களில் புகுத்தப்பட்டது. பொதுவாக வைதீகத்தை ஏற்காதவர்களையும், எதிர்த்தவர்களையும் இழிந்தசாதியார் என்றும், பிறப்பால் சுத்தமற்றவர்கள் என்றும் கதைகள் கட்டிவிடுவது வைதீகத்தின் வழக்கம். பௌத்தர், சமணர் பற்றி இத்தகு கதைகள் வைதீகத்தால் புனையப்பட்டன. கி. பி. 7, 8, 9ஆம் நூற்றாண்டுகளில் பாடப்பட்ட சைவப் பதிகங்களிலும், வைணவப் பாசுரங்களிலும் தேரர் (பௌத்தர்) சமணரைப் புலையர், அசுத்தமானவர், முடைநாற்றமிக்கவர், குளிக்காதவர் என்று அவர்களை அசுத்தம், தீட்டு ஆகியவற்றோடு சம்பந்தப்படுத்திப் பாடினார்கள் என்பது எழுத்துவழிச் சான்று. வைதீகம் தனது எதிராளிகளை யெல்லாம் பிறப்பால் கோளாறானவர்கள் அதனால் இழிபிறப்பாளர், தீண்டாச்சாதியார் என்று வசைபாடியது வரலாறு. தாசருக்கு இந்தத் தடயங்கள் எல்லாம் நன்கு தெரிந்தன.

சரவணப் பெருமாளையர் தொடர்ந்து வள்ளுவரைப் பிறப்பால் கோளாறானவராக எழுதினார். அவரது குறளின் நான்காவது பதிப்பில், வள்ளுவர் வேளாளகுலப் பெண்ணை மணந்ததாக எழுதி னார். வேதகிரி முதலியார் பதிப்பில் (1847) தன்னைத் தேடிவந்த கருவூர்ப்புலைமகள் ஆதியை, பகவன் முதலில் அடித்துத் துரத்தியதாக

வும், அவள் மீண்டும் வந்தபோது சேர்த்துக் கொண்டு ஏழு பிள்ளைகள் பெற்றதாகவும் கதை விவரிக்கப்பட்டது. சிவபிரான், பிரம்மாவை வள்ளுவராக அவதரிக்கச் செய்ததாக, சைவர்கள், வள்ளுவரை இறுதியில் வைதீகராகவும், குறள் சைவ நூலாகவும் கதைகள் மூலம் ஏற்றுக்கொண்டார்கள். வைதிக எதிரிகளை ஒன்று கீழ்ச்சாதியினராக்கு வது; இல்லாவிடில் அவர்களை வைதீகர்களாக்குவது தான் பிராமணி யத்தின் உத்தி. புத்தரைப் பன்றி இறைச்சி தின்று செத்தார் என்று கூறிய பிராமணியம், பிறகு அவரை விஷ்ணுவின் அவதாரம் என்று தனக்குள் இழுத்துக் கொண்டது. வைதீகம் உயர்சாதிக்குரியது, அதற்குப் புறம்பானதெல்லாம் இழிசாதிக்குரியது என்று ஆக்குவது அதன் போர்த்தந்திரங்களில் அடிப்படையானது. சாதியம் அதற்கான ஆயுதம்!

இந்த இழிவான போராட்ட உத்திக்கு எதிராக எப்படி வியூகம் அமைத்து எதிர்த்தாக்குதல் செய்வது என்பதற்கான விடையைத் தாசரிடம் காணலாம். தாசரின் மகத்தான கொடையாக இதனைக் கருதலாம். தாசருடைய 'தமிழன்' பத்திரிகையை 1907 முதல் 1914 வரை காலவரிசைப்படி பார்த்தால் படிப்படியாக அவர் உருவாக்க முயன்ற மாற்றுக் கதையாடலை–வரலாற்றை (geneology) காணலாம். தொடக்கத்திலேயே மோனர்கள், ஈனர்கள் என்ற இருதரப்பாரை தாசர் பண்பு – அறம் அடிப்படையில் பாகுபடுத்தினார். மோனர்கள் என்றால் மொழி முதல் மூன்றும் ஆராய்ந்தோர், மூவித குற்றங்களைக் கடிந்தோர், பிணி மூப்பு மரணம் வென்றோர், வாய்மை முக்தி உடையோர்; ஈனர்கள் என்றால் இடுக்கண் வடுக்கண் செய்வோர், இதயத்தில் வஞ்சம் உள்ளோர், கள் சூது விபசாரம் செய்வோர் (I. 1908 : 19). எதார்த்தத்தில் உயர் சாதி, தாழ்ந்த சாதி என்பது கிடையாது. சாதி பேதத்தக்குக் காரணம் பொறாமை, சோம்பல், வயிறுவளர்க்கும் எண்ணம் என்று சாதி பேதத்துக்கான பண்படிப் படையை முன்வைத்தார் தாசர். பிறப்பை முன்வைக்கவில்லை. இது பிராமணியத்துக்கு எதிரான முதல் ஆயுதம் (அஸ்திரம்).

தாசர் 1907–ஆம் ஆண்டு 'தமிழனைத்' தொடங்கும் போது முதன் முதலாகச் சுருக்கமான இந்திய தேச வரலாற்றை எழுதினார். 1500 ஆண்டுகளுக்கு முன் இத்தேசத்தில் மக்கள் சுபிட்சமாக வாழ்ந்து வந்தார்கள். அப்போது குமானிடர் என்ற தேசத்திலிருந்து மிலேச்சர் எனும் ஒரு கூட்டத்தார் இங்கு வந்து குடியேறினார்கள். யாசகம் பண்ணி வாழ்ந்த இவர்கள் பல இடங்களுக்கும் பரவி, இத்தேச மொழிகளைக் கற்றறிந்தார்கள். அதுவரை தொழில்களுக்கென்று வகுத்திருந்த பெயர்களைக் கீழ்ச்சாதி, மேற்சாதி என மாறுபடுத்தி அரசர்களையும் பெருங்குடிகளையும் தங்கள் வசப்படுத்தித் தாங்களே உயர்ந்த சாதி என்றார்கள். அவர்களுக்கு அடங்காமல் எதிர்த்தோரைத் தாழ்ந்த சாதியாரென்று வகுத்து தேச ஒற்றுமையைக் குலைத்துத் தங்களின் சுயநலத்தை விருத்தி செய்தார்கள். பிறகு மகமதியர் வந்து குடியேறிப் பாழாக்கினார்கள். அவர்கட்குப்பின் கிரேக்கர்,

போர்த்துக்கீசியர், பிரஞ்சியர் வந்தார்கள். கடைசியில் ஆங்கிலேயர்கள் வந்தார்கள். இவர்களே கப்பல், ரயில்பாதை, கல்விச்சாலை, மருத்துவச் சாலை, உத்தியோகம் ஆகியவற்றை ஏற்படுத்திச் சுகம் தந்தார்கள் (I.1907 : 29).

இக்கதையின் கடைசிப்பகுதி நமக்குப் பாடநூல்கள் வாயிலாகச் சொல்லப்பட்டது தான். முன்பாதி புதியது; அல்லது கேள்விப்பட்டது. (இந்திய வரலாற்றை 'ஆற்றங்கரைப் பிள்ளையார்', 'நாரதராமாயணம்' ஆகிய குறியீட்டு – பகடிக் கதைகளாகப் புதுமைப்பித்தன் வைதீகச் சார்புநிலையிலிருந்து புனைந்திருப்பதை ஒப்பிட்டுக் கொள்ளலாம்.

தாசர் தந்த வரலாறு பாதிக்கப்பட்டவன் பார்வையிலான வரலாறு. பூர்வத்தில் எல்லோரும் சமமாக சுகமாக வாழ்ந்தார்கள். இவர்களே இத்தேசத்துக்குரியவர்கள். அடுத்தகட்டத்தில் வந்தேறிகளான மிலேச்சர்களின் தந்திரங்களால் மக்களிடையே சமத்துவம் சிதைக்கப்பட்டு மேல் – கீழ் சாதிகள் உருவாயின. பூர்வ குடிகள் வீழ்த்தப்பட்டார்கள். மீண்டும் வந்தேறி மிலேச்சர்களால் மீண்டும் சீரழிவு; இறுதியாகத் தற்காலம். ஐரோப்பியர் வருகையால் மறுபடியும் சமுதாயத்தில் சமத்துவம் மேலெழுந்தது; நவீன வாழ்க்கை ஆரம்பம்.

இந்த வரை கோட்டுப்படம் போன்ற வரலாறு அடுத்தடுத்து தாசரால் வண்ணமிடப்பட்டது; இந்திய தேச வரலாற்றில், சமூகத்தில் எதிர்மறையான, கேடான தாக்கத்திற்கு முதற்காரணம் மிலேச்சர்களே. இவர்களே சாதிபேதங்களுக்கும், சகல கேடுகளுக்கும் மூலகாரணம். அநியாய அடிப்படையில், பிச்சை எடுப்பவன், பணமுள்ளவன், சோம்பேறி ஆகியோர் பெரிய சாதி என்றும், நிலத்தை உழுதுபயிர் செய்பவன், பணமில்லாதவன், உழைப்பவன் சின்னச்சாதி என்றும் பாகுபாடு தோற்றுவிக்கப்பட்டது (I. 34). உழைப்பில் ஈடுபடாத சோம்பேறிகள் தங்கள் பிழைப்புக்காக ஏற்படுத்திக் கொண்ட மதங்களை உயர்சாதியார் என்போர் வளர்த்தார்கள். இவர்கள் தம் பிழைப்புக்காக ஏற்படுத்திய கதைகள் யாவும் பொய், கற்பனை என்று கூறிப் புறக்கணித்தவர்கள் யாவரும் தாழ்ந்த சாதியராக்கப்பட்டார்கள் (I. 34). சாதிப் பிரிவினையையும், சுகபோக வாழ்க்கையும் தக்கவைத்துக் கொள்ள மதக் கற்பனைக் கதைகளை வந்தேறிகளான மிலேச்சர்கள் புனைந்து வைத்தார்கள். இவை இரண்டுமே பூர்வகுடிகளிடம் இல்லை என்பதை தாசர் உணர்த்தினார். மிலேச்சர்களின் சோம்பேறி வாழ்க்கைக்கு சாதி அமைப்பு வழி வகுத்தது; இதனைச் சாசனப்படுத்தியவை மதமும் அதன் வேத புராண இதிகாச சாத்திரங்களும்.

அடுத்து தாசர் தரும் தேசவரலாறு, பூர்வ பௌத்தத்தையும், பூர்வ பௌத்தரையும், வந்தேறிய மிலேச்சர்கள் நேர்மையற்ற – தந்திரமான – வேடதாரித்தனமான முறைகளில் வஞ்சித்து வீழ்த்திய சோக வரலாறாகும். பூர்வத்தில் இத்தேசமுழுவதும் புத்த தருமம் நிறைந்திருந்தது, புத்த சங்கங்கள் இருந்தன. இச்சங்கத்தைச் சார்ந்த சமண முனிவர்கள் (தாசர் சமணர் என்ற தனிப்பிரிவை ஏற்றதில்லை,

பௌத்தமாகவே கொண்டார்.) சமஸ்கிருதத்தில் பிராமணர் என்றும், பாலியில் அறஹத் என்றும், தென்மொழியில் (தமிழ்) அந்தணர் என்றும் அழைக்கப்பட்டு எல்லோராலும் வணங்கப்பட்டார்கள். 1500 ஆண்டுகளுக்குப் பிறகு இங்கே வந்து குடியேறிய ஒரு சாதியார், இங்கே ஒற்றுமையாக வாழ்ந்த ஆந்திரா, கன்னட, மராஷ்டிர, திராவிட சாதியாரை வேறு எவ்விதத்திலும் வெல்ல முடியாதெனக் கண்டு, எல்லோரும் பயப்பட்டு மரியாதை செய்கிற அந்தண வேஷத்தைப் பூண்டு சமஸ்கிருதம் கற்றார்கள் (I. 39). இவர்களில் சிலர் மொட்டை யடித்தும், சிலர் முடிவளர்த்தும், சிலர் குடுமி வைத்தும் கல்வியற்ற குடிகளை வஞ்சித்து யாசகம் பெற்று வாழ்ந்தார்கள். சிலர் வடநூற் சுலோகங்களைச் சொல்லிப் பொருள் பறித்தார்கள். இவர்களிலிருந்தே ஐயர், ஐயங்கார், பட்டர், ஆ(ச்)சாரி என நூற்றெட்டு பிராமணர்கள் – பிரிவுகள் உண்டாயின. இவர்களே பௌத்தர்களை தாழ்ந்த சாதியாராக வகுத்தார்கள் (I. 39). பூர்வ பௌத்தர்களைத் பறையர்களென்று தாழ்த்தித் தலையெடுக்க விடாமல் நசிப்பதற்கே மனுதன்ம சாஸ்திரம் என்னும் நூலை ஏற்படுத்தினார்கள் (I. 1909 : 593 - 94).

இந்நிலையில் மகமதிய துரைத்தனத்தார் வந்து குடியேறினார்கள். பிறகு இங்கிலீஷ் துரைத்தனம் வந்தபோது, வேதம் புராணம் சுமிருதி பாஷ்யங்களைச் சுருட்டிவைத்துவிட்டு, ஐகோர்ட் உத்தியோகம் (நீதி), ரெவினியூபோர்டு (வருவாய்த்துறை), ஆப்காரி (மருத்துவம்) முனிசிபல் ஆபீசு (உள்ளாட்சி நிர்வாகம்) ஆகியவற்றில் உத்தியோகம் பார்ப்பதற்குரிய கல்வி கற்றார்கள் (I. 39 - 40). பிராமணியம், தனக்கு எதிரானவர்களின் பிறப்பைக் குறிவைத்துச் சாதி இழிவு கற்பிக்கும் மலிவான பொய்யான போர்முறைக்கு எதிராக தாசர் பார்ப்பனியம் வஞ்சகமானது, வேஷமிட்டு ஏய்ப்பது, தந்திரமாக மக்களைப் பிளவுப் படுத்துவது, தன்னலனை மட்டுமே இலட்சியமாகக் கொண்டது, அறவுணர்வு அற்றது; சந்தர்ப்பத்துக்கு ஏற்றபடி மாறுவது, அடுத்திருந்து கெடுப்பது என்ற அறவியல் உத்தியைக் கையாளுகிறார். அறத்தகுதியற்ற முழுமையே பிராமணியம் என அணிபிரிக்கிறார். தாசர் காலத்திற்குப் பின்னெழுந்த பிராமண எதிர்ப்பு இயக்கங்கள் எல்லாமே தாசர் மொழிந்த போர்முறையைப் பின்பற்றியது குறிப்பிடத்தக்கது. தாசர் மொழிந்த அறவியல் உத்தி அவராலும் அவர்காலத்தில் வாழ்ந்த ஆல்காட், P. இலட்சுமி நரசு போன்ற புலமையாளர்களாலும் உருவாக் கப்பட்டது என்றும் கூறலாம். மேலும் தாசர் காலத்தில் வாழ்ந்த தொடக்ககால தமிழ் நாவலாசிரியரும், தீவிரமான ஆசார சீர்திருத்த வாதியுமான அ. மாதவையா (1872 – 1925) என்ற பிராமணரும் கூட, ஆச்சாரமான பிராமணர்களை 'வேளைக்குத்தக்க வேஷம்' போடுகிறவர் களாகவும், முதலில் 'நீசபாஷை' என்று பழித்த ஆங்கிலத்தை சுயநலனுக் காகப் படித்தபோது 'இராஜபாஷை' என்று போற்றியவர்களாகவும், ஆதாயம் வரும்போதெல்லாம் ஆசாரம் பார்க்கமாட்டார்கள் என்றும் கதைகளிலும், கட்டுரைகளில் கடுமையாக விமர்சித்தார். எனவே 19 – 20ஆம் நூற்றாண்டுகளின் இறுதி, தோற்றம் ஆகிய காலகட்டத்தில்

தமிழகத்தில் பிராமணியம் பற்றிய விமர்சனப் போக்கு மேலெழுந்து கொண்டிருந்ததை நினைவில் கொள்ள வேண்டும். தாசர் இந்தச் சூழலில் தமது நோக்கு நிலைக்கு ஏற்றவாறு பிராமணியத்தை எதிர்த்தாக்குதல் புரியும் உத்தியை வகுத்துக் கொண்டார் என்று கருதவியலும். பிரிட்டிஷ் ஆட்சியும், மேலைக் கருத்துக்களும், கிறிஸ்தவ மறை போதகமும் ஏற்பட்ட பிறகே பிராமணிய விமர்சனமும், தாக்குதலும் உருவாயின என்றும் கூறலாம். இதற்கு முன் திருமூலரி லிருந்து தொடங்கிய அகச்சமயப் போராட்டத்தின் பிராமணிய கண்டனம் சித்தர் பரம்பரையில் தனித்திருந்தது. அது, பிரிட்டிஷ் காலகட்டத்தில் தாசர் முதலானோர்க்குப் பயன்பட்டது. தாசரைப் பொருத்த வரை சித்தர்கள் பௌத்த தருமத்தின் ஒருபகுதியினரே என்பதும் குறிப்பிடத்தக்கது.

இந்நாட்டின் பூர்வீகமான சுதேசிகள் புத்ததன்ம சீலம் மிக்கவர்களாக வாழ்ந்தார்கள். குடியேறிய அசுதேசிகள் இவர்களைப் பறையர் எனத் தாழ்த்தித் தீண்டாமைக் கொடுமைக்கு ஆளாக்கினார்கள் (I. 1908 : 45). பூர்வ சுதேசிகளான பறையரோடு அம்பட்டர், வண்ணார் ஆகியோரையும் தாசர் இணைத்தே குறிப்பிட்டார் (I. 46). புத்த போதனையால் இப்பூர்வ சுதேசிகள் சாந்தம், அன்பு பெருக்கி 1500 ஆண்டுகளாக வாழ்ந்து வருகிறார்கள். இவர்கள் இப்படியே தாழ்த்தப் பட்டவர்களாக எப்போதும் இருக்கமாட்டார்கள். உயர்த்தப்பட்டவர் தாழ்த்தப்படுவதற்கும், தாழ்த்தப்பட்டவர் உயர்த்தப்படுவதற்கும் ஒரு காலம் வரும். இது சத்தியம். அப்போது பூர்வீக குடிகளான பறையர்களைத் தாழ்த்தியவர்கள் தங்கள் தீவினைகளால் பாழாவார்கள் என்று தாசர் எச்சரித்தார் (I. 46). இந்த எச்சரிக்கை, பௌத்த தன்மம் உரைத்த வினைக் கொள்கையின் பேரில் விடுவிக்கப்பட்டது என்பதைப் புரிந்து கொள்ளலாம்.

புத்த தன்மங்களையும் பௌத்தர்களையும் பாழாக்கிய 'வேஷ பிராமணர்கள்' தங்கள் பிழைப்புக்குப் புதிதாக உண்டாக்கிக் கொண்ட சாதி மதங்களைப் பரவச் செய்ய மேற்கொண்ட முதல் உத்தி, தங்கள் மதங்களுக்கும் சாதி பேதத்துக்கும் எதிரிகளாக இருந்த சாதிபேதமற்ற திராவிடர்களை, தங்கள் சாதி மதத்துக்கு அந்நியப் பட்டவர்களாதலின், அவர்களைப் பராயர், பராயர் என்று வசைபாடிய தாகும். பராயர் என்றால் பிறர், அந்நியர் என்று பொருள். இதுவே காலப்போக்கில் பறையர் பறையர் என்றாயிற்று. அந்தப் பிறரை, அந்நியரை, பறையரை மடிந்து போகாமல் காப்பாற்றியவர்கள் கருணைமிக்க பிரிட்டிஷ் ராஜாங்கத்தார்களே (I. 65). 'சாதி பேதம் இந்துக்கள் மனதிலிருந்து அகலும் வரை அவர்களைப் புண்ணிய புருஷர்கள், விவேகிகள், சீவகாருண்யர்கள் என்று எண்ணவே கூடாது! (I. 448) என்று தாசர் தம் காலத்து பிராமணர்களை, கருணைமிக்க பிரிட்டிஷ் ராஜாங்கத்தாருக்கு நேரெதிராக சீவகாருண்யமற்றவர்கள் என்று குறிப்பதைக் கவனத்தில் கொள்ள வேண்டும். பிராமணியத்

துக்கும் ஜீவகாருண்யத்துக்கும் (உயிர் இரக்கம்) எவ்வித சம்பந்தமும் இல்லை என்பதே தாசரின் தேசவரலாறு கூறும் உண்மை.

பிராமணிய சாதி மதத்துக்கு வெளியிலிருந்தவர்களே பறையர் என்று தாசர் பறையர் என்ற சொல்லின் வரலாற்று முக்கியத்துவத்தை தமக்கேயுரிய பாணியில் நிலைநாட்டினார்! பிராமணிய சாதி மதத்துக்கு வெளியே இருந்த பறையர்களுடைய மதமும் வழிபாடும் சிறுதெய்வம், குலதெய்வம், நாட்டுப்புற மதம், வழிபாடு சார்ந்ததல்ல; (மதுரை வீரன், கருப்பண்ணன், காட்டேரி) சிவன், விஷ்ணுவும் அல்ல. ஏனெனில் அவர்கள் தொடக்க காலந் தொட்டே பௌத்தர்கள்; பூர்வ பௌத்தர்கள் என்பதை தாசர் அடிக்கடி நினைவூட்டினார் (I. 80). இவ்விதத்தில் பௌத்தரல்லாத தாழ்ந்த சாதிகளான குறவர், வில்லியர், தோட்டிகள், சக்கிலியர் முதலான சாதிகள், வேஷப்பிரா மணர்களால் தாழ்த்தப்பட்ட பறையர், சாம்பவர், வலங்கையர் சாதியிலிருந்து வேறானவர்கள் என்பது தாசரின் கருத்து (I. 97). பராயர் எனப்பட்ட பறையர், பிராமணியத்தால் வஞ்சிக்கப்பட்ட பூர்வ பௌத்தர் என்ற கருதுகோளின் அடிப்படையிலேயே தாசரின் பறையர் பிராமணர் பகை வரலாறு கட்டப்பட்டுள்ளது. எனவே தான் இவ்வரலாற்றில் குறவர், வில்லியர் முதலான சாதிகளுக்கு இடமில்லை. அம்பட்டர் வண்ணாருக்கு இடம் தந்துள்ளார். இவர்கள் பறையரிலிருந்து தொழிலால் மட்டும் வேறுபட்ட திராவிடர்கள் என்று தாசர் கருதியிருக்கக் கூடும். பௌத்தமார்க்கத்தை அழிக்க நேர்ந்த பூர்வீகமான விரோதமே இன்று வரை திராவிட பௌத்தர் (பறையர்) வேஷபிராமணர் எனத் தொடர்கிறதாக தாசர் எழுதினார் (I.1909 : 101).

அடுத்து இந்தியா, இந்தியர் என்ற பெயர்களுக்கு உரியது எது?, உரியவர் யார்? என்ற ஆராய்ச்சியில் தாசர் இறங்கினார். பௌத்தமார்க் கத்தார் ஒருவருக்கே இந்தியர் என்ற பெயர் பொருந்தும், பிறர் எல்லாரும் குடியேறிவந்தவர்களே என்பது தாசரின் முடிவு (I.103). இதற்குரிய காரணத்தை விளக்கினார். ஐந்து இந்திரியங்களை (ஐம்புலன்) வென்று இந்திரன், தேவேந்திரன் எனப் பெயர் பெற்றார் புத்தர். இந்த இந்தினுக்கு இந்திர விகாரங்கள் எழுந்தன, இந்திர விழா எடுத்தார்கள். அவரது தர்மமே இந்திய தர்மம்; இதனை ஏற்ற மக்களே இந்தியர்; அவர்களது தேசமே இந்தியர் தேசர் என்று விவாதித்தார் தாசர் (I.103). (சிந்து நதி ஓரமாகக் குடியேறியவர்களே இந்து என்றழைத்ததாக வேறு சந்தர்ப்பத்தில் தாசர் எழுதியது இடிக்கிறது) (I.1912 : 433).

பௌத்த மேன்மக்களைப் பறையர்கள் எனத் தாழ்த்திய வேஷ பிராமணர்கள், மனிதர்களிடையே பறையர் – பார்ப்பனர் என்று பாகுபாடு செய்ததைப் போலவே, விலங்கினத்திலும், பறை மயினா – பார்ப்பார மயினா, பறைப்பருந்து – பார்ப்பாரப்பருந்து என்று பிரித்தார் கள். ஆனால், பறை நாய் என்று சொன்னவர்கள் பார்ப்பார நாய்

என்றுமட்டும் பாகுபடுத்தவில்லை என்று தாசர் நக்கலாக எழுதினார் (I.112 - 13). இத்தகைய நக்கல் பாதிக்கப்பட்டோரின் இயல்பு. இத்தேசத்தின் பூர்வகுடிகளான சாதிபேதமற்ற திராவிடர்கள் எனப்பட்டவர்களுக்குள் இருந்த வகைகளைப்பற்றி தாசர் எழுதிய போது, இவர்களில் தென்னாட்டவர்கள் தமிழர் என்றும், வடநாட்டவர் திராவிடர் / திராவிட பௌத்தர் என்றும் வழங்கப்பட்டதாக எழுதினார். அடுத்து எழுதும்போது அனைவரும் திராவிடர்களே என்று குறிப்பிட்டார் தாசர் (I.115). இவர்களிடையே வள்ளுவர், சாக்கையர், நிமித்திகர், பாணர், யாழ்ப்பாணர், வேளாளர், வணிகர், மன்னர், சிரமணர், அந்தணர் என்போரும் அடங்குவர் (I.115). திராவிடர்களின் பெயர்களான முத்தன், முனியன், கறுப்பன், செல்லன் ஆகியன புத்தபிரானின் 1008 நாமங்களில் அடங்கும். இதற்கு தாசர் பின்கலை (பிங்கலை) நிகண்டிலிருந்து சான்றாதாரம் காட்டுகிறார்: 'முத்தன் மாமுநி கறுத்தன், முக்குடைச் செல்வன் முன்னோன்' (I.116 - 117). சீவக சிந்தாமணியிலும், சூளாமணியிலும், வள்ளுவர், சாக்கையர், நிமித்திகர் என்போர் பௌத்த அரசர்களின் கன்மகுருக்கள் என வருவதாக தாசர் எழுதினார் (I.117). தாசரைப் பொருத்தவரை சமணமதம் என்றொரு தனிமதம் கிடையாது! படுகர், தொதுவர், கோத்தர், குறும்பர், வில்லியர், குறவர் (மலையின மக்கள்) முதலியோர் தொன்றுதொட்டே நல்ல அந்தஸ்தில் இல்லை, இவர்களை திராவிட பௌத்தர்கள் ஒடுக்கவில்லை என்று தாசர் விளக்கினார் (I.118). தாசருக்குப் பறையர் மட்டுமல்லாது, தாழ்த்தப்பட்ட மற்ற சாதிகளையும், மலைவாழ்மக்களையும் பற்றியும் தெரிந்திருந்தது. அச்சாதிகளை எவ்வாறு தமது பூர்வ பௌத்த வரலாற்றுக்குள் அடக்குவது அல்லது விடுவது என்பது பற்றிய தெளிவு அவருக்கு இல்லை. நாடார், தீயர் என்ற அன்றைய சாதிக்கிரமமான சாதி எதிர்ப்புப் போராட்டத்தில் தமக்குத் தெரிந்த பறையர் சாதியை மட்டும் கணக்கில் எடுத்துக் கொண்டிருந்ததாகத் தெரிகிறது. அன்றைய வடதமிழ்நாட்டுச் சமூகச் சூழலில் இது தவிர்க்க முடியாததே! இந்தப் பின்னணியில்தான் தாசர், பறையர்களை சாம்பவ மூர்த்தியான புத்தபிரானின் தன்மவம்ச வரிசையோராகப் பார்த்து, அதனால் அவர்களைப் பறையர் என அழைக்கலாகாது, சாம்பான்குலம் என்றே கூறவேண்டும் என்றார் (I.135). 'பறையர் மஹாசபை', ஆதி திராவிடர் அமைப்பு எல்லாம் அன்று வடதமிழ்நாட்டின் பறையர் இனத்தோடு சம்பந்தப்படவை. ரெட்டைமலை சீனிவாசன், எம்சி. ராஜா போன்றோர் வடதமிழகப் பறையர் இனத்தலைவர்களாவர். நசிந்து போனவைபோக கையிலிருந்த பௌத்த சாஸ்திரங்களை 18, 19ஆம் நூற்றாண்டுகளில் அச்சிட்டவர்கள் யாவரும் பூர்வ பௌத்த வம்ச வரிசையோர் என்று தாசர் குறிப்பிடுகிறவர்கள் வடதமிழ்நாட்டுப் பறையர்களே. இதேபோல பத்திரிகைநடத்தியவர்களும் அவர்களே.

1. மார்க்கலிங்க பண்டாரம் அச்சிட்டவை: குமாரசாமியம், மணிகண்ட கேரளம், சோதிடாலங்காரம், வருஷாதி நூல், கணிதநூல்

2. குழந்தைவேலு பரதேசியார் – மணிகண்ட கேரளம் 3. எல்லீஸிக்குத் துணையாக இருந்த தமிழ்ச்சங்க மானேஜர் முத்துசாமிபிள்ளை – நாயனாரின் திரிக்குறள், நாலடிநானூறு, அறநெறித் தீபம். (முத்துசாமி பிள்ளையே, எல்லீஸ் உத்தரவின்படி தமிழகத்தைச் சுற்றிவந்து வீரமாமுனிவர் எழுதி அச்சேறாத சுவடிகளைத் தேடி எடுக்கும் பணியை மேற்கொண்டவர்) 4. மயிலை குழந்தைவேலு பண்டாரம் – சித்தர்பாடல்கள் 5. புதுப்பேட்டை திருவேங்கடசாமி பண்டிதர் – வைத்திய காவியம், சிவவாக்கியம், இரத்தினகரண்டகம் 6. வீ. அயோத்திதாச கவிராஜபண்டிதர் – போகர் எழுநூறு, அகஸ்தியர் இருநூறு, சிமிட்டு ரத்தினச் சுருக்கம், பாலவாகடம் (I.146 - 47). தாசர் குறிப்பிடும் மேற்படி நூல்கள் பெரிதும் வைத்தியம், சோதிடம், கணிதம், பஞ்சாங்கம், சம்பந்தப் பட்டவையே. மரபான தமிழ் இலக்கண இலக்கியக் கல்வியும், வைத்தியமும், சோதிடமும், சோதிடக் கணிதமும் அன்றைய படித்த பறையர்களின் கல்வியாக இருந்தது குறிப்பிடத்தக்கது.

இவர்கள் நடத்திய பத்திரிகைகள் சில: 'சூரியோதயம்' – புதுப்பேட்டை திருவேங்கடசாமி பண்டிதர்; 'சுகிர்தவசனி – அரங்கைய தாஸர் (I.146 - 47).

பூர்வபௌத்தர் மிலேச்சர் ஆரியர், வேஷபிராமணர் என்ற பகை முற்றத் தொடங்கிய காலத்தில், கொலை புலையில்லாத இந்நாட்டிலே ஆடுமாடுகளை உயிரோடு நெருப்பிலிட்டு உயிர்வதை செய்துண்ணும் பாவிகளான வேஷபிராமணர்களை, பூர்வபௌத்தர்கள் விரட்டியடித்தார்கள் (I.147 - 48). இதனால் ஆத்திரமடைந்த வேஷபிரா மணர்கள் தங்கள் கொள்கைக்கு அந்நியமாயிருந்த (பராயர்) பௌத் தரைப் பராயர் என்றும், தங்களுடைய அந்தரங்கக் கருத்தைச் சகலருக்கும் பறைந்ததால் பறையர் என்றும் சொல்லி, பறையர்களைத் தாழ்ந்த சாதியினராகத் தூற்றி வந்தார்கள் (I.1909 : 148); பராயர் எனில் பிராமணியத்துக்கு (வைதீகம்) வெளியில் இருந்தவர்கள்; அந்நியர்கள், எதிரிகள். அச்சொல் மருவியதால் வந்த வழக்கு 'பறையர்' என்று முன்னர் சொன்ன தாசர் இப்போது, வைதீகர்களின் அந்தரங்கத்தை அம்பலப்படுத்தியதால் 'பறையர்' என்று பெயர்பெற்றதாக எழுதினார். வைதீகர்களின் தொடர்ந்த பிரச்சாரத்தால் சாதித்தன்மையற்றிருந்த 'பறையர்' என்ற சொல்லும் பிரிவும் தாழ்ந்த சாதித் தன்மை ஏற்றதாக தாசர் எழுதினார். 1500 ஆண்டுகளுக்கு முன் புத்ததர்மம் தழுவி இராஜவிசுவாசத்திலும் ஒழுக்கத்திலும் நீதியிலும் நின்றவர்களே தற்காலத்தில் தாழ்ந்த சாதியார் எனப்படுகிறார்கள் என்றார் தாசர் (I. 243). இவர்களே டிபிரஸ்ட் கிளாஸ் (Depressed class) என்றும் தாசர் குறிப்பிட்டார் (I.244).

ஆரியர்கள் மத்திய ஆசியாவிலிருந்து சிந்துச் சமவெளிக்கு வந்த வர்கள்; பின்னர் இங்கிருந்த பூர்வ குடிகளை (திராவிடர்களை) யுத்தத்தில் வென்று கங்கைச் சமவெளியெங்கும் பரவியதாக ஐரோப்பிய

மையவாத வரலாறு ஒன்று ஏற்பட்டிருந்தது; இது இங்குள்ள பிராமணி யத்துக்கு ஏற்றதாக இருந்ததால் அவ்வரலாறே இந்திய வரலாறு என்று தூக்கிப்பிடித்தது. இந்திய சுதந்திரத்துக்குப் பிறகு பாடநூல்களிலும் இதே வரலாறு இந்தியர் அனைவருடைய வரலாறாகப் பிரச்சாரம் செய்யப்பட்டது. ரொமிலா தாபார் போன்ற இடதுசாரி வரலாற்றாசி ரியர்கள் இந்த ஆரிய மாயையை உடைத்தார்கள். தாசரும் தமது பங்கிற்கு பௌத்தம், பறையர் என்ற நிலையிலிருந்து இந்த ஆரிய மாயையை உடைக்க முயன்றார்.

இத்தேசத்து பூர்வகுடிகளான திராவிடர்களைப் புதிதாகக் குடியேறிய ஆரியர்கள் யுத்தத்தில் ஜெயித்ததில்லை; சூது, வஞ்சம், கபடம் ஆகியவற்றால்தான் ஜெயித்தார்கள் (மஹாபாரதத்தில் பஞ்ச பாண்டவர்கள் மற்றும் 18–19ஆம் நூற்றாண்டில் பிரிட்டிஷ் கிழக்கிந்திய கம்பெனியார் ஆகியோர் பெற்ற வெற்றிகளோடு ஒப்புமையுடையது). அவர்களே சாதிக் கொள்கையைப் பரப்பினார்கள்; தொழில்களை எல்லாம் சாதிகளாக மாற்றினார்கள். ஆதிமுதலாகவே ஆரியர் திராவிடர்க்குச் சத்துரு, திராவிடர் ஆரியர்க்குச் சத்துரு (I. 284). இன்று திராவிடர்கள், சாண்டாளர், தீயர், தீண்டாதார், பறையர் எனத் தாழ்த்தப்பட்டுவிட்டார்கள்; ஆயின் சுயராட்சியத்துக்குரியோர் திராவிடரே; ஆரியர் அல்லர் என்றார் தாசர் (I. 285). தாசர் தமது தருக்கத்தின் முடிவை முன்வைத்தார். தாசரின் வரலாற்றுத் தருக்கம் மிகவும் இலகுவானது – எளிதானது. பூர்வீகர் நல்லவர்; வந்தேறிகள் அயோக்கியர்; அதர்மம் தர்மத்தை வீழ்த்தியது; இனி தர்மம் அதர்மத்தை அகற்றிப் பழைய நிலைக்கு வரவேண்டும். ஏறக்குறைய எல்லா மானிட வரலாறுகளும், பல்வேறு வகைப்பட்ட கதைகளும் இந்த தருக்கத்தில் தான் புனையப்பட்டுள்ளன. பௌத்த தருமத்தோடு பறையர் முதலான இன்றைய தலித்துக்களை இணைத்ததுதான் தாசரின் மகத்தான கொடையாகும். வீரம், செல்வம், ஆயுதபலம், வன்முறை ஆகியவற்றால் ஒருகாலத்தில் மேம்பட்டு ஆண்டவர்கள் பறையர்கள் என்று வழக்கமாகக் கூறியதிலிருந்து முற்றிலும் தாசர் வேறுபட்டு, பௌத்த அறவியலின் ஒழுக்கத்தைப் பின்பற்றி வாழ்ந்த சீலர்களாக தாசர் பறையர் முதலான எளிய சாதியார்களை வரலாற் றில் படைத்துக் கொண்டது வலுவான போராட்ட உத்தியாக அமைந்துள்ளது. பூர்வ பௌத்த திராவிடர்களான பறையர்கள் சாதிபேதமற்றவர்கள்; இவர்களது சத்துருக்களான இந்துக்கள் சாதி பேதங்களைத் தங்களது சுயநலனுக்காக ஏற்படுத்தினார்கள். இந்து மதத்துக்கென்று தேசமோ, ஸ்தாபகரோ, போதனையோ, வரலாறோ, தர்மமோ, சீர்திருத்தமோ எதுவும் இல்லை. ஆனால் பெரியசாதி, சின்னச்சாதி என்பதற்கு மட்டும் அதில் ஏராளமான சரித்திரங்களும், சாஸ்திரங்களும் உள்ளன என்றும் இந்து (வைதீக) மதத்தின் ஒரே அடிப்படை சாதிபேதமே என்றும் தாசர் வலியுறுத்தினார் (I. 313).

ஆரியவேதத்தில் கூறப்படாத சாதியாசாரம் பின்னர் வேதாந்தத்தில் கூறப்படுவது விந்தையே என்று எழுதிய தாசர், வேஷவேதாந்திகளே

பிரம்மக் கருத்தில் சாதி வருணத்தைப் புகுத்தினார்கள். (புருஷ சூக்தம்). எங்கும் பிரமம் நிறைந்திருக்கிறது, பிரமம் சருவமயம் என்றவர்கள், அது பிராமணனிடம் தனியாகவும், சூத்திரனுள் வேறாகவும், வைசியனுள் வேறாகவும், க்ஷத்திரியனுள் வேறாகவும் பறையனிடம் மட்டிலும் அது இல்லை என்றும் வேஷ வேதாந்திகள் புகுத்தினார்கள் (I. 172). வேதமும், வேள்வியும், வைதீகமும், வருணா சிரமும் பரவிய காலத்துக்குப் பிறகே புத்தர் தோன்றி இவற்றுக்கு எதிராக போதித்து தருமத்தைப் பரப்பியதாக அதிகாரப்பூர்வ வரலாறு ஒன்றுண்டு. தாசர் இதனைத் தலைகுப்புறக் கவிழ்த்தி, சாதிபேதமற்ற சமத்துவ நிலைதான் – பௌத்த அறம் நிலவிய காலம்தான் – தொன்மையானது. அதன்பிறகு தான் அதர்மம் தலை தூக்கிச் சாதியத்தை ஓங்கச் செய்தது என்று தாசர் செவ்வியல் வரலாறு ஒன்றைக் கட்டி அமைக்க முயன்றமை தெரிகிறது.

வரலாற்றில் 'இந்து' என்பதே கிடையாது. அச்சொல் பிரிட்டிஷார் வந்தபின் தோன்றியது; அது ஆங்கிலச் சொல் (Hindu); புத்தர், கிறிஸ்து, மகமது என்ற வரலாற்று மாந்தர் போல 'இந்து' என்றொரு மனிதன் இந்துமதத்துக்கு இல்லை. எனவே 'இந்து' (Hindu) என்பது பிழையானது என்றார் தாசர் (I. 379). இப்படியொரு சிந்தனை – விமர்சனம் இருபதாம் நூற்றாண்டில் கற்றோரிடையே பரவலாக இருந்தது; இந்து ஆசார சீர்திருத்த விவாதங்களில் இவ்விமர்சனம் இடம்பெற்றது; P. லட்சுமி நரசு போன்ற அறிவியல் அறிஞர்கள் – நவபௌத்தர்கள் மத்தியிலும் இது இருந்தது. இதனைப் பின்னர் பெரியார் தமது கருத்தாயுதங்களில் ஒன்றாக்கிக் கொண்டார். இவ்விதத்திலும், வகுப்புவாரி பிரதிநிதித்துவக் கோரிக்கையிலும், இட ஒதுக்கீடு எனும் சமூக நீதிக் கோரிக்கையிலும் பெரியாருக்கு முன்னவர் அயோத்திதாசரே.

'இந்து' என்பது சிந்துநதியை ஒட்டி உருவான சொல் (Sind > Hind) என்பதை முன்னொரு சந்தர்ப்பத்தில் தாசர் குறிப்பிட்டதைக் காண்க. இக்கருத்தினைப் பின்னர் ஜவஹர்லால் நேரு தமது 'இந்திய கண்டுபிடிப்பு' (Discovory of India) நூலில் எழுதியுள்ளார். இவை அனைத்துமே அன்று பிராமணியத்தைச் சீர்திருத்தவோ அல்லது மறுத்து ஒழிக்கவோ உருவான ஒரு எதிர்ச்சிந்தனைத் தொகுதிக்குள் உள்ளடங்குபவையாகும். இதன் உருவாக்கத்திற்கு, ஐரோப்பிய மொழி, இன ஒப்பீட்டாய்வுகள், பரிணாமக் கோட்பாடு, பகுத்தறிவுப் பார்வை, தொல்பொருள் – மானிடவியல் – அகழ்வாராய்ச்சிகள், எதார்த்தவாதம், இயற்கைவாதம், ரோமாண்டிசிசம், மேற்கத்திய ஐயுறவாதம், நாத்திகம், பௌத்த மீட்பியக்கம், மறுமலர்ச்சி கிறிஸ்தவம், அறிவியல் – தொழில் நுட்பம் சித்தர்தத்துவம் ஆகிய பல்வேறு அறிவுச் சொல்லாடல்கள் பங்கு வகித்தன.

*1910 – 11* ஆண்டுகளில் 'தமிழன்' இதழில் தொடராக தாசர் வெளியிட்ட 'இந்திரர் தேச சரித்திரம்' என்ற தொடர் முந்திய

ஆண்டுகளில் துண்டுதுண்டாக வெளியிட்ட கருத்துக்களின் ஒழுங் கமைக்கப்பட்ட முழுமையாகும். இதற்குப் பின்னரும் கூட 1912, 1914–ஆம் ஆண்டுகளிலும் கூட 'இந்திரர் தேச சரித்திரத்தை' சந்தர்ப்பம், கிடைக்கும் போதெல்லாம் புதுப்புது விளக்கங்களோடு 'தமிழனில்' தாசர் விடாமல் எழுதினார். அவ்வாறு 1912, 13, 14ஆம் ஆண்டுகளில் தாசர் விளக்கிய இந்திரர்தேச வரலாற்றைத் தொகுத்துக் காணலாம்.

இத்தேசம் பூர்வத்தில் இந்திரர்தேசம் என்றிருந்தது. புத்த தன்மம் அனுசரிக்கப்பட்டது. காலத்தில் மழை பெய்தது; பௌத்த அரசர்களின் வெண்கொடிகள் பறந்தன, குடிகள் சுகித்து வாழ்ந்தார்கள், விவசாயம் மேம்பட்டது. இந்திரர் தேசத்தின் கலைநூல், வித்யா விருத்திகள் ஆகியவற்றை அறிந்த சாலமோன் முதலான புறதேச அரசர்கள் பலரும் இங்கு வந்து அரிய வித்தைகளைக் கற்றுச் சென்றார்கள். இது சரித்திரம். ஆனால் இந்து தன்மத்தின் பொறாமை மிகுந்த சாதி பேதங்கள், மதபேதங்கள் பெருகியதால் சாதி ஆசாரங்களும், சுயப்பிரயோசன (சுயநலம்) கட்டுக்கதைகளும் மலிந்தன. இவற்றால் இந்திரர் தேசமும் மக்களும் சீர்கேடுற்றனர் (I. 1912 : 405 - 7). இத்தேசத்தில் இந்திரர் தன்மமான புத்த தன்மம் பரவியிருந்த வரையில் சமண முனிவர்களால் குடிகள் யாவரும் மதுமாமிசம் அகற்றி சீலத்தில் நிலைத்து வாழ்ந்தனர். இந்நிலையில் யாசக ஜீவனமாக வந்து குடியேறிய சில நூதன சாதியார் சாதி மதங்களை உண்டாக்கி கொலை, புலை, கள்குடி ஆகியவற்றைத் தங்கள் கடவுள்களுக்குப் படைத்தார்கள். மயக்கவஸ்து, குடி, மாமிசத்தை இவர்களே அறிமுகப் படுத்தினார்கள். இப்பிடிச் சீரழிந்தவர்களை மிலேச்சர், ஆரியர், ஈனர் என்று பௌத்தர்கள் அடித்துத் துரத்தினார்கள் (I. 1914 : 572). சுராபான மாம் மயக்க வஸ்துவைக் (கஞ்சாயிலை மயக்க நீர்) குடித்தோரை சுரர் என்றும், சீலர்களான பௌத்தர்களை அசுரர் என்றும் வகுத்து, காமியமுற்ற சிற்றரசர்களையும், கல்வி அறிவற்ற பெருங்குடிகளையும் கொண்டு, அவர்களால் அசுரர் எனப்பழிக்கப்பட்ட பௌத்தர்களைக் கொல்லத் தொடங்கினார்கள். பௌத்த சாஸ்திரங்களிலிருந்த பெயர் களையும், செயல்களையும் ஆதாரமாகக் கொண்டே புதிய சாதிமதங் களை உண்டாக்கினார்கள். அவற்றுள் ஒன்று சிவமதம்; மற்றது விட்டுணு மதம். விபசாரத்திற்கென்றே புண்டரீகயாகத்தையும், இரவிக்கை உற்சவத்தையும் உண்டாக்கினார்கள் என்று தாசர் புதிய தகவல்களைத் தந்தார் (I. 1914 : 513).

சுரர் – அசுரர் என்ற வைதீகப் பாகுபாட்டின் புனிதத்தை தாசர் தலை கீழாக்கியுள்ளார். சுரர் என்பது தேவர்களையன்றி, சுராபானம் என்ற லாகிரிக்கு அடிமையான கீழோர்களையும், அசுரர் என்பது இதற்கு அடிமையாகாத பௌத்த மேலோர்களையும் குறிப்பதாக ஒரு விளக்கத்தைத் தாசர் வழங்கினார். எதிர்மறைகளை நேர்மறை யாக்கினார். மேலும் தாசர், வைதீகர்கள், பௌத்தர்களைத் தமிழகத்தில் அழித்தொழித்த கொடூரமான வன்முறையின் உக்கிரத்தைத் தமது

கற்பனா சக்தியாலும், வரலாற்றுத் தடயங்களாலும் நம் காட்சிக்கு வைத்துள்ளார்.

தாசர் பௌத்தத்தை முன்னிறுத்தி வாழ்ந்து – வீழ்ந்ததொரு வரலாற்றுச் சொல்லாடலை உற்பத்தி செய்த காலகட்டத்தில், வைதீகரும் இதனை மறுக்கும் விதமாகத் தங்களது வரலாற்றுச் சொல்லாடலைக் கட்டமைத்தார்கள். 'லோகோபகாரி' (16. 9. 1912) இதழில், ராமருக்குப் பின்பே புத்தர் தோன்றினார் என ஒரு வைதீகர் எழுதியது இந்த இந்துச் சொல்லாடலின் பாற்பட்டதே. மற்றொரு வைதீகர், இதே இதழில், புத்த தன்மத்தை நாஸ்திகம் என்றெழுதினார். இரண்டையும் தாசர் உடனுக்குடன் மறுத்தெழுதினார். வால்மீகி ராமாயணத்தில், இலங்கையில் சீதையைத் தேடிய அனுமார், ஓர் கோபுர உச்சியிலிருந்து 'இது பௌத்தர்களது விஹாரமோ?' என்று பேசும் பகுதியை தாசர் எடுத்துக்காட்டி ராமனுக்கு முந்தியவர் புத்தர் என்பதை நிறுவினார். மேலும் வசிஷ்டர் ராமனுக்கு ஞான சாதனம் போதிக்கும் போது, அவனது பாட்டன் உத்தாலகன், புத்தரைப்போல பதுமாசனம் இட்டு அமர்ந்து ஞானசாதனம் செய்ததுபோல் செய்ய வேண்டும் என்று போதித்ததை தாசர் எடுத்துக்காட்டினார் (II.1912 : 425). 19ஆம் நூற்றாண்டில் வாழ்ந்த அருணாச்சலக்கவிராயர், தமது 'ராம நாடக கீர்த்தனையில்' இலங்கையைப் 'பறையர் வூர்' என்று சீதை பேசுவதாக வந்துள்ளதை தாசர், பௌத்தரின் தொன்மைக்குச் சான்றாகக் காட்டினர் (I.590 - 91).

பூர்வத்தில், குடியேறிய பிராமணர்கள் யாசக சீவனத்தையே மேற்கொண்டிருந்தார்கள் என்பதற்கு, கிழக்கிந்திய கம்பெனி ஆட்சிக் காலத்தில் (1812 வாக்கில்) சித்தூர் ஜில்லா கோர்ட்டில் கம்மாளர் தொடுத்த வழக்கினைச் சான்றாகக் காட்டினார் (II. 435). (பிராமணர் குருப்பட்டத்திற்குரியவர்களல்லர்; போதிசங்கமர்களைப் போல பிச்சை ஏற்றுண்பவர்களே என்பது வாதிகளின் வாதம்). ஐரோப்பியரான மாக்ஸ்முல்லரும் ரைஸ் டேவிட்ஸூம், உபநிடதங்களிலிருந்து புத்த தன்மம் தோன்றியதாக எழுதியதை தாசர் மறுத்து, புத்த தன்மத்திலிருந்தே சகல உபநிடத சாராம்சங்களும் தோன்றின என்றார் (II.1911 : 164).

இந்துக்களுக்கும் பௌத்தர்களுக்கும் இடையிலுள்ள வேற்றுமைகளை தாசர் வரிசைப்படுத்தினார்:

1. இந்துக்களிடம் சாதியாசாரம் என்னும் பிரிவினைகள் உண்டு, பௌத்தரிடம் இது இல்லை.
2. இந்துக்களிடம் தேவதைகள் வழிபாடு, பூசை, நெய்வேத்தியம், மோட்சம் உண்டு; பௌத்தர்களுக்கு நன்மார்க்க நடை, சீலம், ஒழுக்கம் உண்டு.
3. இந்துக்களுக்கு வேதம், சாதியாசாரம் உண்டு; பௌத்தர்களுக்கு ஆகமபோதம், சர்வஜீவர் மீது அன்பு உண்டு.
4. இந்துக்களுக்குச் சாதித் தொடர்மொழிகளும், நெற்றி, கழுத்தில்

சமயச்சின்னங்களான விபூதி, திருமண், உருத்திராட்சம் உண்டு; பௌத்தர்களுக்கு பஞ்சசீல தியானமே உண்டு; சங்கம் உண்டு (II. 162).

இந்திய வரலாறென்பது இவ்விரு தரப்பாடுகளுக்கிடையில் நடைபெற்று வரும் போராட்டமே என்பது தாசர் முடிவு. பிராமணர் என வழங்கும் பாரசீகருக்கும், பறையர் என வழங்கும் சாக்கையருக்கும் பூர்வமுதல் இன்றுவரை ஓர்வகை பகை இருக்கிறது என்று அவர் எழுதியது இதனை உறுதிப்படுத்தும் (II. 24). இந்தப் போராட்ட வரலாற்றில் பிராமணியத்துக்கு எதிரானவர்களைப் பறையர் என்றே வைதீகம் முத்திரையிட்டுள்ளதை தாசர் 'சரித்திர ஆராய்ச்சி' வழியே நிறுவினார். 'மேருமந்திர புராணத்தில்' (வைதீக நூல்), வணிகனுக்கு வஞ்சகம் நினைத்த மந்திரி சத்திய கோடன் (வேதியன்), 'பறையன் இக்கள்வன்' என்று தூற்றப்பட்டான். 'பறையர்வூரிலே சிறையிருந்த என்னைப் பரிந்துகை தொடுவாரோ' எனச் சீதை செப்புவதாக 'ராம நாடக கீர்த்தனை' கூறியது. பௌத்தர் வாழ்ந்த இலங்கையையே கவிராயர் 'பறையர்வூர்' என்றார் (I. 590 - 91).

இத்தகைய கொடிய பிராமணர்கள் இன்று (தாசர் காலம்) பிரிட்டிஷ் அதிகாரிகள் மீது வெடிகுண்டு எறிதல், துப்பாக்கியால் சுட்டுக் கொலை செய்தல் முதலிய பயங்கரவாதச் செயல்களில் ஈடுபடுகிறார்கள். இப்பேர்ப்பட்டவர்கள் முன்னர் தங்கள் கைகள் ஓங்கிய காலத்தில் தங்களுக்கு எதிரிகளாயிருந்த பௌத்தர்களை வசியில் குத்தி, கற்காணங்களில் அறைத்து, கழுவில் அறைந்து கொலை செய்தார்கள் (III. 23). முட்கள் நிரப்பப்பட்ட பீப்பாய்களில் அடைத்து உருட்டிக் கொன்றார்கள் (I. 24) என்று தாசர் பிராமணியத்தின் பயங்கரவாத முகத்தை வெளிப்படுத்தினார். பிராமணியத்தின் இந்துச் சாமிகளையும் தாசர் பயங்கரவாதிகளாகவும், ஒழுக்கத்திலிருந்து பிறழ்ந்தவர்களாகவும் கண்டார். இந்துச் சாமிகள் எல்லாம் ரிஷிபத்தினிகளைக் கற்பழித்தனர், கோபிகாஸ்திரீகளைக் கற்பழித்தனர்; பொய் சொன்னார்கள், மனிதர்களைக் கொலை செய்தார்கள், உடன் பிறப்புக்களைக் கொன்றார்கள், அன்னமிட்ட மாற்றான் மனைவியைப் பெண்டாளத் துணிந்தார்கள், திருடினார்கள். இச்செயல்களெல்லாம் பஞ்சமாபாதங்கள். இவர்களைச் சாமிகள் என்று கும்பிடுவதைவிட, விபச்சாரம், பொய், களவு, கொலை, பிறன் மனைவி மேல் இச்சை முதலிய பாதகங்களைக் கடிந்து போதித்த ஒரு மனிதனைக் (புத்தன்) கும்பிடுவது மேல் என்றார் தாசர் (III. 1913 : 93). சம காலத்தவரான P. இலட்சுமி நரசுவைப் போலவே தாசரும் புத்தரைக் கடவுளாக அன்றி, மாமனிதராக, ததாகதராக, பரிநிருவாண நிலை அடைந்தவராகப் போற்றினார் என்பது குறிப்பிடத்தக்கது.

தாசரின் கணக்குப்படி, கி. மு. 600 முதல் கி. பி. 700 வரை இத்தேசமெங்கிலும் புத்தரது சத்திய தருமம் நிறைந்திருந்தது. கி. பி. 700க்குப் பிறகே பிராமண மதமும், பிறகு திரிமூர்த்தி மதங்களான வைஷ்ணவமும் சைவமும் தோன்றின (I. 1908 : 541).

தாசர் கட்டமைத்த இந்திரர் தேச சரித்திரத்திற்கு எழுத்துச் சான்றுகளாக அமைந்தவை: நிகண்டுகள், இரட்டைக் காப்பியங்கள், சீவக சிந்தாமணி, சூளாமணி, திருக்குறள், நன்னூல், வீரசோழியம், நாலடியார், காக்கை பாடினியம், கைவல்யம், ஞானபோதம், பட்டினத் தார், இடைக்காட்டுச்சித்தர், சிவவாக்கியர், பாம்பாட்டிச் சித்தர், தாயுமானவர், அகப்பேய்ச் சித்தர் பாடல்கள், திருமந்திரம், அருங்கலச் செப்பு, சித்தாந்தக் கொத்து, சிவயோகசாரம், மூதுரை, ஔவையார் நீதி நூல்கள், கபிரலகவல், நல்லாப்பிள்ளை பாரதம், ஞானபோதம் முதலியவற்றோடு பாலியிலுள்ள திரிபிடகம் அஷ்வகோசரின் உரைநூல் 'நாரதீய புராண சங்கைத் தெளிவு'.

இவற்றுள் ஆத்திச்சூடி, கொன்றைவேந்தன், மூதுரை, குறள், நீதிவெண்பா, விவேக சிந்தாமணி முதலான கலைநூல்கள் யாவும் பூர்வ பௌத்த வமிசவரிசையில் வந்த பறையர்களால் இயற்றப்பட் டவை என்று தாசர் கருதினார் (I. 47). இக்கருத்து 18, 19–ஆம் நூற் றாண்டுகளில் கற்றோரிடம் பரவலாக இருந்தது. சைவ நூல்களைத் தவிர மற்றவற்றைப் படிக்கலாது எனச் சைவமடாதிபதிகள் ஆணையிட் டதைத் தொடர்ந்து இக்கருத்து உருவெடுத்ததெனலாம்.

1908–இல் 'செந்தமிழ்' (சித்திரை, பகுதி 6, தொகுதி 4, பக்: 223) இதழில், 'பாணன் பறையன் துடியன் கடம்பன்' என்னும் பூர்வ தமிழ்க் குடிகளைப்பற்றிப் 'புறப்பாட்டு' குறிப்பதாக எழுதப்பட்டிருந்தது தாசரிடம் குழப்பத்தை ஏற்படுத்தியிருக்க வேண்டும். அவர் காலத்தில் உ. வே. சா. சுவடிகளிலிருந்து பதிப்பித்த பழம் பெரும் தமிழ் நூல்களை தாசர் பார்த்தாரா படித்தாரா என்பது கேள்விக்குறி! 'புறப்பாட்டென் னும் ஓர் நூலுண்டா அது யாவரால் இயற்றியது எக்காலத்தது, அஃதெங்குளது?' (I. 1908 : 535) என்று தாசர் எழுதியதிலிருந்து அவர் 'பத்துப்பாட்டு', 'புறநானூறு' முதலான சங்க இலக்கியங்களைப் படிக்கவில்லை என்பது உறுதிப்படுகிறது. மணிமேகலை, சிலப்பதிகாரம், சீவகசிந்தாமணி, சூளாமணி போன்ற சமண பௌத்த காப்பியங்களைக் கற்றறிந்த தாசர் பார்வைக்குச் சங்கநூல்கள் படாதது புதிராகவே உள்ளது. தொடக்கத்தில் நான்கு சீர்கள் இல்லாத அந்தப் புறப்பாட்டில் (புறம் 335) '... குருந்த மரப்பூ, முல்லைப்பூ என்று இந்த நான்கு அல்லாத பூவும் இல்லை. வரகு, தினை, கொள், அவரை என்று இந்த நான்கு அல்லாத உணவும் இல்லை, துடியன், பாணன், பறையன், கடம்பன் என்று இந்த நான்கு அல்லாத குடியும் இல்லை, பகைவர் முன் நின்று தடுத்து, யானையைக் கொன்று மரணமடைந்த வீரனுக்கு எடுத்த நடுகல் அல்லாத, நெல்தூவி வழிபடும் வேறும் கடவுளும் இல்லை' என்ற கருத்து சொல்லப்பட்டிருக்கிறது. இதன்படி பார்த்தால் தொன்மை வாய்ந்த (இசைக்) குடிகளில் ஒன்றான பறையர் குடி, வரகு தினை கொள் அவரை என்ற மலை –காடுகளில் விளைந்த தானியங்களை உணவாகக் கொண்டு, அவ்விடங்களில் வாழ்ந்து அங்கு பூத்த பூக்களை அணிந்து, இறந்த வீரர்க்கு எடுக்கப்பட்ட நடுகல்லைக் கும்பிட்டு வாழ்ந்த குடி எனத் தெரிகிறது. இனக்குழு

வாழ்க்கையின் முதிர்ந்த கால கட்டத்தில் மலை, காட்டுப்பகுதிகளில் – அதாவது நெல் தூவி வழிபடும் வேளாண் நாகரிகத்திற்கு வெளியிலி ருந்த குடியாகவே பறையர் குடி குறிக்கப்படுகிறது. துடிப்பறை, யாழ், பறை, கடம்பு முதலான இசைக்கருவிகளோடு (தோல், நரம்பு) சம்பந்தப்பட்ட இசைக் குடிகளில் ஒன்றாகவே பறையர் குடி வாழ்ந் துள்ளது. இந்த அரிய தகவலைத் தெரிந்திருந்தால் தாசரின் பூர்வ பௌத்த சரித்திரம் எப்படியிருந்திருக்கும் என்பதை யூகிக்க இது சந்தர்ப்பம் அன்று (அல்ல). அன்றைய பத்தொன்பதாம் நூற்றாண்டில் உருவான தமிழ் வித்துவான்களின் பாடத்திட்டத்தில் சங்க இலக்கியங் கள் இல்லை என்பது தெரிந்ததே. புராணம், நீதிநூல், நிகண்டு, மருத்துவம், சோதிடம், கணிதம், சித்தர் பாடல்கள், சைவ வைணவ இலக்கியங்கள், தனிப்பாடல்கள், சிற்றிலக்கியங்கள், சைவ சித்தாந்தம், சிந்து – கீர்த்தனைகள், யாப்பு – இலக்கணம் அலங்கார இலக்கணம் ஆகியவையே அன்றைய வித்துவான்களின் கல்விக் களஞ்சியம் என்று சொல்லலாம்.

இதுவரை தாசர் ‘தமிழன்’ பத்திரிகை பிரதிகள் வழியாக அவ்வப் போது தெரிவித்த பூர்வ பௌத்தர் x வேஷ பிராமணர் போராட்ட வரலாறு ஞான. அலாய்ஸியஸ் பதிப்பித்த ‘அயோத்தி தாசர் சிந் தனைகள் – I’ என்ற தொகுப்பில் ‘இந்திரர் தேச சரித்திரம்’ (I. 600 – 679) என்ற தொடராக (1910 – 11)த் தரப்பட்டுள்ளது. இது தனிநூலாக 1912–இல் முதல் பதிப்பாக வந்ததாகத் தெரிகிறது. சித்தார்த்த புத்தக சாலை பிரசுரமாக 1957–ல் இதன் இரண்டாம் பதிப்பு வெளிவந்தது. 1999–இல் சென்னை, ‘தலித் சாகித்ய அகாடமி’ வெளியிட்ட ‘க. அயோத்திதாசப் பண்டிதர் சிந்தனைகள் தொகுதி நான்கு’ நூலில் ‘இந்திரர் தேச சரித்திரம்’ என்ற அதே பெயரில் மறுபதிப்பாக வெளிவந்துள்ளது. (இந்நூல் கூறும் சரித்திரம் முழுவதையும் அறிவதற்கு இந்நூலையும், இதன் விளக்கத்தை அறிய டி. தருமராஜன் எழுதிய ‘நான் பூர்வபௌத்தன்’ (டாக்டர் அம்பேத்கர் பண்பாட்டு மையம், மதுரை: 2003) என்ற நூலின் நான்காம் அதிகாரத்தையும் (‘பூர்வ பௌத்தம்’) காண்க.

இங்கு தாசரின் ‘இந்திரர் தேச சரித்திரம்’ (1999) நூலின் சாராம்சம் மட்டுமே தரப்படுகிறது. தாசரின் தலித் பௌத்த சிந்தனையோட்டத் தின் கலகப் பண்பினை அறியும் நோக்கம் இங்குத் தலையாயது. அவரது சிந்தனையின் தலைகீழாக்கும் குணத்தையும் ( inversion) புனிதத்தைக் கீழறுக்கும் குணத்தையும் (subversion) இதில் தெளிவாகக் காணலாம். பாதிக்கப்பட்டோரின் வரலாற்றுக்கு (Subaltern History) தாசரின் ‘இந்திரர் தேச சரித்திரம்’ முன்னோடியாகக் கருதத்தக்கதாகும்.

அஸ்வகோஷர், நந்தன் என்னும் பௌத்த அரசன் ஆண்ட இந்திரர் தேசமாம் பௌத்த இந்தியாவுக்குக் குடியேறியவர்கள் ஆரியர், மிலேச்சர் எனும் பாரசீக நாட்டினர் என்று விளக்கிய ‘சரித்திர சம்பவத்திலிருந்து’, தாசர் வரலாற்றைத் தொடங்குகிறார். இப்படி

ஒருவர் ஒருவரிடம் எடுத்துக் கூறுவதாகத் தொடங்குவது புராண சம்பிரதாயமாகும். வைதீக புராணங்கள் எல்லாமே இந்த உத்தியில்தான் தொடங்குகின்றன. பத்தொன்பதாம் நூற்றாண்டு மரபான கல்விச் சூழலில் உருவான தாசருக்கு சரித்திரத்தை இவ்வாறு தொடங்குவது இயல்பானதாக இருந்திருக்கும். இவ்வாறு தொடங்குவது சரித்திரத்தின் நம்பகத்தன்மையை அதிகரிக்கும்.

பாரசீக நாட்டிலிருந்து குடியேறிய ஆரிய மிலேச்சர்கள், பௌத்தத்தி லிருந்த அறஹத் / பிராமணர் / அந்தணர் என முறையே பாலி, சமஸ்கிருதம், திராவிடம் மொழிகளில் வழங்கப்பட்ட எதார்த்த பிராமணர்களைப் போல வேஷமிட்டு மக்களை ஏமாற்றி வாழ்ந்ததால் அவர்களை வேஷபிராமணர் என்று அஸ்வகோசர், நந்த அரசனுக்கு விளக்கினார். வேஷபிராமணர்களின் கபடங்களைப் பற்றி நந்தன் புரிந்து கொண்டான். முதலில் இவர்கள் யாரென்று அறியாததால் புனல் நாட்டுக்குக் கிழக்கேயிருந்த தனது வாதவூர் நாட்டுக்கு வந்த இவர்களை நந்தன் உபசரித்தான். அவனிடம் இந்த வேஷபிராமணர்கள் சில சமஸ்கிருத சுலோகங்களைச் சொல்லி ஆசி கூறினார்கள். ஆனால் வந்திருப்பவர்கள் வேஷதாரிகள் என்பதைச் சமணமுனிவர்களாலும், உபாசகர்களாலும் அறிந்து கொண்டதும் நந்தன் திடுக்கிட்டான். அவர்களிடம் வந்த காரணம் கேட்டான். பெண்சாதி பிள்ளைகளுடன் இருந்த அவர்களைப் பார்த்து எதார்த்த பிராமணரா என்று விசாரித் தான். அவர்களோ முட்டை, பிரம்மம், நால்வருணம் பற்றிக் கதை விட்டார்கள். அவர்களுடைய உண்மையறிய கொலுமண்டபத்திற்கு அவர்களது சங்கத்தாரையும் கூட்டி வரச்செய்து விசாரித்தான். சங்கத்தார் சாம்பவனார் என்ற பெரியவரையும் உடன் அழைத்து வந்தார்கள். அவரைக் கண்டதும், வேஷபிராமணர்கள் பறையர் உள்ளே வரலாமா என்று அரசனிடம் ஆட்சேபித்தார்கள். பிறகு வேஷபிராமணர் யாவரும் வெளியேறி, நந்தனைத் தங்கள் தேசம் போய்ப் பார்க்க விடாதபடி, சிதம்பச்சிலை அமைத்து அவனைக் கொன்றுவிட்டார்கள் என்று அஷ்வகோசர் எழுதியுள்ளதாக தாசர் குறிப்பிட்டார். (நந்தன் என்னும் அரசனை பிராமணர்கள் கொன்று விட்டதாக ரெவரண்ட்.ரேனியஸ் தமது 'இந்துதேச சரித்திரத்தில்' எழுதியதை தாசர் ஆதாரமாகக் காட்டுகிறார்).

குடியேறிய வேஷபிராமணர்களானவர்கள் படிப்படியாக எவ்வாறு பௌத்தசமணரின் கொள்கை – சடங்கு ஆகியவற்றைத் தங்களுடை யவையாக, வைதீகமாக மாற்றி அமைத்து வஞ்சனையால் சுகவாழ்வு நடத்தினார்கள் என்ற வரலாற்றை தாசர் பெரிதாக விளக்கியுள்ளார். முதலில் எட்டுவித 'ஏதுக்கள்' (காரணங்கள், செயல்கள், தந்திரங்கள், மூலங்கள்) வழியாக பௌத்தரின் எட்டுவிதமான அம்சங்களைத் தங்களுடையவையாக அபகரித்துக் கொண்டு தங்கள் வலிமையைப் பெருக்கினார்கள் என்பதை தாசர் விளக்கியுள்ளார். இதற்கடுத்து வேறு சில ஏதுக்கள் வழியாக எவ்வாறு பௌத்தம் முழுமையாக வேஷபிரா

மணர்களால் திரித்துச் சிதைத்து வைதீகமயமாக்கப்பட்டது என்பதைத் தொடர்ந்து விளக்கியுள்ளார். முதலில் அந்த எட்டுவித ஏதுக்களைக் காணலாம்:

1. முதல் கட்டத்தில் இத்தேசத்தில் அஞ்சி அஞ்சிப் பிச்சை இரந் துண்ட மிலேச்சர்கள் தங்கள் வஞ்சக வார்த்தைகளை மெய்யென நம்பி மோசம் போனவர்கள் கூட்டத்தைப் பெருக்கினார்கள்.

2. அடுத்து, இம்மிலேச்சர்கள், தங்களை, பௌத்த சங்கத்தில் சித்தி பெற்ற பிராமணர்கள் என்று வேஷமிட்டார்கள். இப்போது அச்சமின்றி தைரியத்தோடும் அதிகாரத்தோடும் பிச்சை இரந்து உண்டார்கள்.

3. அக்காலத்தில் அரசர்களும், குடிகளும் பௌத்த சங்கத்தை போஷித்து வந்ததைக் கண்ட அந்த வேஷபிராமணக் கூட்டத் தார்கள், தங்களுக்கும் அப்படி ஒரு ஏற்பாட்டைச் செய்து சுகஜீவனம் நடத்த யோசனை செய்தார்கள். வசதியாக வாழ்ந்த ஒரு விதவையிடம் சென்று வஞ்சகமாகப் பேசி, அவள் காலத்துக்குப் பிறகும் அவள் பெயர் அழியாதிருப்பதற்கு, அவள் பெயரால் ஒரு பெரிய கட்டிடம் கட்டி தங்களுக்கு முப்பொழுது அன்ன ஆகாரமிடச் சம்மதம் வாங்கினார்கள். அவளது நிலபுலன்கள் சொத்துக்கள் அனைத்தையும் அவள் கட்டிடத்துக்கு எழுதிவைக்கச் செய்து, அதனைக் கல்வெட்டில் எழுதிவைத்தார்கள். இது பிச்சை எடுப்பதை விட கௌரவமானது என்பதை அறிந்த வேஷப் பிராமணர்கள், கல்வியறிவற்ற பெருங்குடி மக்களையும், காமியமுற்ற சிற்றரசர்களையும் தம் வசப்படுத்திப் பல கட்டிடங்களைக் கட்டுவித்துச் சுக வாழ்வுக்கு உத்தரவாதம் செய்து கொண்டார்கள். அந்தச் சிற்றரசர்களைக் கொண்டே பௌத்த சங்கத்தாரை வெளியேற்றி, சங்கங்களைத் தம்வசப்படுத்தினார்கள்.

4. அடுத்து அவர்களது கவனம் பௌத்த சங்கத்துச் சமண முனிவர்கள் உபநயனம் என்ற சடங்கை மேற்கொண்டு முப்புரி நூலணிந்த வழக்கத்தின் மீது சென்றது. உபநயனம் என்பது சமணமுனிவர்கள், ஊனக்கண்பார்வை அகற்றி ஞானக்கண்பார்வை பெற்றதைக் குறித்த சடங்காகும். இத்தகு 'நயனம்' (கண்பார்வை) பெற்ற சமணமுனிவர்கள், அப்பார்வையில் நிலைத்து, மடங்களை விட்ட கலாமல் ஞானசாதனம் செய்து வந்தார்கள். இவர்களை, பௌத்த உபாசகர்கள் போஷித்து வந்தார்கள். இந்த உபநயனம் – முப்புரிநூலணியும் வழக்கத்தை, அதுகுறித்த தாத்பரியமறியாத கூட்டத்தாரிடையே வேஷபிராமணர்கள் மேற்கொண்டு, அவர் களிடம் பொருள் பறித்து வாழத்தலைப்பட்டார்கள். இவ்வாறு உபநயனம் – பூணூல் அணிதல் என்ற பௌத்த வழக்கம் வேஷ பிராமணரால் அபகரிக்கப்பட்டது.

5. அமாவாசை, பௌர்ணமி, அட்டமி நாட்களில் பௌத்த உபாசகர் கள் மடங்களுக்குச் (சங்கம்) சென்று அறஹத்துக்களை வணங்கி

பஞ்சசீலம் பெற்று விரதம் மேற்கொண்டார்கள். இந்தநாட்களில் விரதிகள் ஒரு வேளைமட்டும் உண்பது வழக்கம். இதனைக் கண்ட வேஷபிராமணர்கள், அறியாத குடிமக்களிடம், சோமவார விரதம், மங்களவார விரதம்... எனப் பொய்யாகச் சொல்லி அவற்றை அனுசரிப்பதாலும், தங்களுக்கு தானங்கள் வழங்குவதா லும், சகலசம்பத்துக்களும் பெருகும் எனப் பொய் கூறிப் பொருள் பறித்தார்கள்.

6. பௌத்த உபாசகர்களின் நோன்புகளில் தலையானது அகிம்ஸா தர்மம். உயிர்க்கொலை, மாமிச உணவு நீக்குவது இதன் பொருள்; நோன்பு. இது பஞ்சசீலத்தில் முதலாவது சீலமாகும். உபாசகர்கள், அறஹத்துக்களை அணுகி இதனை வழங்குமாறு கேட்பது வழக்கம். அறஹத்து, உபாசகனது புஜத்தில் கங்கணம் கட்டி, அவல் பிரசாதம் ஈவார். இதன் உட்பொருள் விளங்காத வேஷபிராமணர் கள், அறியாத குடிமக்களிடம் கயிறுகளைக் கொடுத்து பூசிக்கச் சொல்லி, தட்சணை தாம்பூலம் பெற்றுப் பிழைப்பு நடத்தலா னார்கள்.

7. பௌத்தர்களுக்குப் பதினெட்டு வகையாகங்கள் உண்டு. பாலிமொழி யில் யாகம் என்பதை சமஸ்கிருதத்தில் வேள்வி என்றும், திராவிடத்தில் (தமிழில்) புடம் என்றும் கூறினர். (சோதிட்டோமயா கம் முதல் பிரமமித யாகம் வரை). யாகத்தின் முடிவில் எல்லோருக் கும் அவல்பிரசாதம் அளிக்கப்பட்டது. புடம் என்றால், குண்டம் எனும் குழி வெட்டி அக்கினி வளர்த்து மருந்துகளைப் புடம் இடுவதாகும். இவற்றின் உட்கிடையாறியாத வேஷபிராமணர்கள், யாரும் பார்க்காதபடி சுற்றிலும் திரைகள் கட்டி, அக்கினி வளர்த்து பசு, குதிரைகளைக் கொண்டுவரச் செய்து திரைமறைவில் சுட்டுத்தின்றார்கள். எஞ்சிய சாம்பலை வாரி எடுத்து பேதைமக் களுக்குத் தந்துவிட்டு, அவல் பிரசாதம் தேவர்களுக்கே என்று ஏமாற்றினார்கள்.

8. கோவில் என்றால் கௌதம சித்தார்த்தரின் இல்லம் என்று பொருள். சித்தார்த்தர் புத்தரானபின் இறுதியில் பரிநிருவாணம் எய்தியபின்னர், அவரைப் போன்று உருவங்கள் அமைத்து வைக்கப் பட்ட விஹாரங்களையும் கோவில் என்றே அழைக்கலாயினர். இவ்விஹாரங்களில் அமர்ந்து ஞானசாதனம் செய்த சமண முனிவர்களுக்கு பௌத்த உபாசகர்கள் உதவிகள் செய்தார்கள். ஏனெனில் இங்கிருந்த சமண முனிவர்கள் மக்களைச் சீர்திருத்துவதற் காக நீதிநூல், கணித நூல், ஞானநூல், மருத்துவ நூல், இலக்கிய இலக்கண நூல்கள் இயற்றித் தந்தார்கள். இதைப் பார்த்த வேஷபிரா மணர்கள் புத்தரின் ஆயிரம் நாமங்களைத் தங்களுக்கு உரியவையாக அபகரித்து, அந்நாமங்கள் ஒவ்வொன்றின் பெயரால் ஒவ்வொரு கோவில்கட்டி, உள்ளே அந்தந்த நாமத்தின் சிலைகளை அமைத்துப் பொய்ப்புராணக் கதைகள் கட்டி, வியாபாரக் கடைகளைப்

போலக் கோவிலுக்குள் மதக்கடைகளைப் பரப்பி அதன்மூலம் சீவனம் நடத்தினார்கள்.

மிலேச்சர்கள் இப்படிப் பொய் வேஷங்கள்போட்டு ஏமாற்றியதைக் கண்ட திராவிடர்கள் அவர்களைக் கண்ட இடங்களிலெல்லாம் அடித்துத் துரத்தினார்கள். தாங்கள் வசிக்கும் வீதிகளுக்கு இம்மிலேச்சர்கள் வந்தால், அவர்களை அடித்து, சாணம் கரைத்து அவர்கள் வந்த வழியில் தெளித்து சாணச்சட்டியை அவர்கள் மேல் அடித்து உடைப்பது வழக்கமாயிற்று. இவ்வழக்கம் இன்னும் சிலகாலம் தொடர்ந்து இருந்தால் ஆரிய மிலேச்சர் கூட்டம் முழுவதும் தங்கள் சொந்ததேசம் (பாரசீகம்) போயிருக்கும். ஆனால் அக்காலத்தில் இத்தேசத்தில் பரவியிருந்த ஆந்திர, கன்னட, மராஷ்டிர, திராவிட சாதி எனும் நான்கு மொழி பேசியவர்களில் சிலர், கல்வி ஞானமற்ற வேஷபிராமணர்கள் சுகமாக வாழ்வதைக் கண்டு தாங்களும் அவ் வழியைப் பின்பற்றினார்கள். இதனால் நாட்டில் வேஷபிராமணர் கூட்டம் பெருகியது. கல்வியற்ற மக்கள் கூட்டமும் பெருகிற்று. இக்கூட்டங்களே, யதார்த்த பிராமண பௌத்த சங்கங்களை அழிக்கவும், பௌத்த சாஸ்திரங்களையும், மடங்களையும், உபாசகர்களையும் நிலைகுலையச் செய்யவும் தொடங்கின.

பழைய ஆரிய வேஷபிராமணர்களுடன் புதிய வேஷபிராமணர்கள் பெண், உணவு ஆகியவற்றில் கலப்புற்று வாழ்ந்தார்கள். பேதங்களும் பெருகின. ஆந்திர, கன்னட, மராஷ்டிர, திராவிட வேஷபிராமணர்கள் தனித்தனியாகப் பிரிந்தார்கள்; இவர்களிலிருந்து ஆரியவேஷபிராமணர்கள் தனிப்பிரிவாக வாழ்ந்தார்கள். பௌத்த தரும நூல்களில் உள்ள மூலக்கருத்துக்களைத் திரித்துத் தங்கள் சாத்திரங்களை உண்டாக்கினார்கள்.

சங்கத்தின் அதிபதிகளாக ஆக்கப்பட்ட அறஹத்/பிராமணன்/அந்தணன் எனப்பட்டோர், புத்தரின் ஆயிரம் நாமங்களில் ஒன்றான பிரம்மம் என்பதன் முகத்திலிருந்து பிறந்தவர்காளவும், புத்தரின் நீதி தவறாமல் அரசாண்டவனை, பிரம்மனது புஜத்திலிருந்து பிறந்தவனாகவும் சிறப்பித்தார்கள். இவனை அரயன் / க்ஷத்திரியன் / மன்னவன் என மும்மொழிகளில் வழங்கினார்கள். தன்மநெறி தவறாது வணிகம் செய்தவனை பிரம்மனின் தொடையில் பிறந்தவன் எனச் சிறப்பித்தனர். இவனை மும்மொழிகளில், வைசியன் / வியாபாரி / வாணிகன் என்றனர். தன்மநெறி தவறாது உலகபரமாக விவசாயம் செய்து உணவைப் பெருக்கியவனை பிரம்மனின் பாதத்தில் பிறந்தவன் என்றனர். இவனை மும்மொழிகளில் சூஸ்திரர் / சூத்திரர் / வேளாளர் என்றழைத்தார்கள். தொழில் அடிப்படையில் இவ்வாறு நான்கு பிரிவுகளாக பௌத்தத்தில் இருந்தவற்றை வேஷபிராமணர்கள் மேல் – கீழ்ச் சாதி வரிசையில் பிரித்தார்கள். தங்களை மேற்சாதி என்றும், வேஷங்களுக்கு உட்படாது விலகி நின்ற பராயர்களான பௌத்த உபாசகர்களைச் சகல சாதிகளுக்கும் தாழ்ந்த பராயர், பறையர்

என்றும் கெடுத்தார்கள். இதனைப் பின்பற்றி மற்ற நான்கு வேஷப்பிரா மணருள் (ஆந்திர, கன்னட, மராஷ்டக, திராவிட) சிலரும், பௌத்த போதகர்கள் சிலேடை மொழியில் சொன்னவற்றைச் சாதிகளாக்கி னார்கள். இப்போது வேஷப்பிராமணர்கள் சமூகத்தில் முதலிடம் பெற்றார்கள். மற்ற சாதியார்கள் இவர்களுக்குத் தானம் தரத் தொடங்கினார்கள்.

தங்கள் வசதியின் பொருட்டு வேஷபிராமணர்கள் பொய்ச்சாமி போதனைகளையும், காமியக்கதைகளையும் புனைந்து கட்டினார்கள். பௌத்த தன்மம் சார்ந்த பெயர்களையும், சரிதங்களையும் எடுத்து, அவற்றில் சிலதைக் கூட்டியும், குறைத்தும், அழித்தும், பழித்தும் எழுதினார்கள். அவற்றில் சில:

1. புத்தரின் 'சங்கரர்' (சங்க ஹரர்) என்பதை மாற்றி 'சங்கர விஜயம்' என்ற கற்பனைக் கதையை உண்டாக்கினர்.
2. தங்களால்தான் சமூகத்தில் அநீதி, அசத்தியம் பெருகுவதை மாற்றி, பௌத்தர்களால் பெருகுவதாகப் பொய் சொல்லி, அவற்றை அகற்ற அவதாரக் கதைகளைக் கட்டிவிட்டார்கள். இந்தப் பொய் அவதாரங்கள், பௌத்தர்களை அழித்ததாக வியாஸர் சொன்னார் என எழுதிவைத்துச் சங்கராச்சாரி பரம்பரையை ஏற்படுத்திப் பணம் சம்பாதித்தார்கள்.
3. புத்தரின் அஸ்தியை மஹாபூதி என பௌத்தர்கள் போற்றித் தங்கள் நெற்றிகளில் புத்தம், தன்மம், சங்கம் என்று மூன்று கோடுகள் பூசினார்கள். புத்தரின் மஹாபூதி தீர்ந்ததும், சில பௌத்த உபாசகங்கள் சாதாரண சாம்பலைப் பூசினார்கள், சிலர் பூசாது விட்டார்கள். இதனை வேஷபிராமணர் (நீலகண்ட சிவாச்சாரி) சைவமத வழக்கமாக மாற்றியமைத்தார்கள்.

இன்னும் பல யுக்திகளையும் வேஷபிராமணர்கள் ஏற்படுத்தி மக்களை ஏமாற்றிப் பொருள் பறித்தார்கள். தங்கள் கோவில்களிலுள்ள சிலைகளைக் கும்பிட்டால், கடவுள் தனம், தானியம், சந்ததி தருவான்; பிணிபோக்குவான், மோட்சம் அளிப்பான் என்று கூறி, சிலைகளுக்குப் பூசை நெய்வேத்தியம் செய்தார்கள். பௌத்தர்களிடம் இக்கருத்தில்லை; கடவுள் எதுவும் தராது; அவரவர் புத்தி முயற்சியாலே இவற்றைப் பெறலாம் என்பது பௌத்த கருத்து.

பூரிகோவில் முன்பு பௌத்த விகாரமாயிருந்தது. வேஷபிராமணர் கள் அங்கிருந்த சமணமுனிவர்களை விரட்டி இந்துக் கோவிலாக்கிச் சிலைகளின் அடியில் அகன்ற காந்தக் கற்களைப் புதைத்து வைத்தார் கள். பக்தர்களிடம் தேங்காய், கனிவர்க்கங்கள், தட்சணை தாம்பூலம் புஷ்பம் ஆகியவற்றை இரும்புத் தட்டில் கொண்டு வரச்சொல்லி, தேவனுக்குப் பிரீதியானால் அவர்களது திரவியத் தட்டைத் தன்பக்கம் இழுத்துக் கொள்வார் எனக்கூறிச் சிலைகள் முன்வைத்தார்கள். அடியிலிருந்த காந்தம் இரும்புத் தட்டை இழுத்துக் கொள்ளுவதைக் காட்டி ஏமாற்றினார்கள். மக்கள் ஏமாந்தார்கள்!

... இப்படிச் செல்லுகிறது தாசர் கூறும் சரித்திரம். வழக்கமான சரித்திரத்துக்குப் பழக்கப்பட்டவர்கள் தாசர் கூறிவரும் சரித்திரத்தைப் படித்து முகம் சுழிக்கலாம், அதிர்ச்சி அடையலாம்; புரியாமல் திகைக்கலாம், அல்லது புரிந்து கலக்கமடையலாம். வேஷப்பிராமணர்களின் வஞ்சக வரலாற்றை உண்மை வரலாறு என்று நம்புபவர்களுக்கு, தாசர் தந்த வரலாறு பொய்யெனப் படலாம்; இதற்கு மாறாக, முன்னதைப் பொய், வஞ்சனை எனச் சந்தேகப்படுபவர்களுக்குப் பின்னது சரியாகப்படலாம். மூன்றாவது பிரிவினர்க்கு இரண்டுமே கட்டுக்கதைகளாகப் படலாம். ஆனால் ஒன்று; இதுவரை இதுவே உண்மையானது, சரியானது, பவித்திரமானது, கௌரவமானது என்று ஓர்மையோடோ ஓர்மையின்றியோ ஏற்றுப் பழக்கப்பட்டுப் போன வைதீக வரலாற்றின் மீது வினாக்களையும், சந்தேகங்களையும், மறுப்புக்களையும், எதிர்ப்புக்களையும் அன்றைய காலகட்டத்தில் தோற்றுவிப்பதில் அயோத்திதாசர் வெற்றி பெற்றார் என்று தான் சொல்ல வேண்டும். அந்தப் 'புனித' (பொய்) வரலாறு அழிவதன் மூலமே சாதியத்தை ஒழிக்க முடியும், சமத்துவத்தை ஏற்படுத்த முடியும் என்பது தாசரின் குறி இலக்கு. இன்று அறநெறிசார்ந்த பகுத்தறிவுள்ளவர் யாருக்கும் வைதீகப் புனித வரலாறும், புராணங்களும், சாத்திரங்களும் அறிவுக்கு ஒவ்வாதவை, சிந்தனைக்குத் தடை செய்பவை, மனித உறவுகளைச் சீரழிப்பவை என்று புரியும். இந்தப் புரிதலுக்குரிய தொடக்ககட்ட அறிவுப்பணி புரிந்தவர்களில் அயோத்தி தாசர் சரித்திரத்தில் குறிப்பிடத்தக்கவர் என்பதை இனியாராலும் மறைக்கவோ மறக்கவோ மறுக்கவோ இயலாது.

●

# 7

● இந்து, கிறிஸ்தவ மதங்களை பௌத்த மயமாக்கல் ●

இந்திய வரலாற்றை பூர்வபௌத்தம் x குடியேறிய பிராமணியம் என்பவற்றின் போராட்டமாக தாசர் கண்டதன் வழியாக, இந்திய தேச வரலாற்றைப் பௌத்தமயமாக, பௌத்த மீட்டுருவாக்கமாக உருவாக்கியதைக் கண்டோம். அந்த உருவாக்கத்தில் அவரது அகவயமான உணர்வுகளும், உணர்வுகளைச் சார்ந்த எண்ணங்களும் பெரும்பங்காற்றியதைத் தனியே எடுத்துச் சொல்லத்தேவை இல்லை. எல்லா வரலாறுகளையும் போலவே தாசர் தந்த வரலாறும் கற்பிதமே; அவரது கருத்துக்களையும், ஆர்வங்களையும், விருப்ப வேட்கைகளையும், வேகத்தையும், அவர்காலத்தின் கருத்தியல் சூழலையும் இணைத்து உருவான கற்பிதமே. வரலாறு அற்றவர்களுக்குரிய வரலாறு அது.

இம்முயற்சியின் மற்றொரு பரிமாணம், வைதீகம் உரிமை கொண்டாடிவந்த சொல்லாடல்களும், விழாக்களும், சமயக் கொள்கைகளும், நபர்களும், நாமங்களும் உண்மையில் (Original) வைதீகத்துக்குரியன அல்ல, அவை பௌத்தத்திலிருந்து திருடப்பட்டுத் திரித்து வைக்கப்பட்டவை; பௌத்தத்தை அழிப்பதற்காக உருவாக்கப்பட்டவை என்று நிறுவுவதாகும். தாசர், இம்முயற்சியில்

வைதீகத்தை மட்டுமல்ல; அன்று நாட்டுப்புற தலித்துக்களிடையே வழக்கத்திலிருந்த சிறுதெய்வ – தேவதை வழிபாட்டு முறையையும் பௌத்தமயமாக்கியுள்ளது வியப்பை அளிக்கிறது. தலித்துக்கள் (பறையர்) மத்தியில் செல்வாக்குச்செலுத்தி வந்த சிறுதெய்வதேவதை வழிபாடு, முன்னர் வரலாற்றில் பறையர்களாக வீழ்த்தப்பட்ட பூர்வ பௌத்தர்களின் வழிபாட்டு முறையே என்ற கோணத்தில் தாசர் ஆராய்ச்சி செய்துள்ளதாகத் தெரிகிறது. தாசரின் வரலாற்றில் பௌத்தரே, அதாவது பறையரே மையம். அதனால் பறையரிடம் வழங்கிவந்ததெல்லாமே பூர்வ பௌத்தத்தின் எச்சங்கள் (Vestiges) என்றே தாசர் நினைத்திருக்கக் கூடும்.

நாட்டார் வழிபாட்டையும், வைதீகத்தையும் மட்டுமன்றி, கிறிஸ்தவ பைபிளின் பழைய ஏற்பாட்டில் வரும் மோசே, எலியா ஆகியோரையும், புதிய ஏற்பாட்டின் தலைவர் யேசு கிறிஸ்துவையும் பௌத்த சிரோன்மணிகளாக தாசர் பொருள் கொண்டிருப்பது அவர்கால கிறிஸ்தவ வட்டாரத்தில் சலசலப்பை ஏற்படுத்தியிருக்கும். மயிலாப்பூரிலிருந்த வள்ளுவர் கிறிஸ்துவின் போதனையைக் கேட்டு கிறிஸ்தவரானார் என்று கிறிஸ்தவர்கள் ஆராய்ச்சி செய்த காலத்துக்கு முன் தாசர் யேசு கிறிஸ்துவை பௌத்த முனிவராக்கி விட்டார். இது மட்டுமன்றிப் பழைய ஏற்பாட்டின் ஆதியாகமத்தை பௌத்த பிரதியாக தாசர் ஆக்கியது பிரம்மிப்பிற்குரியது. இதற்குமேலே ஒருபடி சென்று தாசர் பிரிட்டிஷ் ஆட்சியை பௌத்த தரும ஆட்சி என்றும் *(I.1910 : 267)*, தமிழில் நீதி நூல்களை எழுதிய சாக்கையர்களின் வமிசாவரிசையில் தோன்றிய ஆங்கிலேயர்கள், ஆரியர்களால் மிலேச்சர் என்று நிலை குலைந்து போனவர்களே என்றும் எழுதியுள்ளார் *(I. 1907 : 6).*

முதலில் சிறுதெய்வ – தேவதை வழிபாட்டின் பௌத்த மூலத்தை தாசர் எடுத்துக்காட்டியதைக் காணலாம். தாசர்காலத்தில் கிராமங்களில் (வட தமிழகம்) பறையர்கள் *அரச மரத்தின் கீழ்* செங்கல் நட்டு, முனியாண்டவன் பூசை செய்தார்கள். இந்த அரசமரம் முன்காலத்தில் புத்தர் வாழ்க்கையோடு நெருங்கிய தொடர்பு கொண்டிருந்த போதிரமே என்பது தாசர் கருத்து. அதுமட்டுமன்றி, அன்று பறையர்கள் தங்களுக்கு வைத்த முத்தன், முனியன், கருப்பன், செல்லன் என்ற பெயர்கள் புத்தரின் ஆயிரம்நாமங்களில் *(சகஸ்ர நாமம்)* உள்ளவை என்றும் தாசர் கருதினார். பழைய இந்திர விழா, போதி பண்டிகை, மங்கலத் திருநாள், தீபச்சாந்தி ஆகிய பௌத்த விழாக்கள் இன்று, மார்கழிமாதம் சொக்கப்பானை கொளுத்தும் கொண்டாட்டமாகவும், போகிபண்டிகை, இந்திரனைப்பூசிக்கும் பொங்கல், பெரியாண்டவன் பூசை என்றும் வழக்கில் உள்ளதாக தாசர் எழுதினார் *(II. 22).* அம்பிகை எனப்படும் சிந்தாதேவி, புத்தர் போதனையை அனுசரித்து வந்து ஆடிமாதம் நிருவாணதிசை அடைந்தாள். இவளே 'மணிமேகலை' கூறும் சிந்தாதேவி என்று தாசர் அம்மன் வழிபாட்டை பௌத்தமயமாக்கினார் *(II. 35).* இப்பெண்

தேவதை வழிபாடு இன்றும் அம்மன் வழிபாடாகச் சேரிகளில் தொடர்வதாகக் குறிப்பிட்டார் (II. 23). இந்த அம்பிகை அம்மன் ஆடிமாதம் நிருவாண நிலை அடைந்ததற்கு நெடுங்காலங்கழித்து, மதுரையில் கோவிலன் மனைவி கன்னகை என்பவள் தன் சிலம்பால் ஏற்பட்ட துன்பத்தால் தனது ஒரு புறத்து மார்பைத் திருகி எறிந்து மதுரை அரண்மனையை எரித்தாள். இதில் ஆயிரம் பேர் மாண்டனர். அது நிகழ்ந்ததும் ஆடிமாதமே. அதை முன்னிட்டு ஆடிமாதத்தில் ஆடு மாடு வெட்டி பலிகொடுக்கும் வழக்கம் ஏற்பட்டதாக தாசர் ஒரு நூதனமான கதையைக் கூறியுள்ளார் (II. 38).

பூர்வபரத கண்டத்தை ஆண்டு வந்த மூன்று தேவதைகளில் இரண்டுபேர் துஷ்டதேவதைகள் – ஒருத்தி காளி. இவள் வங்கம், காம்போஜம், பப்பிரம் ஆகிய மூன்று நகரங்களை ஆண்டாள்; மற்றவள் நீலி; இவளே கோவிலன் மனைவி கன்னகா பரமேஸ்வரி. சாந்தமான தேவதையின் பெயர் சாந்த தேவதை; இவளே சாக்கையரில் பாண குல மலையரசன் மகள் வாலாம்பிகை. இவளை ஔவை, அம்மை, மணிமேகலா தெய்வம், வாலை, மனோன்மணி என்றும் கூறுவர் (II. 109 – 110).

மதுரையை எரித்த பத்தினி தெய்வத்தைச் சாந்தி செய்வதற்காக ஆயிரம் பொற்கொல்லர்களைப் பலியிட்ட செய்தியைச் 'சிலப்பதிகாரம்' கூறுவது தமிழ் படித்தவர்களுக்குத் தெரிந்த விசயமே. தாசரின் கற்பனைக்கு இந்த விசயம் விருந்தாக இருந்திருக்கலாம். 'மணிமேகலை', 'சிலப்பதிகாரம்' ஆகிய பௌத்த – சமண காவியங்களை அடிப்படையாகக் கொண்டு பௌத்த அறிஞர்களும், தமிழறிஞர்களும் பௌத்த பெண் தெய்வங்களைப் பற்றி ஆராய்ந்து எழுதியிருக்கிறார்கள். இவ்வகையில் தாசரும் தமது பங்கினை ஆற்றியுள்ளார் என்று கூறலாம்.

## I

இனி சாதிபேதத்தை உருவாக்கிய வைதீகச் சொல்லாடல்களை தாசர் தலைகீழாக்கிய ஆய்வினைக் காணலாம். பாரதத்தின் சரித்திரத்தை தாசர் ஏழு காலகட்டங்களாகப் பிரித்தார். அவை:

1. ஒலிவடிவ காலம். 2. அட்சர காலம் (வரிவடிவம்). 3. இலக்கணகாலம். 4. சமுதாயகாலம் (இதன்முடிவில் கடைச்சங்கம் தோன்றியது). 5. அநாதரகாலம். 6. இதிகாச காலம். 7. ஆதீன காலம் (II. 20). இக்காலகட்டங்களில் ஆறாவதாக உள்ள இதிகாச காலத்தில் பாரதம், இராமாயணம் தோன்றின. இக்காலத்தில் தான் சாதி பேதங்கள் ஏற்பட்டதாக தாசர் கூறினார்.

பிராமணர்களின் வேதங்களும், புராணங்களும், மநுஸ்மிருதி இதிகாசங்கள் யாவும் புத்தர் பரிநிருவாணம் எய்திய பிறகே நெடுங்காலஞ் சென்று தோன்றின (II. 90). இருக்கு, எசுர், சாமம், அதர்வணம் என்ற நான்கு வேதங்களும் தொகுக்கப்பட்ட தொகுதிகளே. இவற்றைச்

சங்கரரோ, மாதவாச்சாரியாரோ முழுமையாகத் தொகுத்ததற்கான வரலாற்றுச் சான்றுகள் இல்லை. பிரிட்டிஷார் வந்தபிறகு, பதிப்பதற்காக அவர்களிடம் கொடுக்கப்பட்ட வேதம் முழுமையானதல்ல. தாராஷ்கோ என்பவர் பெர்சிய மொழியில் எழுதித் தந்ததே இப்போதைய வேதம். இதில் பாதிப் பகுதி அக்கினி வழிபாடுபற்றியது. ஏனெனில் தாராஷ்கோ அக்கினியை வழிபட்ட பாரீசு சாதியைச் சேர்ந்தவர். இந்த வேதமே முதன்முதலாகப் பதிப்பாகி, கல்கத்தா 'கண்காட்சிசாலையில்' (அருங்காட்சியகம்) வைக்கப்பட்டது. எனவே முதன்முதலில் பதிக்கப்பட்ட வேதத்தின் பெரும்பகுதி பெர்சியரின் வேதமாகும். பெர்சியரின் 'ஜெண்ட் அவஸ்தா' நூலில் உள்ளவற்றோடு இதனை ஒப்பிட்டுப்பார்த்தால், அக்கினி வழிபாடுகள், மந்திரங்கள், பிராமணங்கள் எல்லாம் ஒற்றுமையாக இருக்கக் காணலாம் என்று தாசர் ஒரு புதுத்தகவலைத் தந்துள்ளார் (I. 540). அடுத்து, கர்னல் மோலியர், சர். ராபர்ட் சேம்பர்ஸ், ஜெனரல் மார்டின், சர். வில்லியம் ஜோன்ஸ், கோல்புருக் ஆகிய ஐரோப்பிய கீழைதேயவியல் அறிஞர்களிடம், வேஷபிராமணர்கள் தாராஷ்கோ கொடுத்த வேதத்தோடு, பௌத்த தரும சரித்திரங்களில் சிலவற்றையும், நீதிநெறி ஒழுக்கங்களில் சிலவற்றையும் கிரகித்துச் சேர்த்துக் கொடுத்தார்கள் (I. 540 - 41). இவற்றின் தொகுப்புதான் இன்று கிடைக்கும் வேதமாகும். இவ்வேதத்தில் புத்தரின் நாமமாகிய இந்திரன் என்பது அப்படியே இடம் பெற்றுள்ளது.

'வேதம்' என்ற சொல்லை ஆராய்ந்த தாசர் அதனை 'பேதம்' என்ற சொல்லின் திரிபு என்றார். மொழிமுதல் பகரஒலி, பாலிமொழியில் வகரமாகும். உ. ம் : பரதன் ›வரதன்; பைராக்கி ›வைராக்கி; பண்டி › வண்டி. இதேபோல் பேதவாக்கியம் ›வேதவாக்கியம் ஆனதாக தாசர் மொழியாராய்ச்சி செய்தார் (I. 545). இந்த 'பேத வாக்யம்', புத்தரால் ஓதப்பட்ட முப்பிடகம் எனும் திரிபீடக வாக்யமாகும். இதனையே திரிபேத வாக்கியங்கள் என்றனர். அவை: 1. பாபஞ் செய்யாதே. 2. நன்மையைக் கடைப்பிடி. 3. இதயத்தைச் சுத்தி செய்.

இம்மூன்று வாக்யங்களும் மூன்று பேதமாக இருந்ததால் இவை 'திரிபேதவாக்கியங்கள்' எனப்பட்டன. இவற்றை ஒருவர் நாவால் ஓத, மற்றவர் செவியால் கேட்க நேர்ந்ததால், இவை 'சுருதி வாக்கியங்கள்' என்றழைக்கப்பட்டன (I. 545). ஒலிவடிவில் இருந்த காரணத்தால் சுருதிவாக்கியங்களின் உள்ளார்த்தம் விளங்காமல் மறைந்திருந்ததால் அதனை 'மறை' என வழங்கினர். இத்திரிபேதவாக்கியங்களை முறையே 1. கர்மபாகை. 2. அர்த்தபாகை. 3. ஞானபாகை என்றனர் (I. 545). இம்மூன்று பாகைகளும் (பாவம் செய்யாதே – கன்மம்; நன்மை கடைப்பிடி – அர்த்தம்; இதயத்தைச் சுத்திசெய் – ஞானம்) தன் தேகத்துள் நிகழ்வதால் இவற்றை பௌத்தர்கள் அறம், பொருள், இன்பம் என்றார்கள். நான்காம் பாகையே 'பரிநிருவாணம்'. இந்நான்கு மறைமொழிகளை நான்கு வேதவாக்கியங்கள் என்றும் வழங்கினர் (I. 546). அறம், பொருள், இன்பம், வீடு என்பவையே நான்கு வேதவாக்கி

யங்கள். நான்மறை என்றும் வழங்கினர் (I. 547). இதனைப் பாலி மொழியில் திரிபீடகம் என்றும், சமஸ்கிருதத்தில் சதுர்மறை என்றும், திராவிடத்தில் வள்ளுவர் இயற்றிய திரிபீடக வழிநூலான திரிக்குறள் என்றும் வழங்கினர் (I. 547). ஆதிநூல், முதல் நூல் என்றெல்லாம் வழங்கப்படுபவை திரிபீடக வாக்கியங்களாகும்', வேதநூலாகும். இந்த வேதநூலின் உட்பொருள் நுட்பங்களை விளக்குவன உபநிடதங் களாகும் (I. 547). நான்கு மறைகள் ஒவ்வொன்றும் எட்டு உபநிச்ச யார்த்தங்களைக் கொண்டுள்ளது. மொத்தம் 32 உபநிச்சயார்த்தங்கள் உள்ளன. இதனைப் பாலியில் 'உபநிஷத்துக்கள்' என்பர். இதற்கு ஆதாரமாக தாசர் முன்கலை திவாகர நிகண்டைக் காட்டினார் (I. 547).

பௌத்தத்தில் ஐம்புலன்களின் செயல்களாக 32 வகைகள் கூறப்பட்டுள்ளன. இந்த 32 செயல்களுக்குரிய உருவகத்தை ஆன்மா / புருஷன் / மனிதன் என மும்மொழிகளில் வழங்கினர். இந்த உருவகம் ஒன்றாயினும் செயலால் உள்மெய் (உயிர்), தோற்றத்தால் புறமெய் (உடல்) என இரண்டாக வகுத்தனர் (I. 550). இவ்வாறு தாசர் சுருதி, மறை, வேதம் ஆகியவற்றையும், உபநிஷதங்களையும் பௌத்த சொல்லாடல்களுக்குள் கொண்டு வந்தார். படிப்பு, ஊகம், ஆராய்ச்சி என்ற முயற்சிகள் மூலமாக தாசர் இதனைச் சாதித்தார்.

பிராமணர்களின் வேதங்களில் கடவுள், பிரம்மம், ஆத்மா பற்றித் தெளிவான விளக்கங்கள் இல்லை என்று கூறிய தாசர் பிரம்மம் பற்றி உபநிஷத்துக்களிலுள்ள முரண்பட்ட பதிவுகள் பத்தினை எடுத்துக்காட்டினார். அவை:

1. முண்டகோப உபநிஷத்: ஜொலிக்கும் அக்கினியிலிருந்து ஆயிரம் பக்கங்களில் பொறிகள் எவ்வாறு உண்டாகின்றனவோ அவ்வாறே அழிவற்ற பிரம்மத்திடமிருந்து பல சீவாத்துமாக்கள் தோன்றி மீண்டும் அதனுள் அடங்கும்.

2. தலவகார் உபநிஷத்: பிரமத்தை அறியேன் என்பவன் அறிவான்; அறிவேன் என்பவன் அறியான்; பிரமம் தெரியும் என்பவர்க்குத் தெரியாது; தெரியாது என்போர்க்குத் தெரியும்.

3. கடோபநிஷத்: மனதினால் மட்டுமே பிரம்மத்தை எட்டக் கூடும்.

4. கேனோபநிஷத்: பிரம்மத்தைக் கண்ணால் வாக்கால் மனதால் எட்டமுடியாது. அதை நாம் அறியோம்; அதைத் தெரிவிக்கும் வழியும் நமக்குத் தெரியாது (I. 544).

5. வாஜகாநேயஉபநிஷத்: பிரம்மம் சரீரமற்றது; ஒளிபொருந்தியது; பாபமற்றது, விவேகி, மனதை ஆள்வது.

6. முண்டகோபநிஷத்: பிரம்மத்தைக் கண் வாக்கு கர்மம் மூலம் கிரகிக்க முடியாது.

7. முண்டகோபநிஷத்: பரமாத்துமா (பிரம்மம்) அணுப்போல மிகச்சிறியது, மனதால் அறியத்தக்கது.

8. முண்டகோபநிஷத்: பிரம்மம் விவேகபரிபூரணம்; சர்வக்யனம், பிரும்மபுரமெங்கும் பரவியுள்ள மகிமைமிக்க ஆத்மா, ஆகாசத் திலுள்ளது.

9. சுவேதாசுவ உபநிஷத்: தியானம், யோகம் அனுசரித்தவர்கள் கால ஆத்மாக்களோடு அமைந்த வேத ஆத்தும சக்தியைக் கண்டார்கள்.

10. சுவேதாசுவ உபநிஷத்: புருஷன் அந்தாரத்துமாவாகி விரல் அளவுள்ள சனங்களின் இருதயத்தில் இருக்கிறான்.

இதுவரை தொகுத்துக் கூறியவற்றிலிருந்து வேஷ பிராமணர்களின் வேத வேதாந்தங்களில் பிரம்மம் – ஆத்துமம் பற்றிய விளக்கங்கள் மாறுபாடாய் உள்ளன என்பதை தாசர் வெளிப்படுத்தினார் என்பதை அறியலாம் (I. 544).

மேலும் பிராமணர்கள் கூறிய ‘பிரக்ஞான பிரம்மம்’, ‘அகம் பிரம்மாஸ்மி’, ‘அயமாத்ம பிரம்மம்’, ‘தத்துவமசி’ என்பவை எல்லாம் புத்த தன்மத்தின் அட்டாங்க மார்க்கத்தின் சீலம், சமாதி, பிரக்ஞை என்ற நிலையால் தோன்றுபவையே என்றார் தாசர் (II. 90).

அடுத்து, வைதிக சமயங்களின் சரியை, கிரியை, யோகம், ஞானம் என்ற வழிபாட்டு மார்க்கங்களை தாசர் எடுத்துக் கொண்டு பௌத்த வியாக்னம் தந்தார். வைதிகத்தில் சரியை என்பது விக்கிரகவழிபாடு, சிலைக்குப் புட்டம் இடுதல், மெழுகுதல், வலம்வருதல் என்ற வழிபாட்டு முறையைக் குறிக்கும் (II. 49). வேஷபிராமணர்களுக்கு சரியை வழியாகத்தான் நல்ல வரும்படி இருந்தது (II. 50). கிரியை என்பது தேவதைகளுக்கு ஏற்ற மந்திரம் செபிப்பது; உருவேற்றுவது; யோகம் என்றால் மூச்சடக்குவது, கைகால் முடக்குவது; ஞானம் என்றால் மனதை அடக்குவது (II. 49). இந்த நான்கிற்கும் தாசர் தந்த பௌத்த விளக்கம் வேறானது. எடுக்கும் செயலைச் சரிவரச் செய்தால் பாக்கியம் உண்டாகி அறிவு பெருகும் என்பதே இவற்றின் பொருள் (II. 50).

சரியை: (சரி, சரியை, சரிதை) எடுக்கும் காரியங்களைச் சீர்பெற சரிவர *சீர்தூக்கிச்* செய்பவர் பௌத்தர்.

கிரியை: (கிரியாவிருத்தி, கிரியாபலன்) – சீர்தூக்கிச் செயலை முடிப்பர்.

யோகம்: பாக்கியம்; சரிவரச் சீர்தூக்கி ஒரு செயலை முடித்தால் யோகம் எனும் பாக்கியம் பெருகும்.

ஞானம்: அறிவு, விவேகம், பாக்கியம் பெருகுவதால் ஞானம் எனும் அறிவு விருத்தியடையும் (II. 50).

பௌத்தரின் இந்த மூல விளக்கத்தை பிராமண வேதாந்திகள் மாற்றிவிட்டார்கள். சரியை எனும் விக்ரக ஆராதனை செய்வோர் மறுபிறப்பில் கிரியை எனும் மந்திரம் உருவேற்றுவர்; கிரியை செய்வோர் மறுபிறப்பில் யோகம் எனும் மூச்சடங்குவர்; யோகம் புரிவோர்,

மறுபிறப்பில் ஞானம் எனும் மனமடக்கி மௌனமடைவர் எனக் கதைகட்டியதாக தாசர் எழுதினார் (II. 50). இது தவறு; பௌத்த வினைக் கொள்கைப்படி, ஒரு ஜன்மத்தில் மனமும் உடலும் எதனை விடாது முயற்சியோடு பற்றி நிற்கிறதோ, அதுவே ஜன்மங்கள் தோறும் விருத்தியாகும். இது பகுத்தறிவு சார்ந்த, பிரத்தியட்ச – அனுமான பிரமாணங்களின் படியமைந்த காரண – காரியத் தொடர்ச் சியாக அமையும். பிராமண வேதாந்திகள் கூறுவது பகுத்தறிவு சார்ந்த, தொடர்ச்சியாக நிகழும் காரண – காரியக் கோட்பாட்டிற்கு அப்பாலானது; சாஸ்திர பிராமணங்களின்படி அமைந்தது. எனவே தாசர் இதனைத் தவறு என்று மறுத்தார்.

வைணவத்தின் அவதாரக் கதைகளில் ஒன்று வாமனன் அவதாரம். மாபலி சக்கரவர்த்தியை விஷ்ணுவின் அவதாரமான வாமனன் மிதித்துக் கொன்று விட்டதாக வைணவம் கதை கட்டியுள்ளது. இதற்கு முற்றிலும் வேறான ஒரு 'வரலாற்றை' தாசர் தந்துள்ளார்.

*1200 வருடங்களுக்கு முன் மாபலிபுரம் என்ற பதியிலிருந்து தென்பரதகண்டத்தை மாபலிச் சக்கரவர்த்தி என்னும் பௌத்த அரசன் ஆண்டுவந்தான். இவன் தென்னாடெங்கும் தன்ம சங்கங்களை ஏற்படுத்தி புத்த – தன்ம – சங்கம் எனும் திரிரத்தினங்களைப் போற்றி வந்தான். இறுதிக் காலத்தில் சங்கத்தில் சேர்ந்து புரட்டாசி அமாவாசை நாளில் நிருவாணநிலை எய்தினான் (II. 1907 : 40). (இதற்கு ஆதாரமாக தாசர், வேலூர் திருவல்லகிராமம், குல்கான்பேடே கிராமம் கல்வெட்டு மற்றும் செப்பேடுகளைக் காட்டுகிறார்)* (II. 41).

இந்த மாபலி, புத்தேள் (தேவர்) உலகின் தலைமைக் காவலன். இவனுக்குத் திருப்பாணர் என்ற புதல்வன் உண்டு. பெண்பிள்ளையின் பெயர் அலர்மேலுமங்கை. இவள் ஒரு பௌத்த பிக்குணி (II. 41). இவளுக்கு தாதகை என்றும் பெயர் வழக்குண்டு. இதற்குச் சான்று 'மணிமேகலை': ' அமரர்கள் உலகக் காவல்கொண்ட கற்பகசீலன் மாவலி பெருமான், சீர்புகழ் திருமகள் சிதாதகையென்னுந் திருத்தகு தேவி . . .' (II. 41).

மாவலி நிருவாணம் அடைந்த மாதம் புரட்டாசி; இடம் வேங்கடமலை; அம்மாதத்தில் பௌத்தர்கள் மொட்டையடித்துச் சுனையில் நீராடி சமணமுனிவர் போல மஞ்சளாடை அணிந்து, 'கோவிந்தா' 'கோவிந்தா' எனக் கூச்சலிட்டு மற்ற காரியங்களைப் பார்ப்பது வழக்கம் (II. 41). அக்காலத்தில் அவர்கள் ஏழைகளுக்கு அன்னதானம் அளிப்பார்கள். இந்த மாவலி அமாவாசை தானத்தை மாளிய அமாவாசை என வைணவம் மாற்றிவிட்டதாக தாசர் எழுதினார் (II. 41).

மாவலிபாண அரசனின் மகன் திருப்பாணர் என்ற பௌத்த சிரோன்மணியைப் பறையன் (தீண்டாதவன்) என்று கூறி, அவன் வைஷ்ணவத்துக்கு மாறி திருப்பாணாழ்வாராகி விட்டதாகக் கதை கட்டினார்கள் (II. 42).

சைவமதம், நந்தனையும், பாணனையும் நாயன்மார்களாக்கிய கதையின் மர்மத்தை தாசர் துலக்கினார். இந்த இருவரும் பௌத்தர்கள். சுமார் 1814–இல் பிராமணர் x கம்மாளர் கலகம் வெடித்தது. பிராமணர் கள் தங்களை நான்முகன் வாயிலிருந்து வந்ததால் உயர்ந்தவர் என்று உரிமைபாராட்டியதைக் கம்மாளர்கள் எதிர்த்தார்கள். பஞ்சமுகப் பிரம்மாவிடமிருந்து பிறந்ததால் தாங்களே பிராமணரிலும் பெரிய சாதியார் என்று கம்மாளர் உரிமைபாராட்டவே இருதரப்பாருக் கிடையில் அடி தடி கலவரம் ஏற்பட்டது. பிராமணர்கள் பறையர் களைத் தங்களோடு சேர்த்துக் கொண்டு வலங்கையர் என அணிதிரண் டனர். இடங்கைச் சாதியாரான கம்மாளரைத் தாக்கச் செய்தார்கள். இதன் காரணமாகவே கம்மாளர் தவிர பிற சாதிகள் ஒவ்வொன்றி லிருந்தும் ஒருவரை நாயன்மாராக்கி விட்டார்கள். இதேபோல வைணவமும் பாணரை ஆழ்வாராக்கியது என்று தாசர் எழுதினார் (II. 44). இதில் வெளிப்படையான காலமுரண்பாடு தெரிகிறது. கி. பி. ஏழாம் நூற்றாண்டில் நடந்ததற்கும் 1814–இல் நடந்ததுக்கும் முடிச்சுப் போடுகிறார் தாசர். இருப்பினும் கம்மாளச் சாதிகளிலிருந்து (கல், பொன், மரம், இரும்பு, சுதை ஆகியவற்றைக் கொண்டு கைவினைப் பொருள் உற்பத்தி செய்தவர்கள்) நாயன்மார், ஆழ்வார் வரவில்லை என்பது சந்தேகத்தை ஏற்படுத்துகிறது. கி. பி. 11, 12ஆம் நூற்றாண்டு கல்வெட்டுக்களில் கம்மாளச் சாதியினர், கோவில்களுக்குத் தானம் வழங்க தங்களுக்குரிய உரிமை குறித்துப் போராடிப் பெற்ற தகவல்கள் காணப்படுகின்றன. கோவில்கள், சிலைகள் உருவாக்கத்தில் கம்மாளச் சாதிகளுக்கு முக்கிய பங்கு இருந்ததை மறுக்கவியலாது; கோயில்களின் கட்டுமான வேலைகள் பெருகப்பெருக இவர்கள் தங்களது முக்கியத்துவத்தையும், சாதி உயர்வையும், அதற்கான உரிமைகளையும் கோரியிருக்கச் சாத்தியங்கள் நிரம்ப உள்ளன. நாயன்மார், ஆழ்வார் வரிசையில் இச்சாதியினர் திட்டமிட்டே ஒதுக்கப்பட்டிருப்பார்களோ என்ற சந்தேகம் எழுகிறது. தாசர் எழுதிய கதை இதனை உறுதிப்படுத்துகிறது.

நந்தன் என்ற பௌத்த அரசனைச் சைவர்கள் பறையன் என்று தாழ்த்திக் கட்டுக்கதைகளை ஏற்படுத்தியதாக தாசர் எழுதுவது யோசனைக்குரியது. பெரியபுராணம் கூறிய நந்தன், அதற்குமுன் அஸ்வகோசர் கூறிய நந்தன், கம்மாளர்கள் எதிர்ப்பின் காரணமாக நாயனாராக்கப்பட்ட பறையன் நந்தன் ஆகியோர் பற்றிய ஆய்வுகள் தேவை. பௌத்த தன்ம சங்கம் சார்ந்த அரசர்களையும், சங்கத்தார் களையும் தாழ்த்தி, அவர்களது சரித்திரங்களை மாற்றி, பௌத்த நூல்களிலுள்ள வாக்கியங்களை மாறுபடுத்தியதாக பிராமணர்களின் கீழறுப்புச் செயல்களைப் பற்றி தாசர் கூறியது தனிப்பட்ட ஒரு விசயமல்ல; வரலாற்று நெடுகிலும் இதற்குச் சான்றுகள் உளளன. பாகுபலி நாயனார், மார்க்கலிங்க பண்டாரம் ஆகிய பௌத்தர்களி டமிருந்த மணிமேகலை, நன்னூல், சிந்தாமணி, வீரசோழியம் ஆகிய நூல்களிலும், சமணர் நூல்களிலும் ‘சாக்கையர்’ என்று வருகின்ற

சொல், பிராமணரிடமிருந்த நூல்களில் 'சாவகர்' என்று மாற்றப்பட்டது. 'மலர்கலியுலகத்து' என்ற தொடர் 'மலர்தலையுலகத்து' என்றும் மாற்றப்பட்டதாக தாசர் எழுதினார் (II. 42).நாகப்பட்டினத்து விகாரை திருமங்கையாழ்வாரால் சிதைக்கப்பட்டது. வேற்கண்ணி விகாரம் போர்த்துக்கீசியரால் வேளாங்கண்ணி ஆலயமாக மாற்றப்பட்டது போல, தென்னிந்தியாவிலிருந்த இந்திர விகாரங்களையும் பௌத்த அரசாங்க விழாக்களையும், 'அம்மன் உற்சாகங்களையும்' வைதீகர்கள் மாற்றிய தகவல்களை தாசர் தந்துள்ளார் (II. 37).

பௌத்த தன்மமும் அரசாட்சியும் பரவியிருந்த காலத்தில் தானியங்கள், நெய்கள், மூலிகைகள், சருக்கரை, விருட்சங்கள், கனிவர்க் கங்கள், லோகங்கள், மருந்துகள், கணித சாஸ்திரங்கள், இலக்கண இலக்கியங்கள் கண்டுபிடிக்கப்பட்டன (II. 48).எள்நெய், ஆமணக்கு நெய் ஆகியன பௌத்தர்களால் கண்டுபிடிக்கப்பட்டதன் நினைவாகவே தீபாவளி, கார்த்திகை தீபம் ஆகிய விழாக்கள் பௌத்தர்களால் கொண்டாடப்பட்டு வந்தன (II. 46 - 47). இவற்றை பிராமணியம் இந்து விழாக்களாக மாற்றிவிட்டது. இவற்றின் மதம் சாராத லௌகீகப் பண்பாடு மறைக்கப்பட்டது.

பறையர்களை இந்துக் கோவிலுக்குள் நுழைய பார்ப்பனர் தடை செய்ததற்குரிய காரணத்தை தாசர் எழுதியுள்ளார். இந்துக் கோவிலுக் குள்ளே அரசமரம், தாமரைத்தடாகம், வேப்பமரம் சூழ்ந்த கட்டிடங் கள், யோகசயன சிலைவடிவ அறப்பள்ளிகள் ஆகியன இருந்தன. இவையெல்லாம் பூர்வபௌத்த சங்கத்தாரின் மடங்களே. பூர்வ பௌத்த குடிகளான பறையர்களை உள்ளே நுழைய விட்டால் இவற்றைக் கண்டுபிடித்துத் தங்களின் மடங்களைக் கைப்பற்றுவார் களோ என்ற பீதிதான் முக்கிய காரணம் (II. 50).சங்கராந்தி, காமன்பண் டிகை, தசரா, ஆயுத பூஜை ஆகியவை வைதிக விழாக்களாக மாற்றப்பட்ட மூல பௌத்தமத விழாக்களே என்பது தாசரின் கருத்து.

சங்கராந்தி என்றால் புத்தர் நிருவாணமடைந்த காலம் என்று பொருள் (சங்கரர் + அந்தி = சங்கராந்தி) (II. 53).சங்கரன் என்பது புத்தரின் நாமங்களில் ஒன்று. புத்தர் தமது 85-வது வயதில் (80 என்று சரித்திரம் கூறும்) மார்கழி இறுதிநாளில் மங்களவாரம், பௌர்ணமி திதியில், திருவாதிரை நட்சத்திரம் துலாம் லக்கினம் கூடிய வைகறைப் பொழுதில் மரணமடைந்தார். புத்தர் அந்தியமான நாளை ஆண்டுதோறும் மார்கழி மாதம் முதல் 28 நாட்களாக பௌத்தர் கள் கொண்டாடி வந்தார்கள். தம் வீடு வாசல்களைச் சுத்தம் செய்து, தோரணம் கட்டி, வீதிகளில் புதுமணல் பரப்பி, வழை கரும்பு நட்டி, இறுதி நாளை போதி பண்டிகை, தீபச்சாந்தி, இந்திர விழா என்று விடியற்காலம் தீபங்களை ஏற்றிக் கொண்டாடினார்கள் (II. 54). (சான்று: 'மணிமேகலை', இந்திர விழா அறை காதை). மார்கழி மாதம் முழுவதும் வீதிகளில் கோலம் போடும் வழக்கம் பௌத்தர்கள்

உண்டாக்கியதாகும். போகிப்பண்டிகை என்பது பழைய போதிப்பண்டிகையே (II. 55).

காமன் பண்டிகையும் பௌத்த பண்டிகையே. புத்தர் தம் முப்பதாவது வயதில் பங்குனி மாதம் பௌர்ணமி திதியில் ஓர் அரச மரத்தடியில் 'ததாகதம்' பெற்றுக் காமனையும் காலனையும் (காமம், காலம்) வென்றார். மண், பெண், பொன், ஆசைகள் என்ற முப்புரங்களையும் எரித்தார். புத்தர் ஞானம் பெற்றதை ஆண்டுதோறும் பங்குனி மாத பௌர்ணமி நாளில் காமன் பண்டிகை என பௌத்தர்கள் கொண்டாடி வந்தார்கள் (II. 59). வைகாசி பௌர்ணமி, மாசி பௌர்ணமி, பங்குனி பௌர்ணமி, மார்கழி பௌர்ணமி ஆகிய நாட்கள் பௌத்தர்களுக்குப் புனித நாட்கள். புத்தரின் பிறப்பு, துறவு, நிருவாணம், பரிநிருவாணம் நிகழ்ந்த நாட்கள் இவை. (இந்திய சமயங்களின் முக்கிய நாட்களெல்லாம் பௌர்ணமி – அமாவாசை திதிகளில் வருவது ஆய்வுக்குரியது).

தசரா, ஆயுத பூசைகள் எல்லாம் அரசர்களுக்குரியவை. தொன்மைக் காலத்தில், வடநாட்டரசர்கள் காளிபோல் ஓர் உருவம்செய்து தங்கள் ஆசனத்தில் அதனைப் பத்துநாட்கள் அமர்த்தி ஒவ்வொரு நாளும் ஒவ்வொரு ஆயுத வித்தைகளை விளையாடி பத்தாம் நாளில் தாங்கள் எடுக்கும் படைக்கலத்துக்கு ஆதரவு தரக்கோரி கொலுவைக் கலைப்பது வழக்கம். பத்து நாள் விளையாட்டாதலின் இதற்கு வடமொழியில் தசரா எனப் பெயர் ஏற்பட்டது. யுத்தத்தில் பயன்படுத்தும் பல்வேறு யுத்த கருவிகளை வைத்துப் பூசிப்பதை ஆயுத பூசை என்றனர் (II, 1908 : 101).

வைதீக புரணங்களில் அரிச்சந்திர புராணம் தாசருக்குப் பிடிக்காத புராணம். இதனை ஒரு 'பொய் மூட்டை' என்றார் (II.96). பௌத்தர் களைப் பறையர் என்று தாழ்த்தி இழிவு படுத்துவதற்காகவே உருவாக்கப் பட்ட பொய்க் கதைகளில் 'அரிச்சந்திர புராணமும்' ஒன்று என்றார் (II. 95). உண்மையில் பொய், மெய் பற்றி உணர்த்துவதற்காக இது உருவாக்கப்படவில்லை. சாக்கையர் வம்சவரிசையோனும், புத்தரின் மூதாதையுமான வீரவாகு சக்கரவர்த்தியைச் சுடலைகாக்கும் பறையன் என இழிவு படுத்துவதற்காகவே இப்புராணம் பிராமணியத்தால் உருவாக்கப்பட்டது (II. 95 - 96) என்று தாசர் சத்தியம் செய்தார் (II. 90).

பௌத்தம் வைதிகத்தால் அபகரிக்கப்பட்டு, பௌத்தப் பெரியவர்கள் அவமதிக்கப்பட்டதைக் கட்டுடைத்த தாசர், இதுவரை சைவர், சைவத்துக்குரியன என்று நம்பப்பட்டுவந்தவற்றை பௌத்த மயமாக்கினார். நடராசர் என்பது கூத்தாடும் சிவபிரான் அல்ல; அது புத்தரின் நாமங்களில் ஒன்று. தமது தந்தையைச் சுடுகாட்டில் தகனம் செய்தபோது, தகன குண்டலத்தைச் சுற்றிச் சுற்றி வந்து தமது சடையும் உடையும் துலங்குமாறு, இவ்வுருவம் ஆணோ பெண்ணோ எனக் கலங்குமாறு புத்தர் நடனமாடினர். (II. 355).

இதிலிருந்தே அவருக்கு நடராஜர் என்ற நாமம் ஏற்பட்டது என்றார் தாசர்.

நிருவாணம் அடைபவனே சிவன்; அதுவே சிவகதி; ஆதிசிவன் தான் புத்தன், (I. 561 - 62); புத்தனே அறச்சக்கரத்தால் உலகமளந்தவன் (I. 563). புத்தரே ஜலதாரி; அவரது சடையிலிருந்தே கங்கைநதி தோன்றியது என்றார் தாசர் (II. 61). 'சிவவாக்கியம்' என்பது பௌத்த மதநூல்; ஏனெனில் இதில் வரும் 'அண்டர்கோன்' என்பது புத்தரின் ஆயிரநாமங்களில் ஒன்று என்றார் தாசர் (II. 21). தாசரைப் பொருத்த வரை பட்டினத்தார் பௌத்தரே; ஏனைய சித்தர்களும் கூட இவருக்கு பௌத்த சித்தர்களே. தாயுமானவரும் பௌத்தரே. இவரது 'சைவ சமயமே சமயம்...' எனத் தொடங்கும் பாடலுக்கு தாசர் தந்துள்ள பௌத்த உரை விளக்கம் ஆச்சரியமானது:

சைவ(ம்) = தன்னையறியும்

சமயமே சமயம் = காலமே காலமாகும்

தெய்வ சபை = புத்த சங்கம்

மன்றுள் வெளிக்காட்டும் = அன்று உள் ஒளி காட்டும்

பொய் வந்துழலுஞ் சமயநெறி = அபுத்தமாகும் சமய நெறி ... (II. 1910 : 121).

தாசர் இன்னும் சில ஆண்டுகள் வாழ்ந்திருந்தால் சைவ – வைணவம் அனைத்தையும், அவற்றின் எல்லாப் பிரதிகளையும் பௌத்த வாசிப்புக்கு உட்படுத்தியிருந்தாலும் ஆச்சரியப்படுவதற்கில்லை. இது அவரது தனிப்பட்ட மேதைமை என்றாலும் கூட , அவர் உறவாடிவந்த நவீன பௌத்த அறிஞர் குழாத்திடையே புழக்கத்திலிருந்த பௌத்த மீட்பாக்கக் கருத்துக்கள் அவரது மேதையை மேலும் கூர்படுத்திக் கொள்ள வாய்ப்பாக இருந்திருக்கும் என்பதில் ஐயமில்லை.

## II

இதனினும் நம்பகமான விதத்தில், எளிதில் ஒதுக்கிவிட முடியாத ஆதாரங்களோடும் விவாதங்களோடு தாசர் கிறிஸ்தவ பைபிளை, குறிப்பாக மோசேயை (Moses - மோயீசன்) பௌத்த நோக்கு நிலை நின்று அர்த்தப்படுத்தியது மிகவும் சுவாரஸ்யமானது; இதற்கு ஆதாரமாக தாசர், அமெரிக்க டாக்டர் ஹென்றி என்சால்ட் பிரசுரித்த 'ஓரியண்ட் அண்ட் ஆக்ஸிடெண்ட்' என்ற ஆங்கில இதழைத் தவிர (I. 570) வேறு நூல்களைக் காட்டவில்லை. புரபசர் மகாபிஸின் கல்வெட்டு ஆதாரங்களைக் குறிப்பிட்டுள்ளார். மற்றும் அதார் சந்தர், முகர்ஜியின் கல்வெட்டு ஆதாரங்களையும் குறிப்பிட்டுள்ளார். ஒருவேளை பைபிள் பழைய ஏற்பாட்டை – குறிப்பாக ஆதியாகமத்தை மேலை நாட்டினர் – குறிப்பாக பௌத்தர்கள் பௌத்த வாசிப்புக்கு உட்படுத்தியதை தாசரும் அறிந்திருக்கக்கூடும். இந்த மூலாதாரங்களைப் பற்றித் தனியான ஆய்வு தேவைதான். இங்கு அது மேற்கொள்ளப் படவில்லை.

கிறிஸ்தவர்கள் கருத்துப்படி மோசே என்பவர் எகிப்திய தேசத்தில் பல்லாண்டுகளாக அடிமைப்படுத்தப்பட்ட இஸ்ராயலர்களை (யூதர்கள்) அடிமைத் தனத்திலிருந்து விடுவித்து தேவன் அவர்களுக்கு வாக்களித்த கானான் தேசத்துக்கு இட்டுச்சென்றவர்; மலைகள், பாலைவனங்கள் வழியாக அழைத்துச் சென்றபோது காலமானார் (கி. மு. 1250). இவரே பழைய ஏற்பாட்டிலுள்ள ஆதியாகமம், யாத்திராகமம் உள்பட ஐந்து ஆகமங்களை எழுதியாக நம்புவார்கள். இவரே சீனாய் மலையில் தேவனிடமிருந்து யூத சமூகத்திற்கான பத்துக் கட்டளைகளைப் பெற்று வந்தார். அவர் ஒரு யூதர். யாக்கோபின் வழிமரபினர். ஆபிரகாம், ஈசாக்கு, யாக்கோபு, அவனது பன்னிரு மைந்தர்கள், அவர்களின் ஒருவனான யோசேப்புக்குப் (கி. மு. 2000) பிறகு எகிப்தில் தோன்றியவர்.

அயோத்திதாசர் இவரைப்பற்றித் தரும் சித்திரம் விசித்திரமும், விநோதமும், வரலாறும் கலந்ததாகக் காட்சியளிக்கிறது. நம்பவும் முடியவில்லை; நம்பாமலிருக்கவும் முடியவில்லை. அயோத்திதாசர் அறிமுகப்படுத்தும் மோசே ஒரு பிராமணர்; இருபிறப்பாளர். இவர் தமது தாயின் வயிற்றிலிருந்து பிறந்தது முதல் பிறப்பு; முடிவில் தமது தேகத்தைப் பள்ளத்தாக்கில் அடக்கி, சோதி உருவாக மாற்றி கிறிஸ்து பிறந்த 32–வது வயதில் சீனபருவதத்தில் (சீனாய் மலையில்) கிறிஸ்துவுடன் சோதி உருவாகத் தோன்றியது இரண்டாம் பிறப்பு. ஒரு மனிதன் மீண்டும் பிறவாதிருப்பின் பரலோக ராட்சியத்தில் பிரவேசிப்பதில்லை என்று கிறிஸ்து கூறியது இந்த இரு பிறப்புப் பற்றியதே என்று தாசர் சாதித்தார் (I. 565). உடலில் சோதி உருவம் ஒன்று உண்டு. அது பரிநிருவாண நிலையில் வெளிப்படும். இதற்கு பைபிள் புதிய ஏற்பாட்டிலிருந்து தாசர் சான்று தந்துள்ளார்.

ஒரு சமயம் கிறிஸ்து ஒரு பருவதத்தில் ஏறி ஒளிமயமான மறுரூப மானார்; ஆயிரம் ஆண்டுகளுக்குமுன் பள்ளத்தாக்கில் அடக்கமான மோசேயும், நானூறு ஆண்டுகளுக்குமுன் வாழ்ந்து அடங்கிய எலியாவும் ஓர் உருவமாகப் பிரசன்னமாகி கிறிஸ்துவிடம் பேசினார்கள். அந்த ஒளி உருவைக் காணக் கண் கூசிய யேசுவின் சீடர்கள் தலைகவிழ்ந்து கொண்டார்கள் (III. 1913 : 88). (ஒளி உருவம், மரணமிலா வாழ்வு பற்றிச் சித்தர்களும், 19ஆம் நூற்றாண்டில் வாழ்ந்த சி. இராமலிங்கம் போன்ற சித்தவைத்தியர்களும் – சித்தர்களும் பேசினார்கள். அஷ்டாங்க யோகத்தில் இது ஓர் இலட்சியமாக இருந்தது. தாசரும் கூட வேறு சந்தர்ப்பத்தில் குண்டலி – யோகம் பற்றி எழுதியுள்ளார். மேலும் இதனை தாசர் பௌத்த யோகம், பரிநிருவாண நிலை ஆகியவற்றோடு உறவுபடுத்தினார்).

மோசே குமரப்பருவத்தில் தன் அண்ணனை ஒருவன் அடிக்கச் சகியாமல், அவனை அடிக்க அவன் உயிர் துறந்ததால் பயந்துபோய் மோசே நாட்டைவிட்டு ஓடிப்போனார் (II. 565). அலைந்தார். அப்போது அந்தமலையில் (சீனாய்) ‘கொலை செய்யாதிருப்பாயாக’ என்னும் கட்டளை அவருக்குக் கிடைத்தது. அதை எடுத்துக் கொண்டு

மோசே ஒரு தேசம் போனார். அத்தேசத்தார், சத்ய தர்மத்தைப் பின்பற்றி (பௌத்தம்) மாதா, பிதா, குரு என்ற மூவரையும் தெய்வமாக வழிபட்டு வந்தார்கள். அதைக் கண்ட மோசேயும் தமது குருவைத் தெய்வமாகப் போற்றி, சத்திய தருமத்தால் ஞானத்தெளிவுற்று லாமா எனும் பௌத்த குருவானார் (I. 1908 : 566).

மோசே எகிபேத்தியனாக (எகிப்தியன்)யிருந்தாலும், திபெத்தியனாக யிருந்த போதிலும், பெரும்பாலும் சீனாய் மலையில் வசித்து வந்ததால், வடநாட்டாரால் சீனர்கள் என்றும், இசரேலர்கள் என்றும், தென்னாட்டாரால் நாகர் குலத்தார் என்றும் அழைக்கப்பட்ட ஆசீர்வதிக்கப்பட்ட கூட்டத்தார்க்குக் குருவாக விளங்கினார் (I. 566).

திபெத்திய புத்த குருக்களை லாமா என்றழைப்பது வழக்கம். மோசே, எலியா, கிறிஸ்து இம்மூவரும் சீனாய் மலையில் கிறிஸ்துவின் பாட்டைப்பற்றிப் பேசியபின் கிறிஸ்து சிலுவையில் அறையுண்ணும்படி நேர்ந்தது. (புதிய ஏற்பாடு, லூக்காஸ் சுவிசேஷம். 9 : 28 – 31 'யேசு பேதுருவையும் யோவாவையும் யாக்கோவையும் கூட்டிக் கொண்டு வேண்டுவதற்காக ஒரு மலைமீது ஏறினார்கள். அவர் வேண்டிக் கொண்டிருந்தபோது அவரது முகத்தோற்றம் மாறியது; அவருடைய ஆடையும் வெண்மையாய் மின்னியது; மோசே, எலியா என்னும் இருவர் அவரோடு பேசிக் கொண்டிருந்தனர். மாட்சியுடன் (மகிமை பிரதாபம்) தோன்றிய அவர்கள் எருசலேமில் நிறைவேறவிருந்த, அவருடைய இறப்பைப் பற்றிப் பேசிக் கொண்டிருந்தார்கள்' என்ற பகுதி தாசர் எழுதியதற்குரிய ஆதாரம் – ஆ. ர்.).

பின்னர் கிறிஸ்து சிலுவையில் அறையுண்டு பாடுபடும்போது மோசேயை 'லாமா!', என்றும், எலியாவை 'ஏலி!' என்றும் அழைப்பதாக 'ஏலி ஏலி லாமா சபக்தானி' என்ற கிறிஸ்துவின் கடைசி பேச்சு அமைந்தது (I. 566).

(இதற்கு புதிய ஏற்பாடு மத்தேயு சுவிசேஷத்திலிருந்து சான்று: 'நண்பகல் பன்னிரண்டு மணிமுதல் பிற்பகல் மூன்று வரை நாடு முழுவதும் இருள் உண்டாயிற்று. மூன்று மணியளவில் இயேசு, 'ஏலி ஏலி லெமா சபக்தானி?' அதாவது, 'என் இறைவா என் இறைவா ஏன் என்னைக் கைவிட்டீர்' என்று உரத்த குரலில் கத்தினார். அங்கே நின்று கொண்டிருந்தவர்களுள் சிலர் அதைக் கேட்டு 'இவன் எலியாவைக் கூப்பிடுகிறான்' என்றனர்... மற்றவர்களோ, 'பொறு, எலியா வந்து இவனை விடுவிப்பாரா என்று பார்ப்போம் என்றார்கள். இயேசு மீண்டும் உரத்த குரலில் கத்தி உயிர் விட்டார்' – மத். 27 : 45 – 50) தாசர், இங்கே ஏலி, லெமா என்ற சொற்களைப் பற்றிக்கொண்டு, எலியா, லாமா என அடையாளம் காணுகிறார். ஆனால் 'ஏலி' என்று இயேசு சொன்னதைக் கேட்டவர்களில் சிலர் (ரோமானிய வீரர்கள் ?) 'எலியா' என்று பொருள் எடுத்திருப்பதற்கு மத்தேயு சுவிசேஷமே சாட்சி! தாசர் அவ்வாறு பொருள்படுத்தியது ஆதாரமற்றதாக இல்லை.

இந்த எலியாவும், ஏனோக் என்பவரும் விதேக முத்தி பெற்றவர்கள்; மோசே ஜீவன்முத்தி பெற்றவர். ஐம்பூதங்களில் கரைந்து மறையக் கூடியவர்; அந்தரத்தில் உலாவும் சாரணர்; சித்தி முத்தி பெற்றவர் என்று தாசர், பழைய ஏற்பாட்டிலுள்ள தீர்க்கதரிசிகளையும், யூதகுலத்தலைவரையும் (patriarch) ஆசிய பௌத்தசமண சித்தர் மரபுக்குள் கொண்டு வருகிறார் (I. 566).

பௌத்த திரிவிகடத்தின் மூன்று வேத வாக்கியங்களும் மோசேயின் நித்திய ஜீவனுக்கு வழியாயிருந்தது. இம்மூன்று வாக்கியங்களும் ஆதியில் ஒலிவடிவாயிருந்தது. யோவான் சுவிஷேசத்தில் 'ஆதியில் வார்த்தையாயிருந்தது. அவ்வார்த்தை தேவனிடத்திலிருந்தது. அவ் வார்த்தையே தேவன் ...' என்று வரும் தொடர் இதனைக் குறிப்பதாக தாசர் கருதுகிறார் (I. 567).

தாவீது அரசனும், (கி. மு. 1000 – கி. மு. 962) மோசே அனுசரித்த வேத வாக்கியங்களான நீதி மொழிகளைப் பற்றிக் கூறினான்: 'கர்த்தருடைய வேதத்தில் பிரியமாயிருந்து இரவும் பகலும் அவ்வேதத் தில் கியானியாயிருக்கப்பட்ட மனிதன் பாக்கியவான்' இதனையே கிறிஸ்து தமது மலைப்பிரசங்கத்தில்,

'நீதியின் பேரில் பசிதாக முள்ளவர்கள் பாக்கியவான்கள். அவர்கள் பரலோக ராட்சியத்தை சுதந்தரித்துக் கொள்ளுவார்கள்' என்றார் (I. 567). மாற்கு சுவிசேஷத்தில் 'விசுவாசத்தால் ஞானஸ்நானம் பெற்றவன் பல மொழிகளையும் பேசுவான், நஞ்சை உண்டாலும் சாகமாட்டான், பாம்புகளைக் கையில் பிடிப்பான், அவன் கைபட்டால் வியாதியஸ்தன் சொஸ்தமடைவான்' என்று கூறினார் (I.567). *(மாற்கு: 16 : 15 – 18).*

மேற்சொன்ன வழிகளில் மோசே மரணத்தை வென்று நித்திய சீவனை அடைந்து இருபிறப்பாளரானார். தான் பெற்ற நித்திய பலனைப் பிறரும் அடைய பிண்டோற்பவம் (பிண்ட – உற்பவம்) பற்றி எழுதி அதன்பின் நித்திய வழியை விளக்கும் *மார்க்கத்தை* ஆரம்பித்தார் (I. 567).

புத்த தன்ம சாஸ்திரிகள் யாவரும் உலக உற்பவம், அதன் அழிவு பற்றி ஆராயாமல், உடலையும் அதன் உற்பவத்தையும் உண்மையையும் ஆராய்ந்தார்கள். அதனால் ஆதியில் பிண்டோற்பவ தத்துவம் பற்றியே எழுதினார்கள். அதே வழியில் மோசேயும் பிண்டோற்பவம் எனும் கரு உற்பத்தியின் விளக்கத்தையும் அதன் வளர்ச்சி முடிவையும் வகுத்தார் என்று தாசர் எழுதினார் (I. 567).

இங்கே தாசர், ஆதியாகமத் தொடக்கத்தில் மோசே விவரித்த தேவனின் உலக சிருஷ்டி விபரங்களை எடுத்துக்கொண்டு கருப்பையில் பிண்டம் (கரு) உருவாகிக் குழந்தை விருத்தியாவதாக உருவகப் பொருள் கோடலைச் செய்துள்ளார். அது வருமாறு:

முதல்மாதம்: ['ஆழத்தில் இருள் பரவியிருந்தது. நீர்த்திரளின் மேல் கடவுளின் ஆவி அசைந்தாடிக் கொண்டிருந்தது' – மோசே]

தாயின் கருப்பை இருளடைந்து விடாநீராகிய ஜலம் நிறைந்திருக்கும் காலத்தில், வினைக்கு ஈடாக சுக்கில – சுரோணித (sperm-ovum) கிருமி திரண்டு கருப்பாயாச ஜலத்தின் போஷிப்பால் (amniotic fluid) அசைவாடி வளர்ந்து ... முதல் மாத கர்ப்பம் உண்டாகிறது – தாசர். (ஆங்கிலக் கலைச் சொற்கள் ஆசிரியர் இட்டவை)

இரண்டாம் மாதம்: ['அப்பொழுது கடவுள் 'ஒளிதோன்றுக!' என்றார். ஒளி தோன்றிற்று ... கடவுள் ஒளியையும் இருளையும் வெவ்வேறாகப் பிரித்தார் ... ஒளிக்குப் 'பகல்' என்றும், இருளுக்கு 'இரவு' என்றும் பெயரிட்டார்.' – மோசே (முதல் நாள் படைப்பு)]

– கருப்பைஜலம் இரண்டாகப் பிரிந்தது. ஒருபாகம் மேல்நோக்கி மார்பில் சேர்ந்து பாலுக்கு ஆதாரமாகியது; மறுபாகம் கீழ்நின்று சப்தமாகும் அக்கினிக்கும், சுவாசமாகும் காற்றுக்கும் வெளி (space) யாகும் இடம் புரிந்து பிண்டம் வளர ஆதரமாகியது – தாசர்.

மூன்றாம் மாதம்: ['அப்பொழுது கடவுள் விண்ணுலகுக்குக் கீழுள்ள நீரெல்லாம் ஓரிடத்தில் ஒன்று சேர, உலர்ந்த தரை தோன்றுக! என்றார். அது அவ்வாறே ஆயிற்று ... உலர்ந்த தரைக்கு 'நிலம்' என்றும், ஒன்று திரண்ட நீருக்கு 'கடல்' என்றும் பெயரிட்டார் ... புற்பூண்டுகளையும், விதை தரும் செடிகளையும் கனிதரும் மரங்களையும் ... நிலம் விளைவிக்கட்டும்' என்றார். அது அவ்வாறே ஆயிற்று' – மோசே]

– கருப்பை ஜலம் பிரிந்து பிண்டம் திரண்டு, கரசரணங்கள் பிரிந்து உரோமங்களுக்கு ஆதாரமாகும் சருமம் தோன்றும் – தாசர் (I. 568)

நான்காம் மாதம்: 'கடவுள் இரு பெரும் ஒளிப்பிழம்புகளை உருவாக்கினார். பகலை ஆள்வதற்குப் பெரிய ஒளிப் பிழம்பையும் (சூரியன்), இரவை ஆள்வதற்குச் சிறிய ஒளிப்பிழம்பையும் (நிலா) மற்றும் விண்மீன்களையும் அவர் உருவாக்கினார் ... விண்ணுலுக வானத்தில் அவற்றை அமைத்தார்' – மோசே

– வாயுவின் ஆதாரத்தால் சுவாசங்கள் தோன்றுவது போலவும், சூரியனிலிருந்து பிரகாசம் தோன்றுவது போலவும், பிண்டத்தில் பார்ப்பதற்கு ஆதாரமான கண்களும், கேட்பதற்கு ஆதாரமான செவிகளும் பிரிகின்றன – தாசர் (I. 568).

ஐந்தாம் மாதம்: 'அப்பொழுது கடவுள், 'திரளான உயிரினங்களைத் தண்ணீர் தோற்றுவிப்பதாக! விண்ணுலக வானத்தில் நிலத்திற்கு மேலே பறவைகள் பறப்பனவாக! என்றார்! – மோசே.

– பூமியின் ஆதரவால் விருட்சங்களும், விருட்சத்தின் ஆதரவால் ஜெந்துக்களும் தோன்றிப் பறப்பன, தவழ்வன சீவிப்பது போல் தாயார் புசிக்கும் அன்ன சாரமானது பிண்டத்தின் தொப்புழ் வழியே சென்று உடல் பருத்து வளரும் – தாசர் (I. 568). இப்படியே ஆறாவது ஏழாவது மாதங்களில் குழந்தை வளர்ந்து பத்தாம் மாதம்

வெளிவருவதை உருவகப் பொருள் காணும் முறையில் தாசர் வருணித்துள்ளார். தாசருக்குச் சிறு துரும்பு கிடைத்தாலும் அதைத் தூண்களாக்க வல்ல துணிச்சலும், ஆற்றலும் உழைப்பும் விவேகமும் இருக்கின்றன. பைபிள் ஆதியாகம சிருஷ்டியை மகப்பேறு மருத்துவமாக வாசித்த முதல் நபர் தாசராக இருக்குமோ? ஆதியாகமத்தில் இறுதியில் கடவுள் ஆதிமனிதனை – ஆணைப்படைத்த விபரத்தை உருவகமாகக் கொண்ட தாசர் அதற்குப் பௌத்த தன்ம விளக்கத்தைத் தந்தார்.

களிமண்ணால் உருவு பிடித்து, கடவுள் என்னும் சிரேஷ்ட வஸ்துவே தனது சீவ சுவாசத்தை அதன் நாசியில் ஊதி, உயிர் கொடுத்தார் என்று மோசே எழுதியதை, தாசர், உடலுக்குள் உள்ள அறிவு, சாந்தம், அன்பு பற்றிச் சிறப்பித்ததாக விளக்கினார். அதாவது, பௌத்த தன்ம சாஸ்திரிகள் தங்களைவிட்டு, தங்களுக்கு அப்பால் வெளியே வேறு பொருள் இல்லை என்ற கொள்கையுள் ளவர்கள். பரம்பொருளாம் நற்செயல்கள் தங்களுக்குள்ளாகவே இருக்கின்றன, அதனால் தங்களைத்தாமே சீர்திருத்துவதே சால்பு. அதுவே நித்திய சிவனை அடையும் வழி எனக் கூறுவர் (I. 568). எனவே ஒவ்வொரு மனிதனுக்குள்ளேயே தேவன் எனும் சிரேஷ்ட வஸ்துவின் சுவாசம் எனும் அறிபொருள் இருக்கிறது என்று தாசர் விளக்கினார் (I. 569). இதற்கு ஆதாரமாக கிறிஸ்து மொழிந்த ஒரு வசனத்தை தாசர் தந்துள்ளார். பராபரன் என்னிலேயும் நான் அவரிலேயும் அதுபோல் உங்களுக்குள்ளாக நிறைந்திருக்கின்றான் என்று பேசுகிறவர்கள் நீங்களல்ல. உங்கள் பிதாவின் ஆவியானவரே உங்களிலிருந்து பேசுகிறார்" இதையே கொருந்தியரும், 'நீங்கள் பராபரனுடைய ஆலயமாயிருக்கின்றீர்கள்' என்றெழுதியதாக தாசர் சுட்டியுள்ளார் (I. 569).

களிமண் உருவகம் போல, மோசே, ஆதாம் ஏவாள் விலக்கப்பட்ட கனியை உண்ட காமிய உருவகம் ஒன்றைத் தந்துள்ளதாகக் கூறி அதற்குத், தாத்பரியம் காண முயன்றார் தாசர். தேவன் படைத்த ஆதாமும் ஏவாளும் சிங்காரத்தோட்டத்தில் வாழ்ந்தபோது, அத்தோட் டத்தின் மத்தியிலிருந்த மரத்துப்பழத்தைத் தவிர மற்றபடி அவர்கள் எதையும் உண்டுமகிழலாம் எனக் கட்டளையிட்டிருந்தார். சொன்ன பேச்சைக் கேட்கிறார்களா இல்லையா என்பதைத் தெரிந்து கொள்ளு வதற்கு அன்று தேவனுக்கு இந்த யோசனைதான் வந்தது. ஆனால் சந்தர்ப்பம் பார்த்துக் காத்திருந்த சாத்தன் சர்ப்பத்தின் வடிவில் வந்து விலக்கப்பட்ட மரத்தின் கனியை உண்டால் நன்மை தீமையைப் பகுத்தறியலாம் என்று ஆசைகாட்டி ஏவாளை வஞ்சித்து உண்ணச் செய்தது; ஏவாளுக்காக ஆதாமும் தெரிந்தே அந்த மரத்தின் கனியை உண்டான். அதன் பிறகே நமது முதல் பெற்றோருக்குத் தங்களின் அம்மணம் தெரிந்தது; அதிலிருந்து மனித வம்சமும் உற்பத்தியானது. ஆதியாகமத்தில் இடம் பெறுகிற அப்பகுதி:

'மேலும் ஆண்டவராகிய கடவுள் ஆதியிலே செல்வமும், இன்பமும் நிறைந்த ஒரு சிங்காரத் தோட்டத்தை நாட்டி, அதிலே தாம் உருவாக்கின மனிதனை வைத்தார் ... அந்தச் சிங்காரத் தோப்பின் நடுப்புறத்திலே சீவியம் தரும் தருவையும் நன்மை தின்மை அறியத்தக்க விருக்ஷத்தையும் உற்பவிக்கப்பண்ணினார் ... அன்றியும் அவர் அவனை நோக்கி "நீ சிங்காரத் தோட்டத்திலுள்ள சகலவித விருக்ஷங்களின் கனிகளைப் புசிக்கலாம். ஆனால் நன்மையும் தின்மையும் அறிவிக்கும் மரத்தின் கனியை உண்ணாதிருப்பாயாக, ஏனென்றால் அதை நீ புசிக்கும் நாளிலே சாகவே சவாய்" என்று கற்பித்தார் (ஆதியாகமம்: 2 : 8 – 17).

இதற்கு தாசர் தந்த மறைபொருள் விளக்கத்தைக் காணலாம். தோட்டத்தின் நடுப்புறம் என்பது பெண்ணின் நடுப்புறம், அதாவது அல்குல் எனும் பெண்குறி; சர்ப்பம் வஞ்சித்தது என்பதற்கு சர்ப்ப வடிவான, இன்பஸ்தானமான அல்குல் அவளை வஞ்சித்தது என்றும் பௌத்த சாஸ்திரப்படி பொருள் காணுகிறார் (I. 570). மேலும் விளக்குகையில், பெண் என்பவள் பரிமளிக்கும் நந்தவன நறுமண மரம்; அவளது அல்குல் இன்பசுகமான நன்மை, தீமையை ஈயத்தக்க கனி. அந்தக் (விலக்கப்பட்ட) கனியைப் புசித்தால் நன்மை என்னும் புத்திர பாக்கிய விருத்தியும், தீமை என்னும் தேக மெலிவும் மரணமும் சம்பவிக்கும் என்றார் (I. 569). இதனை புத்த தன்ம சாஸ்திரிகள், பெண்ணின் தேக மத்திய பாகத்தில் அல்குல் எனும் சர்ப்பம் உண்டு. அதில் மாணிக்கத்துக்கு ஒப்பான நற்பலன் என்னும் புத்திர பாக்கியமும், விஷத்துக்கு ஒப்பான தீயபலன் என்னும் பிணி மூப்பு சாக்காடும் உண்டு என வகுத்ததாக தாசர் எழுதினார் (I. 569). அதாவது பெண்ணோடு ஆண் கொண்ட பாலியல் உறவிலிருந்தே மனித இனத்துக்கு நன்மையும் தீமையும் ஏற்பட்டன என்பது தாத்பரியம்.

இதனைப் புதிய ஏற்பாட்டில் யேசு கூறியதையும், கொரிந்தியர் கடித வாசகத்தையும் கொண்டு தாசர் நிலைநாட்ட முயன்றுள்ளார். 'பரலோக ராட்சியத்தின் நிமித்தமாக விவாகம் பண்ணாமல் இருப்பவர்களும் உண்டு' என்றார் கிறிஸ்து. விவாகமில்லாதவன் கர்த்தருக்கு உரியவைகளுக்காகக் கவலைப்படுகிறான். ஸ்திரீயைத் தொடாதிருப்பதே நல்லது என்பது கொரிந்தியர் நிருபம். இவற்றிலிருந்து தாசர் கூற வருவது: புத்திரபாக்கியம் வேண்டும் என்ற நன்மை கருதினால் சதா இன்பத்தை நாடி (கனி அல்குல் காமம்), தீமையை அடைவார்கள். நன்மையான பேரின்ப விருட்சத்தையே பௌத்த சாஸ்திரிகள் ஜீவ விருட்சம், கற்பகத்தரு என்று சொன்னார்கள் (I. 1908 : 570).

தாசரின் இந்தப் பொருள் கோடல் தாசருடையது தானா? இல்லை அவர் காலத்தில் பைபிளை இவ்வாறு மேற்கத்திய பௌத்தர் கள் பொருள் கொண்டார்களா? என்பதை உறுதிப்படுத்திக் கொள்ள

இங்கு முயற்சி மேற்கொள்ளப்படவில்லை. தாசரே இந்தப் பொருள் கோடலைச் செய்திருந்தார் என்றால் அவரை மேதை என்றே பாராட்டலாம்.

மோசேயை தாசர் பௌத்த லாமாவாகக் காண முயன்றதற்கு அவரை மட்டுமே காரணர் எனக் கூறவியலாது. அவருக்கு முன்பே கீழைத்தேய நவீன பௌத்தம் இப்படியொரு பொருள் கோடலைச் செய்திருந்தது. இத்தகைய மறுவிளக்கத்தை தாசர் காலத்தில் மறுத்துக் கேள்வி கேட்டுள்ளனர். மோசே எகிப்தைவிட்டு அரேபியாவுக்கு வரவேயில்லை; பிறகு எப்படி அவருக்கு பௌத்த தன்மம் தெரியும் என்ற ஐயம் அவர்காலத்தில் எழுந்தது.

சீனாய் மலை எகிப்தின் கிழக்கிலும், அரேபியாவுக்கு வடக்கிலும் உள்ளது. இவ்விரு தேசங்களுக்கு இடையில் கரைவழிகளும், போக்குவரத்தும் உண்டு (I. 570). மோசே 39 வயது வரை எகிப்திலிருந்தார். பிறகு 79 வயது வரை டையர், போன்ஷியா என்னும் தேசங்களிலிருந்தார். 80–வது வயதில் எகிப்திலிருந்து இஸ்ரவேல (Israel) விடுவித்தார். பின்னர் ஜெரிக்கோபட்டணத்தை இஸ்ரவேலரை காட்டிவிட்டு ஒரு மலையில் சமாதியானார். எனவே இவர் எப்படி சீனாய் மலைக்குப் போயிருப்பார்? என்ற கேள்வி எழுந்தது (I. 570). இதனை மறுத்த தாசர், அமெரிக்க டாக்டர் ஹென்றி என்சால்ட் என்பவரின் எழுத்தைச் சான்றாகக் காட்டினார். (I. 570).

கி.மு.260 வருடங்களுக்குமுன் அசோகர் பௌத்த குருக்களை காபூல், கண்டஹார், ஆப்கானிஸ்தான், சிரியா, மாசிடன், சிரீன், எபிராஸ், கிரீஸ் முதலிய நாடுகளுக்கு அனுப்பி சத்திய தன்மத்தைப் பரவச் செய்தார் (I. 570 - 71). கி. மு. 200இல் பௌத்த குருக்கள் சிரியா, பாலஸ்தீனம் நாடுகளில் தன்மத்தைப் போதித்து வந்ததாக புரபசர் மகாபிஸ் நிறுவியுள்ளார். இதேபோல திபெத், காஷ்மீர், ஆப்கானிஸ்தான், பர்மா, கிரீக் தேசங்களில் தன்மத்தைப் பரப்பியதாக அதார் சந்தர் முகார்ஜி நிறுவியுள்ளார் என்று தாசர் விவாதித்தார்.

எல்லாம் சரிதான். ஆனால் மோசே கி.மு.2000 ஆண்டுகளுக்கு முற்பட்டவர் என்பதால், கி.மு.200–ல் வந்த பௌத்த குருக்களுக்கும், பௌத்த தன்மத்துக்கும் மோசேய்க்கும் என்ன சம்பந்தம் என்று தாசர் காலத்தில் விமர்சனம் வந்தது (I. 571). இதற்கு தாசர் தந்த விளக்கம் வேடிக்கையானது. மோசே எழுதியவற்றுள் சிலவற்றை 'தள்ளுபடியாகமங்கள்' என்று இவர்களே நீக்கிவிட்டு மற்றவற்றைத் தொகுத்துக் கொண்டு வந்த காலம் கி. பி. 150 ஆண்டுகளுக்குப் பின்புதான். இதற்குப் பெயர் 'பிபிலிக்கல்' (Bibilical). இதனால் மோசே கி. மு. 2000க்கு முற்பட்டவர் என்பதற்குச் சான்றில்லை என்று தாசர் கூறியதில் பொருட்படுத்தத் தக்க விசயம் ஏதுவும் கிடையாது. தாசர் இதோடு விடவில்லை. மோசே ஆசிய கண்டத்தைச் சேர்ந்தவர், சாம்பலின் மேலமர்ந்து ஞானசாதன சித்தி பெற்றவர்; இது புத்தர் பரிநிருவாணமடைந்தபிறகு அவரைத் தகனம் செய்தபின் கிடைத்த

சாம்பல்மேலே வஸ்திரம் விரித்து பௌத்தர்கள் ஞான சாதனங்களைச் சாதித்த வழக்கத்தை அடியொற்றியதே என்றார் தாசர் (I. 572).

மோசேயின் ஆகமத்தார், பௌத்த சங்கங்களைத் 'திருச்சபைகள்' என்றார்கள். ஒவ்வொரு சங்கத்தாரும் மற்றவர்க்கு எழுதிய 'நிருபங்கள்' (கடிதம்) பைபிளில் தொகுத்துவைக்கப்பட்டன (I. 572). மோசே மரணத்தை வென்றவர் (I. 1909 : 574). இவ்வாறு மரணத்தை வென்றவர்களை பௌத்த சாஸ்திரிகள் சமணமுனிவர்கள் என்றும், சமணரில் சித்திபெற்ற சித்தர்கள் என்றும் அழைத்தார்கள்.

கிராமத்தில் சொல்லப்படும் ஒரு பழமொழிக்கு ஏற்றபடி தாசர் கடேசியில் யேசுகிறிஸ்துவையே புத்தரைப் போல நிருவாண நிலை எய்திவிட்ட ததாகதராகக்காட்ட முயன்றுள்ளார். ஒரு முறை யேசு தமது சீடருள் ஒருவன் தன் குடும்பத்தாரில் ஒருவன் இறந்துபோனதால் அவனை அடக்கம் செய்து வர உத்தரவு கேட்டான். அப்போது அவர் அவனைப் பார்த்து 'மரித்தோரை இனி மரிப்போர் அடக்கம் பண்ணட்டும். நீ என்பின் தொடர்ந்து வா' என்றார் (I. 575).

*['அதற்கு யேசுநாதர், 'மரித்தோர் தங்களில் மரித்தோரை அடக்கஞ் செய்யட்டும். நீபோய் சர்வேசுரனுடைய இராட்சியத்தை அறிவி' என்று அவனுக்குத் திருவுளம் பற்றினார்' – லூக். 9 : 60]*

தாசர் மேற்கோளிடுவதில் சிறு மாற்றம் இருந்தாலும் அவர் தந்த விளக்கத்தைக் காணலாம். உலகப்பொருளில் இச்சையுற்றவர்கள் பிறப்பதும் இறப்பதும் இயல்பே. கிறிஸ்துவைப் பின்பற்றுபவர்கள் உலகப்பொருளில் பற்றற்றவர்கள். அதனால் மரித்தோர் தொழில்களுக்கு (அடக்கம் செய்தல்) அவர்களை அனுப்பாமல் மரணத்தை வெல்லும் தொழிலுக்கு யேசு நிறுத்தினார்.

பஞ்சபுலன்கள் அடங்கும்போது தூங்காமல் தூங்கும் விழிப்பு நிலை வரும். இதனை அவலோகிதரின் அஷ்டாங்க மார்க்கம் கூறுவதாக தாசர், கூறிவிட்டு, இந்த விழிப்புநிலை பற்றி (லலாடம்) தாயுமானவர், அகஸ்தியர், பாம்பாட்டிச்சித்தர் முதலிய பௌத்த ஞானிகள் எழுதியுள்ளதாக மேற்கோள் காட்டியுள்ளார்.

'ஆங்காரம் உள்ளடங்கி ஐம்புலனைச் சுட்டறுத்து
தூங்காமல் தூங்கி சுகம்பெறுவ தெக்காலம்?' – தாயுமானவர்
'லலாடத்தில் தூங்குவாயே' – அகஸ்தியர் பரிபாஷை
'தூங்காமல் தூங்கியே சுகம் பெறவே.' – பாம்பாட்டிச் சித்தர் (I. 578).

இதனை அனுசரித்தே கிறிஸ்துவும் தமது சீடர்களிடம் 'விழித்திருந்து செபம் பண்ணுங்கள்' என்று கூறியதாக தாசர் எழுதினார் (I. 578). அப்போஸ்தலர்களும் தங்கள் நிருபங்களில் இதை வலியுறுத்தியதாகவும் எழுதினார்.

இறுதித்தீர்ப்பு நாளில் (Judgement Day) எங்கும் எக்காளம் ஒலிக்கும் என்றார் கிறிஸ்து. இதனையே 'சுரமண்டல தொனிகள்' என்றனர் அப்போஸ்தலர்கள். அதாவது மனிதனின் ஞானத் தெளிவாம் கடைசி நாளாதலின், புலன்களும் தசவாயுக்களும் (சுழுத்தி) ஒடுங்கி, தசநாதங்களாம் எக்காளம் எனும் நாதஒலிகள் எழும்பும் என்றார் தாசர். இது ததாகதரின் அட்டாங்க மார்க்கத்தில் ஐம்புலன்கள் ஒடுங்கியபின் சதா விழிப்பின் ஜாக்கிரதையால் தசவாயுக்கள் ஒடுங்கி, தசநாதங்கள் எழும்பும் என்று பௌத்த அட்டாங்கத்தோடு அஷ்டாங்க யோக சாதனத்தைச் சேர்த்து தாசர் விளக்கம் தந்துள்ளார்.

'சுழுத்தியிலே போகாமல் ஒருமனதாய் நின்றால்

சத்தமென்ற நாதவொலி காதில் கேட்கும்' – மச்சமுனியார் (I. 579). நிருவாணம் எய்துதற்கு முன் யேசுகிறிஸ்துவிடமும் இத்தகைய யோக சாதன உச்சநிலை ஏற்பட்டதாக தாசர் எழுதினார். இத்தகைய நிலையில் தேகம் கூசி, உரோமம் சிலிர்த்து இதயம் படபடத்து இரத்த வியர்வை வரும் (உச்சமான ரத்தக் கொதிப்பு, நெஞ்சுவலி ஏற்படும்போதும் இதே மெய்ப்பாடுகள் தோன்றும் என்பர்!). கிறிஸ்துவுக்கு ஜெத்சமென் தோட்டத்தில் மேற்சொன்ன குறிகள் தோன்றியதாக தாசர் எழுதியுள்ளர் (I. 579).

> *['அவரோ மிகுந்த வேதனைக்குள்ளாகவே உருக்கமாய் இறைவனிடம் வேண்டிக் கொண்டிருந்தார். அவரது வியர்வை பெரும் இரத்தத் துளிகளைப் போலத் தரையில் விழுந்தது' – லூக். 22 : 44].*

மறுரூபம் அடைவது என்பது நித்திரையை ஜெயித்து விழித்திருந்தால் அடையலாம்; முக்காலமும் அறியலாம். யேசுகிறிஸ்து மறுரூபம் அடைந்து காட்டினார். இதுவே ஞான நிலை. இதைக் கண்டவர்களையே 'ஞானத்தானம்' பெற்றவர்கள் என்று கூறுவர் எனதாசர் எழுதியுள்ளார் (I. 579). ('ஞானஸ்நானம்' எனும் திருமுழுக்கை தாசர் இப்பிடி விளக்கியுள்ளார்).

ஆதிதேவனின் (புத்தர்) அருள் மொழியைப் பின் பற்றியே மோசே, ஏனோக், எலியா, கிறிஸ்து ஆகிய மேன்மக்கள் நித்திய சீவிகளாய் வாழ்கிறார்கள் என்று தாசர் தமது முடிவை அறிவித்தார் (I.581). இதனை மேலும் தக்கசான்றுகளோடு தாசர் நிறுவுகிறார். ஏகசக்கரவர்த்தி புத்தர், தமது முப்பதாவது வயதில் கல்லால மரத்தடியிலிருந்து ஓதாமல் உணர்ந்து உள்ளத் துறவு அடைந்து நிருவாண நிலை அடைந்தார் (I. 582). இதை அறிந்த கிறிஸ்துவும் தமது முப்பதாவது வயதில் வனாந்திரத்தில் உலாவிய யோவானிடம் ஞானதானம் (ஞானஸ்நானம்) பெற்று குகையில் அடங்கி நாற்பது நாளில் ஞானவிழி திறந்து நிருவாணம் பெற்றார் என்று தாசர் எழுதியது கிறிஸ்தவர்களுக்குச் சிரிப்பூட்டலாம். இருந்தாலும் இது சிந்தனைக்குரியதே (I. 582).

இறுதியாக வந்த ஏசுபிரானை பௌத்தராக்கிய தாசர் வரலாற்றுக்கு முந்தைய ஆதாம் – ஏவாள் காலத்துக்குபின் வந்த இஸ்ரயேலரின் மூதாதையரில் தலைமூத்த ஆபிரகாமின் (கி. மு. 1900) மனைவி சாராளையும் விட்டுவைக்கவில்லை. இவளைப் புத்த தருமம் தழுவியவள் என்று எழுதினார் (I. 586). தாசரின் 'விபரீத' விளக்கங்களைப் படித்து அதிர்ச்சியில் உறையக்கூடிய கிறிஸ்தவர்கள் சிந்தனைக்கு இறுதியாக ஒன்றை தாசர் முன்வைத்தார். அன்றைய கிறிஸ்துவின் போதகத்துக்கும், இன்றைய போதகத்துக்கும்; அக்காலத்திலளித்த ஞானத் தானத்துக்கும், தற்கால ஞானத்தானத்திற்கும் (ஞானஸ்நானம்) யாதொரு சம்பந்தமும் இல்லை. இது சத்தியம் என்றார். (I. 1909 : 587). நமக்கு எப்போதோ யார் யாரோ எப்படியெல்லாமோ தொகுத்துத் தந்தவற்றையே நாம் இன்று முழுமையான சாத்திய வாக்காக எடுத்துக் கொண்டு அவற்றையே பரிபூரணமாக – கேள்விக்கு அப்பாற்பட்டதாக நமது ஆழ்மனதில் சேகரித்து வைத்திருக்கிறோம். இதை தாசர் உசுப்பி விட்டார். மறுவிளக்கத்தின் மூலம் கேள்விக்கும், வேறு சாத்தியப்பாடு களுக்கும் உட்படுத்தினார். வைதீகத்தையும், கிறிஸ்தவத்தையும் தாசர் இப்படி மாற்றுச் சாத்தியப் பாடுகளுக்குத் திறந்துவிட்டார் என்று எடுத்துக் கொள்ளலாம். ஒரு தலித்தினுடைய பார்வையிலும், வாழ்விருத்தலுக்கான போராட்டத்திலும் அறுதியானது முடிவானது, இனி பேசுவதற்கு ஒன்றுமில்லை என்பன எவையும் இல்லை. இப்படி உரிமை கோருகின்ற எல்லாவற்றைப் பற்றியும் மாற்று வழிகளிலும் முறைகளிலும் பேசியாக வேண்டும் என்பதையே தாசரின் முயற்சிகளிலி ருந்து பாதிக்கப்பட்டவர்கள் கற்றுக் கொள்ளலாம். இதேபோன்ற முயற்சியை நமக்குத் தரப்பட்டுள்ள தமிழ் இலக்கியங்களைப் பற்றியும் மேற்கொண்டார். அதனையும் காணவேண்டும்.

●

# 8

## • தமிழ் இலக்கியம் பற்றிய தாசரின் பொருள்கோடலும் சொல்லாராய்ச்சியும் •

அயோத்தி தாசருக்கு இலக்கியம் என்றாலே ஒழுக்கம், தர்மம், அறம் பற்றிய கல்வியாகும். இத்தகைய கல்வியை உட்கொண்ட பௌத்த இலக்கியமே இலக்கியம். மணிமேகலை, சிலப்பதிகாரம், சூளாமணி போன்ற காவியங்களும் வீரசோழியம், நன்னூல் போன்ற இலக்கண நூல்களும், திவாகரம், பிங்கலை முதலான நிகண்டுகளும், திருமூலர், சித்தர்கள், தாயுமானவர் ஆகிய சித்தர்களின் பாடல்களும், திருக்குறள், நாலடியார், திரிகடிகம், அறநெறிச்சாரம், ஆத்திச்சூடி, கொன்றைவேந்தன் முதலான முற்கால பிற்கால அறநூல்களும், இன்னும் பத்தொன்பதாம் நூற்றாண்டில் புழக்கத்திலிருந்த சோதிடம், கணிதம், மருத்துவம், யோகம் சம்பந்தமான நூல்களும், இன்று பெருவழக்கில் இல்லாத, ஆனால் அன்று இருந்த சித்த வைத்தியம், சித்தர் தத்துவம், நீதிநெறி, பௌத்தம் ஆகியவற்றோடு தொடர்புடையவர்கள் குழாங்களில் பயிலப்பட்ட பல்துறை நூல்களும் அயோத்திதாசரின் வித்துவத்திற்கு அடிப்படையாக அமைந்தன. அவர்காலத்தில் தமிழ் இலக்கியம் என்றாலே சைவ – வைணவ இலக்கியங்களே என்றொரு மரபு வலுவாகப் பரவியிருந்தது. கி. பி. 17ஆம் நூற்றாண்டில் 'இலக்கணக் கொத்து' என்ற இலக்கண

160 ராஜ் கௌதமன்

நூலை எழுதிய சைவமடாதிபதி ஸ்ரீலஸ்ரீ சாமிநாத தேசிகர் அவர்கள், தமது நூற்பாயிரத்தில் சைவ சமய சித்தாந்த நூல்களே வீடுபேற்றுக்கு உரியன; அவற்றைத் தவிர சமணபௌத்த காவியங்கள், பத்துப்பாட்டு, எட்டுத்தொகை, பதினெண்கீழ்க்கணக்கு, இராமன் கதை, நளன் கதை, அரிச்சந்திரன் கதை முதலிய இலக்கியங்களைப் படித்து வாழ்நாளை வீழ்நாளாக்க வேண்டாம் என்று சைவக் கத்திரிக்கோலால் தணிக்கை செய்திருந்தார். இதனால் சைவமடங்கள் சைவசமய இலக்கிய சித்தாந்தக் கல்வியையே பரப்பிவந்தன.

இச்சைவ மரபுக்கு இணையாக ஒரு சிறுபான்மை சித்தர் மரபும் கூடப் பத்தொன்பதாம் நூற்றாண்டு வரை வளர்ந்து ஆங்காங்கே தனிமனிதர்களால் போற்றப்பட்டுக் கொண்டிருந்தது. இது திருமூலரிலிருந்து பட்டினத்தார் பத்ரகிரியார் கொஞ்சம் அருணகிரியார், சிவவாக்கியர் முதலான முக்கிய சித்தர்கள், தாயுமானவர், சி. இராமலிங்கம் வழியாகத் தமிழகத்தில் ஏதோ ஒருவிதத் தொடர்ச்சியைக் கொண்டிருந்தது. இம்மரபில் தத்துவம், அறம், யோகம், வைத்தியம், எண்கணிதம், வானசாஸ்திரம், மூலிகை அறிவியல், வேதியல், உடற்கூற்றியல் முதலானவை முக்கிய அறிவியல் சொல்லாடல்களாக இடம்பெற்றிருந்தன. இதை ஒருவிதமான சந்நியாசி மரபு என்று கூடச் சொல்லலாம். இது அறிவியலையும், தியானம் யோகம் முதலான பயிற்சிகளையும், அகவழிபாடு, ஒடுக்கம், மரணமிலா வாழ்வு ஆகியவற்றையும் அன்றாட சாதனங்களாகக் கொண்டிருந்தது. சைவ மரபு போலக் கோவில் வழிபாடு, சடங்கு விழா பண்டிகை புரோகிதம் பக்தி சாதி என்ற ஆர்ப்பாட்டங்களும் அதிகாரங்களும் இல்லாமல், பெரும்பாலும் மக்களை விட்டு ஏகாந்த சஞ்சாரங்களிலும், பரதேச யாத்திரைகளிலும், வனவாசங்களிலுமே இம்மரபு தன்னை வளர்த்து வந்திருந்தது. முன்னர் சொன்ன சைவமரபின் சமூக ஆர்ப்பாட்டங்களையும், வேடங்களையும் இது ஓயாமல் கண்டித்தது. சாதிபேதம், விக்கிரக வழிபாடு, ஸ்தூலமான கோவில், இவற்றுக்கான சாத்திரங்கள், சமயபேதம் ஆகியவற்றுக்கு எதிராகக் குரல் கொடுத்தது. மருட்டுகின்ற எளிமைபடைத்த இம்மரபின் பேச்சில் ஆழமான புதிர்களும் சங்கேதங்களும் இருந்தன.

இம்மரபு சம்பந்தப்பட்ட வைத்தியம், யோகம், இயற்கை அறிவியல், ஒழுக்கம் ஆகியவை அயோத்திதாசருக்கு முற்றிலும் இணக்கமாக இருந்தன. அவருடைய முன்னோர்கள் பாரம்பரியமாக வைத்தியர்கள், வைணவர்கள், சோதிடம், கணிதம், வான சாஸ்திரம் ஆகிய கலைகளில் தேர்ச்சி பெற்றிருந்தார்கள். இந்தப் பாரம்பரியத்தில் உருவான தாசரிடம் சாதி எதிர்ப்புக் கொள்கைகள் கருக்கொள்ளத் தொடங்கிய போதே அவர்காலத்தில் மறுமலர்ச்சியடைந்து கொண்டிருந்த பௌத்தம் அவருக்கு சாதி எதிர்ப்பிற்கான அறிவுச் சொல்லாடலாக அமைந்தது. அதன்பிறகு அவரது மொத்த கல்வியும் சாதி எதிர்ப்பையே மையமாகக் கொண்டதாக அமைந்து விட்டது. சமஸ்கிருதம், பாலி, ஆங்கிலம் அவருக்குப் பரிச்சயம் உண்டு; இவற்றில் புலமை பெற்றிருப்

பாரா என்பது சந்தேகமே. அக்காலத் தமிழ் வசன நடையில் பெரும் அளவுக்கு சமஸ்கிருத சொற்கலப்பிருந்தது; வைத்தியத் துறையின் கலைச்சொற்களும், சோதிடம் – கணித கலைச் சொற்களும் சமஸ்கிருதக் கலப்புற்றிருந்தன. தாசர் இத்துறைகளிலும், வசன நடையிலும் ஈடுபட்டதால் சமஸ்கிருத சொற்களின் பரிச்சயம் பெற்றிருந்தார். பௌத்தத்தின் கருத்துக்களைக் கற்றறிந்தபோது பாலிமொழிச் சொற்களின் பரிச்சயம் ஏற்பட்டிருக்க வாய்ப்பு உள்ளது. ஆல்காட், லட்சுமி நரசு, ஆனிபெஸன்ட், தர்மபாலா முதலானவர்களோடு தாசர் கொண்டிருந்த பழக்க வழக்கத்தாலும், பத்திரிகைத் துறையில் தொடர்ந்து ஈடுபட்டு உழைத்த காரணத்தாலும் அவருக்குச் சரளமாகக் கருத்துக்களைப் புரிந்து வெளிப்படுத்தும் அளவுக்கு ஆங்கிலப் பயிற்சி இருந்துள்ளது. மரபான தமிழ்ச் செய்யுள் கல்வி பயிற்சியை முறையாக ஒரு தமிழ்ப் பண்டிதரிடம் பெற்றிருந்தார். அன்றைய வைத்தியம், யோகம், சோதிடம், கணிதம், நிகண்டு எல்லாமே இலக்கியம் போலச் செய்யுளில் அமைந்த காரணத்தால் தாசர் போன்ற அக்காலப் பண்டிதர்களுக்குச் செய்யுளில் நல்ல புலமை இருந்தது என்பதை மறுக்கவியலாது.

தாசர் காலத்தில் ஆங்கிலக் கல்வி பேரளவிற்கு நகரங்களில் பரவியிருந்தது; புதிய கல்விமுறைக்குரிய அகக்கட்டுமானத்தில் பாடபுத்தகங்களின் தேவை குறிப்பிடத்தக்க இடம் பெற்றிருந்தது. இத்தேவையைப் பூர்த்தி செய்து இலாபம் பெறுவதற்காகவே சுதேசிய அச்சகத்தார்களும், வித்துவான்களும், பாடபுத்தக கமிட்டியாரும் ஓலைச்சுவடியிலிருந்த மரபான இலக்கிய இலக்கணங்களை அச்சேற்றி விநியோகம் செய்தனர். பதிப்புக்கலை வளர்ந்தது; பழைய செய்யுள் இலக்கியங்களுக்கு உரை விளக்கங்களும், அவற்றிலிருந்து சரித்திரங்களும், மறுவிளக்கங்களும், அரசியல் சொல்லாடல்களும் எழுதப்பட்டன. தாசரும் மறுவிளக்கம் செய்தார்; சைவத்தையும், தமிழையும், தமிழரையும் உள்ளிட்ட அரசியல் மறுவிளக்கங்களும், பிராமணிய அரசியல் மறுவிளக்கங்களும் வந்து கொண்டிருந்த போது, அயோத்தி தாசர் இவற்றை மறுக்கும் பௌத்த – சாதிபேதமற்ற ஆதி திராவிட அரசியல் மறுவிளக்கங்களைச் செய்தார்; புதிய சொல்லாராய்ச்சிகளில் ஈடுபட்டார். தமிழ் இலக்கியங்களை பௌத்த அடிப்படையில் அவர் விளக்கியதையும் அதற்காக அவர் செய்த நூதனமான சொல்லாராய்ச்சியையும் இங்கே ஓரளவிற்குக் காணலாம். 'திருக்குறள்' (முற்றுப் பெறவில்லை) 'திரிவாசகம்' (ஆத்திசூடி, கொன்றைவேந்தன், வெற்றி ஞானம்) ஆகிய நீதி நூல்களுக்கு தாசர் சாதிபேதமறுப்பு, பௌத்த தன்மம், சித்தர் யோக சாதனம் ஆகிய அடிப்படையில் புதிய உரைகளைத் தமது பத்திரிகையில் தொடராக எழுதினார். இவை பின்னர் தனி நூலாக தொகுக்கப்பட்டு வெளிவந்தது (ஸ்ரீ அம்பிகையம்மன் அருளிய திரிவாசகம்).

திருக்குறளை தாசர் 'திரிக்குறள்' என்றே எழுதினார். ஏனெனில் இதனை பௌத்த மூலநூலான திரிபிடகத்தின் வழிநூல் என்றே

தாசர் நம்பினார். திரிமந்திரம், திரிவாசகம் (ஔவை), திரிவெண்பா, திரிமாலை, திரிகடுகம், சித்தர்நூல் ஆகியவை திரிபிடகத்தின் சார்புநூல் கள் என்றே தாசர் எழுதினார் (II. 568). திரிக்குறளுக்கு தாசர் பத வுரை, பொழிப்புரை, கருத்துரை, விரித்துரை என நான்கு உரைகளை எழுதினார். தமது வாழ்க்கையில் மகத்தானதொரு இலட்சியமாக அவர் இதனைக் கருதியிருக்கலாம்; ஆனால் மரணம் அவரை இதை ஈடேற்றவைக்காதபடி தடுத்துவிட்டது. இந்த விரிந்த உரை எழுத ஒரே காரணம்தான்: திருக்குறளை திரிக்குறளாக, திரிபிடகத்தின் வழிநூலாக ஆக்குவதே! அவர்காலத்திலும், அதற்கு முன்னிருந்தும் திருக்குறள் – திருவள்ளுவர் பற்றிய சர்ச்சைகள் தோன்றி வளர்ந்திருந் தன. முதலில் சைவர்கள் வள்ளுவரை ஈனச்சாதியார் என அவர் நூலின் சமணக் கருத்தின் காரணமாகப் பழித்து வந்தார்கள். தாசர் காலத்தில் இதில் ஒரு மாற்றம் ஏற்பட்டது. திடீரென சைவர்களுக்கு திருக்குறள் சைவ சித்தாந்த நூலாகவும், பொதுமறை – தமிழ்மறை என்றும் தோன்றலாயிற்று. இது தனி ஆராய்ச்சிக்குரியது. 'திருவள்ளுவ மாலை' என்ற சாற்று கவிதைத் தொகுப்பும் சர்ச்சைக்குரியதாக்கப் பட்டது. இது 1830களில் நடைபெற்றது. தாசர் வாழ்ந்த இருபதாம் நூற்றாண்டுக் காலப்பகுதியில் திருக்குறள் சகலராலும் ஏற்றுக் கொள்ளப் பட்டிருந்தது. எல்லா மதங்களும் குறளைத் தங்கள் மதம் சார்ந்த நூல் என உரிமை பாராட்டின. தாசர் இவற்றை உடைக்கவே திரிக்குறள் உரை விளக்கம் எழுதினார் என்று தோன்றுகிறது.

தாசர் தரும் வள்ளுவர் வரலாறு வித்தியாசமானது. பௌத்தமதம் மேலோங்கிய காலத்தில் அரசர், வணிகர், வேளாளர் ஆகியோர்களுக்கு கன்ம குருக்களாக இருந்தவர்களைச் சாக்கையர், வள்ளுவர், நிமித்திகர் என்றழைத்தார்கள். இவர்கள் கணிதத்தில் வல்லவர்கள் (II. 1908 : 435). திரிபிடகத்தை அடியொட்டி 'முப்பால் திரிக்குறள்' என்ற வழிநூலை இயற்றியவர் பெயர் நாயனார். இவர் வடமதுரைக் கச்சன் என்ற அரசனுக்கும் உபகேசி என்ற அரசிக்கும் மகனாகப் பிறந்து பலதேசங்கள் சுற்றினார். குலகுருவான சாக்கைய முனிவரிடம் திரிபிடகம் கற்றார். தின்னனூர் புத்த சங்கத்தில் சேர்ந்து அறஹத் ஆனார் (II. 1908 : 455 - 56). இச்சரிதத்துக்குச் சான்றாக, திருக்குறள் சாற்றுகவியான நல்கூர் வேள்வியாரின் 'உப்பக்க நோக்கி உபகேசி...' என்ற வெண்பாவை ('திருவள்ளுவமாலை') தாசர் எடுத்துக்காட்டியுள்ளார்.

திருக்குறளை 1830களில் பதிப்பித்த விசாகப் பெருமாளையரும் அவர் தம்பி சரவணப் பெருமாளையரும் வள்ளுவரைப் பறைச்சிக்குப் பிறந்ததை நேரில் பார்த்ததுபோல அவதூறு செய்த 'வரலாற்றுப் புரட்டினை' ஏற்கனவே கண்டோம். 1831லிருந்து 1847வரை வந்த வைதிகர் – பிராமணர் குறள் பதிப்புக்களில் சாதிவெறியும் மதவெறியும் வெளிப்படையாக அச்சில் ஏற்றப்பட்டன. இவர்களைத் தமிழ்வளர்த்த சான்றோர்களாக இலக்கிய வரலாறு எழுதிய சைவர்கள் பாராட்டியுள் ளார்கள். தாசர் 'திருக்குறள்' என்ற தலைப்பை ஏற்கவில்லை. இதனைவிட தன்மபிடகம், சூத்ரபிடகம், வினயபிடகம் எனும்

திரிபிடகத்தின் திராவிடமொழி வழிநூலான (முதலாம் பிடகத்தின்) அறத்துப்பால், பொருட்பால், காமத்துப்பால் என்ற திரிக்குறளே (திரி = மூன்று) சரியானதென்றார் தாசர் (II. 568). மூன்று என்ற எண்ணிக்கையை அடியொற்றியே இந்நூலுக்கு வள்ளுவர் 'முப்பால்' என்று பெயரிட்டார் என்பது வரலாற்றுச் செய்தி.

திருக்குறள் 'கடவுள் வாழ்த்து' என்ற பகுதிக்கு 'புத்தரது சிறப்புப் பாயிரம்' என்றே தாசர் பெயரிட்டார். 'பகவன்' என்றால் (குறள்) புத்தபிரான் என்றே உரை எழுதினார். இதற்கு நூல்வழிச் சான்றுகளைத் தந்துள்ளார்: 'பகவனதாணையில்' (மணிமேகலை), 'பிண்டி பகவனதாணை போல' (சீவக சிந்தாமணி), 'ஆதிபகவனையே... தொழுவாய்' (இடைக்காட்டுச் சித்தர்), 'ஆதிபகவன் அருமறை ஓதுமின்' (திரிமந்திரம்). இதேபோல 'மலர்மிசை ஏகினான்' என்ற குறள் தொடர் புத்தரையே குறிக்கும் என்று '...பூந்தாமரையின் விரைததும்ப மேல் நடந்தான்', (சிந்தாமணி), 'மலர் மிசைச் சென்ற மலரடிக்கு அல்லது என்தலைமிசை உச்சிதான் அணிபெறாஅ ...' (சிலம்பு) ஆகிய மேற்கோள் வழியாக நிறுவினார். 'நீத்தார் பெருமை' என்ற நான்காம் அதிகாரம், நிருவாணம் பெற்றவர்கள் சிறப்பு என்றே தாசர் எழுதினார். 'விருந்து' என்றால் வீட்டிற்கு வரும் அறஹத்துக்கள், ஆதுலர்கள் (உடல் ஊனமுற்றோர்) ஆகியோரைக் குறிக்கும் என்றார். குறளுக்கு தாசர் வழங்கிய பௌத்த தன்ம உரை ஒரு தலித்திய அரசியல் உரைதான். ஒரு பிரதிக்கு ஒரு பொருள்தான் உள்ளது என்ற மாயை எப்போதோ சிதைக்கப்பட்டு விட்டது. இதனை மிகத் தீவிரமாக நிறைவேற்றியவர் தாசரே.

தமிழ்மொழியின் மேன்மை விளங்கிய காலம் பௌத்த அரசர்களும் சங்கங்களும் உபாசகர்களும் வாழ்ந்தகாலம் என்றெழுதினார் தாசர் (II. 548). அப்போது பௌத்த சங்கங்களைச் சேர்ந்த சமணமுனிவர்கள், தமிழ் இலக்கிய இலக்கணங்களை வகுத்தார்கள் (II. 546). மதுரையில் பத்தாயிரத்திற்கு மேற்பட்ட பௌத்த சங்கங்கள் இருந்தன (II. 539). முச்சங்கங்கள் இருந்ததற்குச் சான்றில்லை. முதல், இடை, கடைச் சங்கங்கள் எல்லாமே பௌத்த சங்கங்களே என்றார் தாசர் (II. 539). முற்றுப் பெறாத தாசரின் திருக்குறள் உரைவளம் பற்றித் தனியான விரிவான ஆய்வு தேவை. இங்கு அது மேற்கொள்ளப்படவில்லை. ஔவையின் சில நீதிப்பாடல்களுக்கு தாசர் தந்த மறுவிளக்கங்களை இந்நூலின் கருத்தியல் எல்லைக்குள்ளிருந்து காணலாம்.

ஞானத்தாய் ஔவையார் இயற்றியதாக மூன்று நூல்களைச் சேர்த்து 'திரிவாசகம்' என்று தாசர் பெயரிட்டுள்ளார். அவை: 1. ஆத்தி சூடி 2. குன்றைவேந்தன் (கொன்றை வேந்தன்) 3. வெற்றிஞானம் ('வெற்றிவேற்கை' எனப் பின்னால் ஆதிவீரராமபாண்டியன் இயற்றிய தாக இது திரிக்கப்பட்டதாக தாசர் கருதினார்) 'அறம் செய விரும்பு' என்பதை தாசர் 'அறன் செயல் விரும்பு' என்று மாற்றி எழுதுகிறார். இதுதான் மூலபாடம் என்று அவர் சாதிக்கக் காரணம் 'அறன்' என்றால் அறக்கடவுள் புத்தர், 'செயல்' என்றால் நற்காட்சி

முதலான அட்டாங்கமார்க்கம். பௌத்த நூலாக தாசர் கருதியதால் இப்படி ஒரு மூலபாடத்தைத் தந்தார் போலும். மூலபௌத்த பண்பாட்டை, சமுதாயத்தை, நாகரிகத்தை அழித்த பிராமணியம் பௌத்த சரித்திரங்களில் இடைச்செருகல்களைப் புகுத்தியும், மாற்றியும், மறைத்தும் அவற்றையே தனது மூலபாடமாகத் திரித்ததையும் தாசர் மீண்டும் மாற்றி பௌத்த மீட்டுருவாக்கம் செய்தார். இதுமட்டு மல்ல, 'ஊக்கமது கைவிடேல்' என்பதற்கு தாசர் தந்த உரை நவீனத்துவ வளர்ச்சியைக் கருத்தில் கொண்டுள்ளது. அது பின்வருமாறு: உனக்குள்ள முயற்சியில் சோர்வடையாதே. 'இரயில்வே, டிராம்வே, டெல்ல கிறாப், போன கிறாப், லெத்த கிறாப் முதலிய தொழில்கள் யாவும் கைவிடா ஊக்கத்தினால் விருத்திபெற்ற காட்சிகள் எனப்படும்' (II. 467) என்று ஊக்கத்திற்கு திருஷ்டாந்தமாக நவீன ஐரோப்பிய அறிவியல் – தொழில் நுட்ப வளர்ச்சியைக் காட்டுகிறார். கூடவே பிராமணியத்தைத் தாக்குகிறார். இத்தகைய தொழில், அறிவு ஈகை, சன்மார்க்க வளர்ச்சிகளைக் கைவிட்டுவிட்டுப் பொய்க் குருக்கள் (பிராமணியர்) போதிக்கும் பொய்ப் புராணக் கட்டுக் கதைகளை நம்பி ஊக்கமற்ற சோம்பேறிகளாய்ப் பிச்சை எடுத்துண்பதே பெரும் கல்வி அபிவிருத்தி என்றெண்ணிப் பாழடைய வேண்டாம் என்றார் தாசர் (II. 467). தாசர் மரபான பண்டிதர் என்றாலும் பௌத்தம் அவரை பிராமணியத்துக்கு எதிர் நிலையில் நிறுத்திய காரணத்தால் நவீனத்துவத்தைப் பூரணமாக ஏற்றுக் கொண்டிருப்பது ஒரு சாதனை தான். சனாதனத்தையும் புராணங்களையும் போற்றிய வைதீகத்தைக் காலங்கடந்த பழமையாகவே தாசர் கண்டிருந்தார்.

'ஏற்பதிகழ்ச்சி' என்பதை முற்றிலுமாக நவீன அறிவியல் ஆய்வு முறையில் பொருள் கொண்டார் தாசர். ஒருவர் சொல்லும் வார்த்தையை விசாரணையின்றி ஏற்றுக் கொள்வது இழிவு என்றார். 'பிராமணன் தன்னை பிரம்மா வாயிலிருந்து பிறந்ததாகக் கூறுவதை விசாரணையின்றி ஏற்றால் ஏற்பவன் தாழ்ந்த சாதியானாகி இழிவுக்கு ஆளாகிறான். எனவே அவனிடம் பிரம்மா யார்? உன் மனைவி எங்கிருந்து பிறந்தாள்?' என்று கேள்வி கேட்கச் சொல்லுகிறார் (II. 468). சாதிமத பேதம் பாராட்டும் சொல்லாடல்களை அப்படியே ஏற்பது தலித்துக்கு இழிவு; அவற்றைப் பகுத்தறிவு ரீதியில் விசாரணை செய்ய வேண்டும் என்கிறார். 'ஓதுவது ஒழியேல்' என்பதற்கு, அறிவைப் பெருக்கும் கலைநூல்களை வாசிப்பதை நீங்கிடாதே என்று நவீனப் பொருள் காணுகிறார். 'ஏற்பது இகழ்ச்சி' என்பது எதிர்மறை விமர்சனம்; 'ஓதுவது ஒழியேல்' என்பது நேர்மறை அறிவுரை. பழைய பிரதியினை தாசர் அழித்து உரைமூலமாகப் புதிய, நவீன பிரதியைப் படைக்க முயன்றது தெரிகிறது.

'நூற்கலைகல்' (பாடபேதம்: நூல் பல கல்) என்பதற்கு, அறிவை வளர்க்கும் 64 கலை நூல்களை வாசிக்கக் கடவாய் என்று தாசர் உரை எழுதி, நிகண்டு முதல் அவஸ்தைஸ்தம்பம் வரையுள்ள அந்த 64

நூல்களின் பெயர்களை எழுதுகிறார். 'மேன்மக்கள் சொற்கேள்' என்றால் சிறந்த மநுக்களின் (மனிதர்) சொல்லைக் கேட்டுநட எனப் பொருள் கூறுகிறார். மேன்மக்கள் என்றால் உயர்ந்த சாதியினர் என்று பொருள் இல்லை என்று கவனப்படுத்தியுள்ளார். 'தையல் சொற் கேளேல்' என்றால் பெண்பேச்சைக் கேட்டு நடக்காதே என்பது மரபான பழைய பொருள். இதற்கு தாசர் தந்த விளக்கம் அபாரமானது! நினைத்துப் பார்க்க முடியாதது. 'தையல்' என்பதற்கு கொடூரம், மனம் தைக்க, காயம்படக் கூறுவது என்று பொருள் கொள்ளுகிறார். தைத்தல் என்பதே தையல். பனியின் கொடூரத்தால் இலை உதிரும் மாதம் தை மாதம், கொடூரமான நெய்கலந்த வஸ்துக்களுக்குப் பெயர் *தைலம்*. இதயம் புண்படத் தைக்கக் கூறும் வார்த்தை *தையல்*மொழி. இதனால், கொடூரமான சொற்களுக்குச் செவி கொடாதே என்ற பொருள் கிடைக்கிறது. பெண்ணியலாளர்கள் தாசரின் இப்பொருள் கோடலைக் கவனிப்பார்களாக!

'நீர் விளையாடேல்' என்றால் பங்குனிப்பருவ நீர் விளையாட்டை நீ விளையாடிக் கொண்டாடாதே என்று பொருள் காணுகிறார். சித்தார்த்தர் காமனையும் காலனையும் வென்ற நிகழ்வைப் பங்குனி மாதத்தில் பௌத்த அரசரும் குடிகளும் ஆணும் பெண்ணுமாகச் சேர்ந்து நீர்விளையாட்டாக விளையாடினார்கள். இதற்குக் காமன் பண்டிகை எனப்பெயர். காலப் போக்கில், இவ்விளையாட்டில் பெண்கள் மதிமயங்கி கற்புநிலை தவறினர்; ஆண்கள் பஞ்சவிரதம் தவறினர்; இதனால் நீர் விளையாட்டைச் சங்கத்தார் தடை செய்தார்கள் என்று தாசர் பௌத்த விளக்கம் தருகிறார்!

தாசர் வைத்தியராதலால் ஔவையின் சில மொழிகளுக்கு மருத்துவ விளக்கம் தந்துள்ளார். 'சனிநீராடு' என்றால் எள் நெய் தேய்த்துக் குளிப்பதல்ல; உலோக (சனி) ஊற்றில் தேகம் முழுவதும் அழுந்த குளித்து எழு என்பது பொருள் (II. 472). பாலியில் சனி என்றால் இருள் என்று அர்த்தம். சனிநீர் என்றால் உலோக ஊற்று, தீர்த்தம் என்று பொருள். இதனால் சர்வரோக நிவர்த்தி உண்டாகும் என்பது சகரசாஸ்திர மூலபாடம் என்று வைத்திய சாஸ்திர முறைபற்றி தாசர் எழுதினார்.

'இலவம் பஞ்சிற்றுயில்' என்பதற்கு வைத்திய விளக்கம் தருகிறார். இலவம் பஞ்சால் உஷ்ணரோகங்கள் (வியாதிகள்), பாரம்பரியமாக வரும் மதுமேகம், குட்டரோகம், குழந்தைகளின் மலபந்தம், குமரகண்ட வலி ஆகியன நீங்கும்; தாது விருத்தியாகும் என்கிறார் (II. 476). 'சீர்மெய் மறவேல்' = தேகத்தைச் சுத்திசெய்வதை ஒருக்காலும் மறவாதே! தேகசுத்தியே இதயசுத்திக்கு ஏதுவாகும். நம்மை ஆளும் ஆங்கிலேயர் வெண்மைநிறத்தால் சுத்த தேதிகளாக இருக்கிறார்கள். எப்போதும் சுத்ததேகம், சுத்த உடையோடு இருப்பதால் அவர்களைச் சீர்மெய்யர், சீர்மையோர் என்பர். இதனாலே ஐரோப்பாவுக்கு சீர்மெய் (சீமை) எனப்பெயர் வந்தது என்று பிராமணிய சுத்தத்தின்

மாயையை உடைத்து ஆங்கிலேயரின் சுகாதார அடிப்படையிலான சுத்தத்தை தாசர் முன்வைக்கிறார். தாசரின் சொல்லாராய்ச்சி அசாத்தியமானது!

தாசர் நவீன கல்வியை வரவேற்றபோது கைத்தொழில்களையும், விவசாயத்தையும் பெரிதும் வலியுறுத்திவந்தார். 'நெற்பயிர் விளை' என்றால் நெல்தானியத்தை உழுது பயிரிடு என்று பொருள். நெல்விளைச்சலின் முக்கியத்துவத்தை தாசர் வேறு கோணத்திலிருந்து பார்த்தார். ரூபாய்க்குப் பத்துப்படி அரிசி விற்றது போய் நான்கு படி விற்கிறது; இதற்குக் காரணம் நெற்பயிரை விடுத்து, சுயலாபத்திற் காக மணிலாக்கொட்டையைச் சாகுபடி செய்கிறார்கள். இதனால் நல்ல மழை பெய்தும் கூடப் பஞ்சம் ஏற்படுகிறது என்று தாசர் அவர்கால வேளாண்நிலையை எடுத்துக்காட்டினார்.

'வித்தை விரும்பு' என்றால் கைத்தொழிலைக் கற்க விரும்பு என்று பொருள். இதனை விளக்கிய தாசர், ஒரு மொழியைக் கற்பது வித்தையாகாது; பிற மொழியும் கற்க வேண்டும்; மரம், தையல், பொன்வினை, பயிரிடல் முதலிய வித்தைகளில் ஒன்றைத் தேறக் கற்றால் எத்தேசம் போனாலும் சிறப்பு வரும் என்று தாசர் தொழில் சார்ந்த கல்வியை வலியுறுத்தினார்.

இனி, அவர்காலத்தில் மரபான வைத்தியர்கள் மத்தியிலிருந்த யோகப்பியாசக் கருத்தை தாசர் தந்த உரையின் வழி காணலாம். 'கொன்றை வேந்தனில்' வரும் 'எண்ணும் எழுத்தும் கண்ணெனத்தகும்' என்பதற்கு, கணிதத்தில் எட்டு என்னும் தமிழ் வரிவடிவமும் (அ), அட்சரத்தில் அகரம் என வரும் வரிவடிவும் (அ), உள்மெய், புறமெய் எனும் அருட்கண்ணாம் ஞானக்கண் எனக் கூறுதல் ஒக்கும் என்கிறார் தாசர். தாசர் – மை விகுதியின்றி அவ்விடத்தில் – மெய் விகுதி இட்டே எழுதுவது அவரது தனித்தன்மை. அதன் சூட்சுமத்தை அவரே விளக்கியுள்ளார்.

– மெய் என்பது புத்தர் கண்டு பரிநிருவாணம் அடைந்ததைக் குறிக்கும். இது மாந்தர் அகத்திற்குள் உள்ளது; – மை என்பதோ மாந்தர்க்கு அப்பால் உள்ளது. இது பௌத்தர்களுக்கு உடன்பாடல்ல என்றார் (II. 549).

உயிர்தான் உண்மெய் (உள்மெய்); உடல் என்பது புறமெய். இவற்றைக் கண்டடைய புத்தரே வரிவடிவங்களான அட்சரங்களை பாலி, சமஸ்கிருதம், தமிழ் ஆகிய மொழிகளுக்கு வகுத்துத் தந்தார். உயிர் எழுத்துதான் ஆவி; மெய் எழுத்தென்பது உடல். எழுத்துகளுக் கெல்லாம் ஆதி எழுத்து அகரம்; அகர அட்சரம் என்பது பேர்உயிர். இப்பேருயிராம் அண்நாவில் உள்நாவில் அமுதுண்டு, அழியாத பாக்கியம் பெற்றவனாகி, புறமெய் அகற்றி உள்மெய்யில் (உண்மெய்) நிலைத்து நன்மெய்யாம் தன்ம காய ததாகன் ஆகிறான் என்று புத்தரின் பரிநிருவாணத்தையும், சித்தரின் அமுதம் உண்டு மரணத்தை வெல்வதையும், தாசர் இணைத்துப்பார்த்தார். ஆத்திசூடியிலும்

'எண்ணெழுத்திகழேல்' என்று இது வந்துள்ளது. எட்டு என்னும் கணித அட்சரமாகவும் (அ=8), எழுத்து என்னும் அகர அட்சரமாகவும் (அ) விளங்கும் வரிவடிவை அவமதியாதே. இதனை தாசர் விவரித் தெழுதியுள்ளார். அகரமே எழுத்துகளுக்கெல்லாம் ஆதி, தொடக்கம். அதுவே அறிவை வளர்க்கும் ஞானக் கண் என்று எழுத்து – அறிவுத் தொடர்பை தாசர் வலியுறுத்தினார். அதோடு அகர எழுத்தின் வரிவடிவான 'அ' என்பதன் யோக சூட்சுமத்தையும் விளக்கினார். அகரத்தின் சுழியானது புருவமத்திய சுழி முனையிலிருந்து முதுகின் தண்டெலும்புள் அளாவி, உந்தியில் முனை கூடி பூணூல் அணைவது போல மார்புள் சென்று, கண்டத்தில் கால்வாங்கி நிற்கும். இதை பிரமரந்தினம், குண்டலிநாடி, குண்டலிசத்தி என்றுங் கூறுவர். அகர அட்சரம் கண்டத்தில் ஊன்றி குண்டலியை நிமிர்த்தி குணம் குடி கொள்ளும் வழிக்கு ஆதி அட்சரமாகும் என்று தாசர் எண்கணிதம், அகர அட்சரம், குண்டலியோகம் முதலியவற்றைத் தொட்டுக் காட்டியுள்ளார்.

குண்டலி அன்று மரபான வைத்தியமுறைக்கும், சித்த தத்துவத் துக்கும் இடையிலிருந்தது. யோகசம்பந்தமான உடற்கூற்று இயலாக, பயிற்சியாக இருந்தது. ஆங்கில மருத்துவமும், அறுவை சிகிச்சை முறையும், மனித உடல் பற்றிய நவீன அறிவியல் வளர்ச்சியும் உருவாகிப் பரவியபிறகு இது படிப்படியாகப் பின்தள்ளப்பட்டது. இன்று அது வேறு தளத்தில் மரபுசார்ந்த உடல் – உள்ளப் பயிற்சியாக – யோகமுறையாக செல்வாக்குப் பெற்று வருகிறது.

தாசர் கூறிய குண்டலி பற்றிக்காணலாம். தாயின் கருப்பையில் குழவி (சிசு) (Foetus) கட்டுப்பட்டிருக்கும்போது அதன் மூச்சு உள்ளுக் குள்ளே ஓடிக் கொண்டிருப்பது சுபாவம்; இயல்பு. அதாவது அதன் கொப்பூழை ஆதாரமாகக் கொண்டு இடது மார்பின் உள்ளே மேல்ஏறி இரு கண்களின் மத்தியில் நாசிமுனையைத் தாவி, சிரசின் உச்சியைக் கடந்து பிடரி வழியில் இறங்கி வலது முதுகின்பின்புறம் இழிந்து மீண்டும் கொப்பூழில் கலந்து நிற்கும் (மூச்சு). இப்படிச் சுழலும் நாடியைக் குண்டலி என்றும், அதன் குழலுக்குப் பிரம்ம ரந்தினம் என்றும் கூறுவர் (I.552). இவ்வாறு சிசுவின் உள்மார்புக்கும் முதுகுக்கும் ஓடிக் கொண்டிருந்த மூச்சு (நாடி), கருப்பையை விட்டு அது வெளிவந்ததும் வாய்திறந்து கூச்சலிடும்போது நாசி திறந்து உள்ளுக்குள் ஓடிக் கொண்டிருந்த மூச்சு உள்ளுக்கும் வெளிக்குமாக ஓடத் தொடங்குகிறது. இதனால், கருப்பைக்குள் சிசு இருந்தபோது அதன் உள்ளுக்குள் மூச்சு ஓட வழி கொடுத்திருந்த நாடியானது குளிர்ந்து மண்டலமிட்டு (சுருண்டு), சுருண்ட பாம்பு போலக் கொப்பூழில் வளைந்து அவ்வழியை அடைத்து விடுகிறது. தாயின் கருப்பைக்குள்ளிருந்தபோது நீண்டு ஓடிக் கொண்டிருந்த நாடி குழந்தை பிறந்ததும் சுருண்டு அவ்வழி அடைந்தபடியால் அதற்கு குண்டலிநாடி எனப்பெயர் என்று தாசர் விளக்கினார் (I.552).

மீண்டும் பிரம்மரந்தினக் குழல் வாழியாக மூச்சை மறுபடியும் உள்ளுக்குள் திருப்பிக் கொள்கிறவனுக்கு மாளாப்பிறவி, துக்கமற்ற நிருவாண சுகம் உண்டாகிறது (I. 552). பிரம்மரந்தினக் குழல் வழிபோகும் நாடி, இடதுமார்புக்கும், வலது முதுகிற்கும் சுற்றி நிற்கிறபடியால் அதனை உணர்த்தும் விதமாக உபநயனம் கண்ட சாதனன் என உலகோர் அறிவதற்காக மதாணி பூணூல் எனும் முப்புரி நூலை இடது மார்புக்கும் வலது முதுகுக்குமாக அணிகிறார்கள். இந்த நூலை அணிந்தவன் ஐம்புலனை அடக்கும் தென்புலத்தான் (அந்தணன்) என்பதைப் பிறர் அறிவர். இவனை இல்லறவாசி உதவவேண்டும். இவனை மண்டலமிட்ட குண்டலநாடி அறிந்தவன் என்று மக்கள் அறியுமாறு மதாணி பூணூலை மார்பில் அணிகிறான் (I. 1908 : 552). பூணுக்கு ஆதாரம் குண்டலி, பிரமரந்தினம் எனப்படும் நாடியாகும். இதனைச் சிவவாக்கியர்

> "உருதரித்த நாடிதன்னில் ஓடுகின்ற வாயுவை
> கருத்தினால் இருத்தி ஏகபாலம் ஏற்ற வல்லிரேல்
> விருத்தர்களும் பாலராவர் மேனியும் சிவந்திடும்" (I. *55253)*

என்று குறிப்பிட்டார்.

சிசுப்பருவத்தில் அதனுள் ஓடியதாகக் கூறப்படும் மூச்சினைப் பெரியவரான பிறகும் ஓடவைக்கலாம்; அப்படி ஓடவைத்தால் இளமை திரும்பும்; முதுமை, மரணம் இல்லை என்றொரு தர்க்கம் இதில் உள்ளது. இதனை தாசர் யோகபரிபாஷையில், உபநயனம் என்னும் உதவி விழியான ஞானக்கண்பெற்று புருவமத்தியிலுள்ள சுழிமுனைநாடியை அழுத்தி, சதா விழித்து, சர்வ பாச பந்தங்களையும் ஒழித்து, நனவில் சுழுத்தியாகித் தூங்காமல் தூங்கும்போது, தசநாடிகளின் தொழில் ஒடுங்கி, குண்டலி நாடி நிமிர்ந்து சதநாதங்கள் தோன்றிக் கலங்கச் செய்யும் (I. 553) என்று விளக்கினார். அதாவது நாசிவழியாக நடைபெறும் சுவாசத்தைப் பயிற்சி, கட்டுப்பாடுகள் மூலம் அடக்கி, சிசுவிற்குள் நடந்த உள்மூச்சு ஓட்டத்தை மீண்டும் கொண்டு வந்தால் சுயம்பிரகாசம் உண்டாகும் (I. 553). அந்தச் சுயம்பு ஒளியான தேயுயின் (நெருப்பு) அகம், ராகதுவேச மோகங்களால் சூடுற்று அழியாதவாறு, சாந்தம் ஈகை அன்பு எனும் பெருக்கத்தால் தேயுவின் அகம் குளிர்ந்து தன்னை உணர்ந்து புளியம்பழமும் ஓடும்போலப் பிரிந்து மனிதன் என்னும் பெயரற்று குளிர்ந்த தெய்வம் எனும் ஏழாவது தோற்றப்பெயர் பெறுகிறான். அதாவது தேவனாகிறான் (I. 553). (பூமி › புல்பூண்டு › புழு › மச்சம்பட்சி › மிருகம் › மனு › தேவர் (I. 554). மனிதனுக்குள்ளே தேயு என்கிற துர்ச்செயல்கள் அகன்று குளிர்ந்து சாந்தம் நிறைகிகிற போது தேவனாகிறான். சர்வ ஜீவன்மீது அன்பு பாராட்டும் குளிர்ந்த நிலை அடைகிறான். அப்போது அந்தணன் என்ற பெயர் பெறுகிறான். தாசரும் அவரையொத்தவர்களும் கூறிய இந்த குண்டலி எழுப்பி உள்விழியால் புருவமத்திய சுழி முனையை நாடும் பயிற்சியில் மனிதனின் சொந்த முயற்சியே

இடம் பெறுகிறது. இங்கே வைதிகத்துக்கோ, பிராமணியத்துக்கோ இடம் இல்லை என்பது உறுதி. குண்டலியை எழுப்பி ஒளிபெறும் மனிதனே யமகாதகன், காலகாலன், மரணத்தை ஜெயித்தவன் என்பர் (I. 1908 : 1908). புத்தர் இத்தகைய நிலையை எய்தியவர். புத்த சங்கத்தைச் சேர்ந்த அறஹத்துக்களான அந்தணர்கள் தாங்கள் இருபிறப்படைய – அதாவது சோதிவடிவாக – ஒரு மாசம் இருக்கும் போதே சங்கத்தார்க்கும், தேச அரசனுக்கும் தெரிவித்துத் தங்கள் விஹாரைக்கு அருகில் ஒரு கல்லறை கட்டி அதற்குத்தக்க சதுரக்கல் மூடி ஒன்றைச் செய்யச் சொல்வார்கள். அக்கல்லறையில் சாம்பலையும் கற்பூரத்தையும் கொட்டி அமாவாசை அல்லது பௌர்ணமி நாளில் அறஹத்துவானவர்கள் அதற்குள் உட்கார்ந்து சதுரக்கல்லால் மூடிவிடச் செய்வார்கள். அதற்குள்ளே அவர்கள் ஆதிக்குச் சமமாக (புத்தர்) சுயம்பிரகாசமாய் வெளித்தோன்றி இரு பிறப்பாளராவார்கள். இதுவே சமாதி (சம – ஆதி). புத்தர் என்ற ஆதிக்குச் சமமான நிலையாகும். சமாதி அடைந்த 15 ஆம் நாள் மாலையில் கல்லறையைத் திறந்து பார்க்கும் போது, அந்த அறஹத்தின் தலை உச்சி வெடித்து பீடம் கலையாமல், சிரம் கவிழாமல் இருந்தால் அவர் மரணத்தை வென்றவர் எனக் கண்டு கொள்ளலாம். அதனைக் கொண்டாடினார்கள். தானங்கள் செய்தார்கள் (I. 557). இதற்கு மாறாக, கல்லெடுப்பின் போது, அறஹத்தின் உச்சி வெடிக்காமல், முடி சாய்ந்து கிடந்தால் அவர் சமாதிநிலை அடையவில்லை; இறந்து விட்டார் என்றர்த்தம். இந்த இழிவு (எழவு) வந்ததற்காக, உறவினர்கள் தங்கள் மீசைகளைந்து துக்கத்தில் இருப்பார்கள் (I. 557). இவ்வாறு ஜீவன் முத்தர்களானவர்களைத்தவிர, அந்தரத்தில் உலாவும் விதேகமுத்தர்கள், சாரணர்கள், சித்தர்கள் என்போர்களும் உள்ளனர் இவர்கள் 89 சித்துக்களை விளையாடவல்லவர்கள் (I. 558). வேதத்துக்கு அந்தம் வேதாந்தம்; அஷ்ட (8) சித்துக்களுக்கு அந்தம் சித்தாந்தம்; இவ்விரண்டுக்கும் மத்தியில் தேகத்தோடு அந்தரத்தில் உலாவுபவர்களே சித்தர்கள், சாரணர்கள். இதையே தாயுமானவர் ‘வேதாந்த சித்தாந்த சமரச நன்னிலை பெற்ற வித்தகச் சித்தர் கணமே’ என்று பாடியதாக தாசர் விளக்குகிறார் (I. 558). புத்தரே சித்தர்களின் தலைவர் என்று முடிக்கிறார் தாசர்!

இதைத் தொடர்ந்து மனரோகத்தையும் (மனவியாதி) தேகரோகத்தையும் (உடல் வியாதி) சேர்த்தே பௌத்தரும் சித்தரும் குணப்படுத்தியதாக தாசர் எழுதுகிறார். மனம் உடல் இரண்டையும் குணப்படுத்தும் விதமாகவே பௌத்தமும், சித்தர் போதகமும் அமைந்தன. புத்தரின் உத்தரவின்பேரில் தன்வந்திரி என்ற தனவந்தன், பரத்துவாசரிடம் வைத்தியம் படித்து, இந்திர விகாரைகளுக்கு அருகில் வைத்திய சாலைகளை ஏற்படுத்தி வைத்தியம் செய்தார். மனரோகங்களை திரிபிடக போதனையாலும், தேகரோகங்களை அவுடதங்களாலும் போக்கினார் (II. 314).

மேலும் தாசர் உடல்நோய்களுக்கும் மனதின் குணம் குற்றங்களுக்கு முள்ள சம்பந்தத்தை விளக்கியுள்ளார். மனிதரின் ரஜோ, தமோ, சத்துவ முக்குணங்களால், காமம் – வெகுளி – மயக்கம் காரணமாக எழும் மூவித நோய் அடிப்படைகளான வாதம் – பித்தம் – சிலேத்துமம் தோன்றுகின்றன. வாதத்தால் 1500 வகை வியாதிகளும், பித்தத்தால் 1540ஆம், சிலேத்துமத்தால் 1408ஆம் உண்டாகின்றன. இவ்வியாதிகளின் தோற்றத்துக்கும் உபாதைகளுக்கும் அவாக்களே காரணம் (மனம்) (II. 310). நோய்களின் தோற்றங்கட்கு பூதபௌதீகங்களும், அவரவர் குணாகுணங்களும், செயல்களும் காரணங்களாகும் (II. 311). இதனை தாசர்,

1. மண், நீர், நெருப்பு, காற்று முதலிய பூதங்களின் மாறுதலின் செயல்கள் முதல் மூலம்
2. முக்குண அவாக்களான காமம் வெகுளி மயக்கங்கள் இரண்டாவது மூலம்
3. மனப்போக்கின் மீறிய செயல்கள் மூன்றாம் மூலம்.

இந்த மூன்றுவித ஏதுக்களால் (soures) விளைவன சத்துவ விருத்தி, தமோ விருத்தி, ரஜோ விருத்தி. இக்குண விருத்திகளால் விளையும் வியாதிகளே வாதம், பித்தம், சிலேத்துமம்.

இந்த வியாதிகளின் பீடங்களாக, இருப்பிடங்களாக தாசர், தமிழகத் தின் ஐவகை நிலங்களை (space) எடுத்துக் கொள்ளுகிறார். நெய்தல் நிலமக்களுக்கு வாதமே வியாதியின் பீடம்; குறிஞ்சிக்கு பித்தம், முல்லைக்கு சிலேத்துமம், மருதத்துக்கு வாதத்தில் பித்தம், பாலைக்குப் பித்தத்தில் சிலேத்துமம் பீடங்கள் என்கிறார் (II. 311).

இந்த நோய்களைத் தீர்க்க உதவும் மருந்துகளைத் தயாரிக்க ஐந்து மருந்து ஆதாரங்களைத் தாசர் தருகிறார். 1. உலோகம் 2. மூலிகை 3. உப்பு 4. பாஷாணம் (நஞ்சு) 5. ரத்தினம்.

1. உலோகங்களால் உடம்பின் உறுப்புக் குறைகளை அகற்றலாம். இரத்த விருத்திக்கு அயம் (இரும்பு); மூளை விருத்திக்குப் பொன்; மாமிச விருத்திக்கு வங்கம், அஸ்தியின் விருத்திக்கு வெள்ளி, நரம்பு விருத்திக்கு தரா, சரும விருத்திக்குத் தாமிரம் (II. 311).
2. மூலிகைகளில், அயம், பொன், தாமிரம் சம்பந்தமானவை உள்ளன. அவற்றை அறிந்து உபயோகிக்க வேண்டும்.
3. உப்பின் வகைகளிலும் அயம், பொன், வங்கம், வெள்ளி, தரா தாமிர சம்பந்தமான உலோகங்கள் உண்டு (II. 311).
4. பாஷாணம், 5. ரத்தினம் வகைகளில் உலோக சம்பந்தங்கள் உள்ளன (II. 312).

இந்த ஐந்திலிருந்தும் நோய்தீர்க்கும் மருந்துகளைத் தயாரிக்கலாம் (II.312).

இதுவரை குண்டலியோகம், சமாதிநிலை, மருத்துவம் பற்றித் தாசர்மூலம் அவர்காலத்தில் நிலவிய கருத்துக்களைத் தொகுத்துக் கொண்டோம். இவை குறித்த விரிவான விளக்கங்களையோ, விமர்சனங் களையோ இங்கே வைக்கமுடியாமைக்குக் காரணம் நமது அறியா மையே! தாசரின் கருத்தியல் கட்டமைப்பிற்கு இவை பங்களித்துள்ளன என்பதைச் சொல்லவே இந்த விபரங்கள். தமிழ் இலக்கியத்தை பௌத்த அறம், மருத்துவம், நவீனத்துவம், யோகம் ஆகியவற்றின் நோக்கிலிருந்து தாசர் மறுவாசிப்புச் செய்து அதனை பௌத்த – நவீனமயமாக்கியமை பற்றி அறிந்த பின்னர் அவரது சொல்லாராய்ச்சி பற்றியும் தெரிந்து கொள்ள வேண்டும். தாசர் தமது பௌத்த நிலையிலிருந்து சாதி – மதபேத மறுப்பு நோக்கில் ஏற்கனவே இழிந்த தாகவோ, வைதீகப் புனிதம் மிக்கதாகவோ பொருள்பட்டுவந்த சொற்களை ஆராய்ச்சி செய்து அர்த்தங்களைத் தலைகீழாக்கியுள்ளார். எவ்வாறு தனித்தமிழ், தமிழர் என்ற அரசியல் நிலைபாட்டிலிருந்து தேவநேயப்பாவாணர் சொற்களை ஆராய்ச்சி செய்தாரோ அவ்வாறே தாசரும், அவருக்கு முன்பே, பௌத்தத்தின் சாதி பேத மறுப்பு என்ற அரசியல் நிலைபாட்டிலிருந்து சொற்களை ஆராய்ச்சி செய்தார். எப்போதுமே பாதிக்கப்பட்டவர்கள் தங்களுடையவை என்று எடுத்து வைக்க ஏதும் இல்லாத போது, இருக்கின்றவற்றை உடைத்துப் பார்ப்பது வழக்கம்தான். சொற்களைப் பிரித்துப் புதிய அரசியல் சேர்க்கைகள் வழியாகத் தங்களுடையவற்றை முன்னெடுத்து வைப்பார் கள். தாசரும் பாவாணரும் இந்த முறையில் ஒத்துப்போகிறார்கள்.

தாசர் தமது காலத்தில் இழிவழக்காக ஆகிய குறிப்பாக தலித் சார்ந்த சொற்களுக்கு தாம் கருதிய உயர்பொருளில் அவற்றை உடைத்துப் பிரித்துச் சேர்த்து, அவற்றை மூலத்தில் பௌத்ததன்மம் சம்பந்தப்பட்டவையாகவோ, உயர்வழக்குடையவையாகவோ தலை கீழாக்குவார். பிறகு அவை, அவற்றின் மூல உயர் பொருளை இழந்து இழிபொருளாகவோ வைதீகச் சார்பு பெற்றுவிட்டதாகவோ சாதனை பண்ணுவார். பாவாணர் எவ்வாறு சொற்களின் வேர்களை ஆரியக் கலப்பற்ற தூய நிலைக்கு, தனித்தமிழ் நிலைக்கு உந்திச் சென்றாரோ அவ்வாறே தாசரும் அவருக்கு முன்னர், சொற்களை வைதீக சாதிபேதக் கலப்பற்ற திராவிட பௌத்தத்திற்கு உந்திச் சென்றார் என்று கூறலாம். ‘சாதி’ என்பதைத் தமிழ்ச் சொல்லாகக் கொண்டு, இது ‘சாதித்தோர்’ ‘சாதிப்போர்’ என்பதைக் குறிக்கும் என்றும், தன்னுயிர்போல் மன்னு யிரைக் காப்பதே அரிய செயல், அதுவே சாதனை; அச்சாதனையைப் புரிபவரே பெரிய சாதிகள், என்று தாசர் செய்த சொற்பொருள் ஆராய்ச்சி, பௌத்த தருமத்தின் உயிரைக் கொல்லாமை என்ற சீலத்தோடு ‘சாதி’யைப் பொருத்துவதாக உயர்நிலை ஆக்கம் பெறுகிறது. (III. 1908 : 17).

‘சண்டாளன்’ என்ற சொல் சாதியக் கெட்டவார்த்தை. இதனை உயர்சாதியோர் என்போர் அடிக்கடி பயன்படுத்தினர். இது பிறப்பால்

தீட்டுக்குள்ளாகும் மக்களைக் குறிக்கப் பயன்பட்டு வந்தது. இதற்கு அறுவகைத் தொழில்புரிபவன் என்ற விழுமிய பொருளைத் தாசர் தம் ஆராய்ச்சி மூலம் பெற்றார். தண்+ஆமரை = தண்டாமரை (குளிர்ச்சியான தாமரை) ஆவது போல, சண்+ஆளன் = சண்டாளன் என்றானது என்று வழக்கமான புணர்ச்சி இலக்கணத்தை மீறி தாசர் பகுபதம் பண்ணியுள்ளார். சண் = ஆறு; சண்மதம், சண்முகம் என்பவற்றில் சண் என்பது ஆறு என்ற எண்ணிக்கையைச் சுட்டும். அதுபோலச் சண்டாளன் எனில் ஆறுவித தொழில்புரியும் உயர்ந் தோனைக் குறிக்கும் என்றார் தாசர். இதுவே பார்பனியத்தால் தீண்டத்தகாதவனைக் குறிக்கும் வசைச் சொல்லாக்கப்பட்டது. இலக்கணப் புணர்ச்சிபடி, தண்+தாமரை என்பவையே தண்டாமரை என்றாகும். இதன்படி பார்த்தால் சண்+தாளன் என்பவையே சண் டாளன் என்றாகும். தாசர் சொன்னபடியே பார்த்தால், புணர்ச்சி விதிப்படி, தண் + ஆமரை = தண்டாமரையாகாது; தண்ணாமரை யாகும்; இதே விதிப்படி, சண்+ஆளன் = சண்ணாளன் என்றே புணரும். சண்ட்+ஆளன் தான் சண்டாளனாகும். இதைப்பற்றியெல் லாம் தாசர் கவலைப்படவில்லை; மூச்சுட்டும் அளவுக்கு ஒருவன் அமுக்கப்படும்போது உயிர் வாழ்தல் எனும் போராட்டத்தின் வெடிப்பாக அவன் அந்நிலையிலிருந்து எந்த விதத்திலேனும் மூச்சுவிடு வதற்காக கரடுமுரடான எத்தனிப்புக்களில் இறங்கவே செய்வான். இது இயற்கை விதி. இந்த இயற்கை விதியின் அடிப்படையில்தான் தாசர் இலக்கணப் புணர்ச்சி விதியை மீறியிருக்கிறார்! தேவ அடியார் என்ற சிறப்புமொழி இன்று தட்டுவாணி என்று இழிவழக்கானதைப் போலவே ‘சண்டாளன்’ என்பதும் ஆயிற்று என்பது தாசர் கண்டு பிடிப்பு (III. 1907 : 2).

‘மடாதிபதி’ என்ற சொல்லை எடுத்துக்கொண்டு அதனை அதன் மூலவழக்கிற்கு இட்டுச் செல்லுகிறார் தாசர். பாலிமொழியில் மடாதிபதிக்கு மஹாயிடஅதிபதி என்று பொருள். இந்த மகா இடமாகிய தெய்வ சபையோர் செய்யும் செயல்கள்: நல்லூக்கம், நல்வாய்மை, முதலான பௌத்த சங்கத்தாரின் சீலங்களாகும். இப்படிப்பட்ட மேலான பௌத்த மடாதிபதிகள் இன்றில்லை; இன்றுள்ள மடாதிபதிகள் வெறும் டம்பமடாதிபதிகள், வேஷபுரோகிதர் கள் என்கிறார் தாசர் (III.1909 : 17 - 18). தாசர் குறிப்பிடும் அவர்கால மடாதிபதிகள் திருவாவடுதுறை, தருமபுரம் முதலான ஊர்களிலிருந்த சைவ மடங்களின் ஆதீன கர்த்தர்களான தேசிகர்களே; தம்பிரான்களே. சைவச் சார்பானதை தாசர் பௌத்தத்துக்கு இடம் பெயர்த்துள்ளார். வரலாற்றில் தம்மை நிலைநிறுத்த ஏதும் இல்லாதவர்களுக்கு, இருக்கின்ற வற்றைத் தமக்குரிய சாதனங்களாக அபகரிப்பதும், தூணைத் துரும்பாக்குவதும், துரும்பைத் தூணாக்குவதும் போராட்ட முறை களாக அமைகின்றன. தாசர் இவ்வகைப் போராட்டத்திற்குச் சிறந்த முன்னோடி.

தாசர் காலத்தில் (அவருக்குப் பிறகும் கூட) பிணம் தூக்கிச் செல்லுகையில், 'சாதிபேதமில்லாக் கூட்டத்தார்' (பறையர்) கள் குடித்து வெறிக்கூத்தாடிப் போவதைக் கண்டு அதன் 'உண்மை' வரலாற்றை அதன் உயர்ந்த நிலையை எடுத்துக் கூறினார். நிருவாண மடைந்தபின் புத்தரின் தேகத்தைத் தகனம் செய்ய எடுத்துப்போன போது அதனை ஆனந்தக் கூத்தாடிக் கொண்டாடினார்கள் பௌத்தர் கள். அந்த ஆனந்தக் கூத்துதான் இன்று கால மாற்றத்தால் துக்கக் கூத்தாகிவிட்டது; இதனைத் தடைசெய்ய வேண்டுமென்று தாசர் கோரிக்கை விடுத்தார் (III. 1910 : 25).

விபூதி என்பது சைவர்களின் முக்கிய மதச்சின்னம்; ஐந்தெழுத்து மந்திரம் மாதிரி இது அபூர்வ சக்திபெற்றதாகச் சைவர்கள் கருதினார் கள். இதனைத் தாசர் தலை கீழாக்கினார். விபூதியின் மூலச்சொல் 'மாபூதி'. புத்தரின் அஸ்தியை இது குறித்தது (III. 1910 : 32). இவ்வாறு விபூதியைச் சைவர்களிடமிருந்து கைப்பற்றிய தாசர் வைணவக் கடவுள் விஷ்ணுவின் கைகளிலிருந்த சங்கினை, பௌத்த சங்கமாகவும், (சங்கு > சங்கம்), சக்கரத்தை புத்தரின் தர்மச்சக்கரமாகவும் (அற ஆழி) இடம் பெயர்த்தார். இதற்கொரு சரித்திர ஆராய்ச்சியைத் தந்துள்ளார். இராமனுஜர் காலத்தில் தாமரை ரேகையுள்ள சித்தார்த்தரின் பாதத்தை விஷ்ணுவின் பாதம் எனக்கூறிய வைணவர்கள் அதனைத் தாமரை மலர்மீது நிறுத்தினார்கள். அவர்களே பௌத்த சங்கத்தைச் சங்காகவும், தன்ம சக்கரத்தைச் சக்கரப்படையாகவும் ஆக்கி விஷ்ணு வின் கைகளில் வைத்துப் பூசித்தார்கள் (III. 1910 : 32). எதிர்ப்புராணம், எதிர்வரலாறு கட்டுவதன் மூலமாக தாசர் வைதீகத்தை நிர்மூலம் செய்ய முயன்றுள்ளார்.

பௌத்தத்தின் கொள்கைகளை உருவி எடுத்து, கிரகித்து சூன்யவாத மாக, ஏகான்மவாதமாக மாற்றி பிராமணியத்துக்குப் புத்துயிர் தந்த சங்கராச்சாரியாரை தாசர் 'சங்க அற ஆச்சாரியார்' என்று பிரித்து எடுத்து அதனைப் புத்தரின் நாமங்களில் ஒன்றாக மாற்றினார் (III. 1910 : 37). இழிவுதான் மருவி எளவானதாக ஒரு வழக்கை எடுத்துக்கொண்டு, நிருவாணமடையாமல் வெறுமனே ஒருவர் மரணம் அடைந்து இழிவை ஏற்றதைக் குறிப்பதே இழிவு – எளவு. இத்தகைய பிணத்தின் கால் பெருவிரல்கள் இரண்டையும் சேர்த்துக்கட்டுவது பந்தபாசக்கட்டு நீங்கவில்லை என்பதைச் சுட்டவும், பிரேதத்தின் சிரசின் அருகே தீபம் ஏற்றுவது, மரணித்தவன் சிரசின் உச்சியிலிருந்த சோதி அவிந்துவிட்டதைச் சுட்டவும், பிரேதத்தைத் தூக்கிப் போகும் போது சாணம் கரைத்துத் தெளிப்பது வாய்க்கரிசியிடுவது, இழிவுக்குப் போய்வந்தவர்கள் தலை முழுக்குப் போடுவது போன்ற சடங்குகள் இழிவை அகற்றுவதைச் சுட்டவும் மேற்கொள்ளப்படுவதாக தாசர் மாற்று விளக்கம் தந்தார். இதில் வைதீக விளக்கத்திற்கு இடமேயில்லை என்பது குறிப்பிடத்தக்கது (III. 1910 : 40 - 41).

தாசரின் சொல்லாராய்ச்சியில் தொடர்ந்த தருக்கம் பாதிக்கப்பட்டவனின் தருக்கம். இது அவரது எல்லாவிதச் செயல்பாடுகளிலும் – கருத்துவகைச் செயல்பாடுகளிலும் தெறித்துள்ளது. குரங்கிலிருந்து மனிதன் பிறந்தான் என்ற நவீன பரிணாமக் கோட்பாட்டின் கருத்தைத் தமது தருக்கத்துக்குப் பயன்படுத்தினார். குரங்கிலிருந்து மனிதன் பிறந்தான் எனில் பிரம்மாவைப் பெருங்குரங்கென்றே சொல்ல வேண்டிவரும்; அது இல்லை எனில் இந்தியர் யாவரும் பரிசுத்த பிரம்மாவிடத்தினின்று தோன்றினர் என்றால் பறையனும் அவனிடத்திருந்தே தோன்றியிருக்க வேண்டும். அது அவ்வாறானால் பறையனைத் தோற்றுவித்த பிரம்மாவையும் பெரும்பறையன் என்றே கூற வேண்டும்! (III. 1910 : 46). இதே தருக்கப்படி தாசர் வால்மீகியையும், கம்பனையும் பொய்யர்களாக்கினார். ‘பூவுலகில் பொய்பேசாது மெய்பேசுகிறவர்கள் யார் எனத் தேவர்கள் வினவியபோது, அரிச்சந்திரன் ஒருவனே மெய்யன் என்று கூறிய பிரகாரம் வால்மீகரும், கம்பரும் பொய்யர்களாகிறார்கள்’ (III. 1910 : 47).

பொதுவாக ‘ஆகமம்’ என்பது வைதீகத்தோடு தொடர்புடைய சடங்குவிதிகளைக் கூறும் தொகுதியாகக் கருதப்பட்டு வந்தது. ஆகமவிதிகளின்றி சைவ வழிபாடுகள் சாத்தியமில்லை என்பார்கள். தாசர் இதனை ‘புத்தாகமம்’ என்பதால் இடம்பெயர்த்தார். இதற்குப் பிங்கல நிகண்டு, தண்டியலங்காரம் ஆகியவற்றைச் சான்றாகக் காட்டினார். ஆகமம் என்பது அறநூல், புத்தர் போதித்த அறத்தையே புத்தராகமம் எனக் கருதலாம் என்றார்.

நிர்வாணம், வாணம் ஆகிய சொற்களுக்கு தாசர் தந்த பொருள் புதுமையானது. பாலிமொழியில் ‘வாணம்’ என்றால் கட்டுண்ட நிலைமை எனப்பொருள் (III.1913 : 83). அதாவது பந்த பாசத்தால் சிக்கிக் கட்டுண்டு துக்கவிருத்தியிலிருக்கும் நிலைக்கு வாணம் என்று பெயர். இதற்கு எதிராக, பந்தபாசமறுத்து, மனம் எனும் பெயர் ஒழிந்து, காமம் வெகுளி மயக்கம் எனும் மாசகற்றி, துக்கங்களற்று நித்திய ஆனந்தத்திலிருக்கும் நிலைக்கு ‘நிர்வாணம்’ என்று பெயர். அதாவது மீண்டும் பிறவாத நிலை. (III.1911 : 53). சாவு என்ற இழிவிலிருந்து (எளவு) நிர்வாணம் வேறுபட்டது. செத்தவன் மீண்டும் பிறப்பான், நிர்வாணம் எய்தியவனுக்கு மறுபிறப்பில்லை.

பல வேளைகளில் தாசரின் தருக்கமும், சொல்லாராய்ச்சியும், கட்டுடைப்பும், தலை கீழாக்கும் செயலும், பாதிக்கப்படாதவர்களுக்குப் புதிராக, சிலவேளை கோபத்தைக் கிளப்புவதாகக் கூடப்படலாம். ஆயின் பராயர் (பிறர், அந்நியர்) என்ற சமூக நிலையிலிருந்த ஒரு மக்கள் கூட்டம், சாதி அமைப்புக்குள் வலிந்து புகுத்தப்பட்டுத் தீண்டத்தகாதவர்களாக்கப்பட்ட வலி தாசரின் செயலில் தொடர்ந்து காணப்படுகிறது. இந்த வலியின் காரணமாகவே அவர் பிராமணியத்தைத் தலைகீழாக்க முயன்றார். வைதீகத்தால் நாயன்மாராக்கப்பட்டுப் போற்றப்பட்ட நந்தனை அவர் சுரணைகெட்டவன், பூர்வதன்

மத்தை மறந்தவன், சாதிவெறியரின் சாமியைக் கும்பிடத் தன்னையே நெருப்பிலிட்டுச் சுடும் அளவுக்குச் சென்ற மூடன் என்று கடுமையாக ஏசியுள்ளதற்கு இந்த வலிதான் காரணம் (III. 1911 : 68).

ஓம் என்ற மந்திரம் வைதிகர்களுக்குப் புனித உச்சாடனம். தாசருக்கோ அது அரோகரா மாதிரி ஒரு 'குறைச் சொற் கிளவி' அவ்வளவே. அதற்கு எந்தப் பொருளும் இல்லை (III.1913 : 91). மிலேச்சர் என்ற சொல்லே காலப்போக்கில் ஆரியர் என வழங்கலாயிற்று என்பது தாசரின் ஆய்வு (III. 1914 : 104).

ஜலக்கிரீடினன் › கிருட்டினன் › கிருட்டன் › கிருஷ்ணன் என மருவி வழங்கியது போல, 'விட்டோ விட்டோ போவேன்' என்று கூறியதே நாளடைவில் விட்டுணு, விஷ்ணு என வழங்கலாயிற்றென்பார் தாசர் (III. 1914 : 104). தாசருக்கு மொழி ஆராய்ச்சியோடு கூட நகைச்சுவை உணர்ச்சியும் மிகுதி என்பது தெரிகிறது.

மநுதர்ம சாஸ்திரத்தை தாசர் 'மநுஅதர்ம சாஸ்திரம்' என்றே எழுதினார் (I. 1908 : 26). இவ்வாறு வேண்டுமென்றே பிழைபோட்டு எழுதுவதன் மூலம் வைதீக பிரதிகளையும், ஆகிருதிகளையும் சாய்ப்பது தாசரின் பாணி!

பறையர் என்பதைவிடச் சாம்பான், என்ற பெயரை அவர்கள் மரியாதைக்குரிய பெயராக ஏற்றதற்கு பௌத்த மூலதாரத்தை தாசர் காட்டினார். பாலிமொழியில் 'சம்மா', 'சம்பு' என்றால் 'குன்றாத மனபாக்கியம் பெற்றவர்' என்று பொருள் (I. 1909 : 135). சாம்பவ மூர்த்தியாகிய புத்தபிரானின் தன்மவம்ச வரிசையோர் என்பதால் சாம்பான் குலத்தார், சாம்பான்கள் என்று அழைக்கவே சம்மதித்தார்கள்; பறையர் என்றல்ல என்றார் தாசர். இன்று பள்ளர்கள் தங்களை தேவேந்திர குலவேளாளர் என்றும், சக்கிலியர் தம்மை அருந்ததியார் என்றும் வைதீக நாமமிட்டுப் பெருமையாக அழைப்பதை வலியுறுத்துவதைப் போல, அன்று தாசர், பறையரை சாம்பவ மூர்த்தியான புத்தபிரானின் வம்ச வரிசையோரான சாம்பான்கள் என்று பௌத்த பெருமையோடு அழைப்பதை வலியுறுத்தினார் என்று சொல்லலாம்.

'அன்னையும் பிதாவும் முன்னறி தெய்வம்', 'ஆலயம் தொழுவது சாலவும் நன்று' என்பதில் வரும் ஆலயத்தை, ஆ + லயம் என்று தாசர் பிரித்து ஆ = மனம், வாக்கு, காயம் எனும் திரிகரணங்கள் எனப்பொருள் கூறி, இம்மூன்றும் ஒடுங்கி ஒரு லயத்தில் அடங்குமாறு பெற்றோரை வழிபட வேண்டும் என்று பொருள் கூறினார். (II. 1908 : 91).

'கோயிலில்லாவூரில் குடியிருக்க வேண்டாம்' என்பதிலுள்ள 'கோவில்' இந்துக்கோவில் அல்ல; அரசன் மனை. அரசன் மனை இல்லாத ஊரில் குடியிருக்கவேண்டாம் என்பது தாசர் கொண்ட பொருள். 'கோத்திரம் அறிந்து பெண்கொடு' என்றால் சாதிபார்த்துப் பெண்கொடு என்பதன்று; கோ(அரசன்) திறம் (வல்லமை) அறிந்து

பெண்கொடு என்றார் தாசர்! பாத்திரம் அறிந்து பிச்சையிடு என்றால் தராதரம் அறிந்து உதவு என்பதன்று; புத்தசங்கத்தாருக்கு விமலர் (புத்தர்) தந்த ஓடு தெரிந்து பிச்சையிடு என்றார் தாசர் (II. 91). 'அவனன்றி ஓரணுவும் அசையாது' என்பதற்கு, அவனவன் செய்யும் கன்மபலனை அவனவனே அனுபவித்துத் தீரவேண்டுமேயன்றி ஓரணுவேனும் மற்றவரால் அகற்றமுடியாது என்று பௌத்த கன்மக்கருத்தை தாசர் தந்தார் (II. 115).

அயோத்திதாச பண்டிதர் காலத்தில் ஏனைய பண்டிதர், கவிராயர், வித்துவான், புலவர் போன்றோருக்குச் சொற்களைப் புதுவிதமாகப் பிரிப்பதும், சேர்ப்பதும், சிலேடையாகப் பொருள் காண்பதும் ஆகிய சொல்விளையாட்டு கைவந்தகலையாக விளங்கியது. அது அவர்களது வித்துவத்துக்கும், பிழைப்புக்கும், பிரசித்திக்கும் கூட ஆதாரமான கலையாக இருந்தது. தாசர் அந்தக் கலையைவைத்து விளையாடவில்லை; வயிறு வளர்க்கவுமில்லை. அதையும் கூட தமது விரிவான சாதி பேத மத எதிர்ப்புச் செயல்பாட்டுக்கே பயன்படுத்தினார். இவ்விதத்தில் அவர் சக வித்துவான்களிலிருந்து தனித்து நின்றார்.

வைதீகத்தையும், கிறிஸ்தவத்தையும், மரபான இலக்கியத்தையும் சாதி மத பேத எதிர்ப்பின் ஓர் செயல்பாடாகிய பௌத்தமயமாக்குதல், பூர்வ பௌத்த நிலைமைக்கு உயர்த்துதல் என்ற தளத்தில் தாசர் தீவிரமாகக் கடமையாற்றினார். ஒரு நூற்றாண்டு காலத்திற்கு முன்பே அவர் தொடங்கிய இந்தச் செயல்பாடு தொடராமற்போயிற்று. அவருடைய பணியின் சுவடுகள் எல்லாமே ஒரு நூற்றாண்டுக் காலச் சரித்திரத்திலிருந்து மறைந்தே போயிருந்தன. ஞான. அலாய்சியஸ் என்று ஒருவர் முயன்றிருக்கவில்லையெனில் கால வெள்ளத்தில் ஒரேயடியாக அடித்துச் செல்லப்பட்டிருக்கும். இப்படி எத்தனை எத்தனையோ தலித்தியப் போராட்டங்களின் சுவடுகள் மறைக்கப்பட்டனவோ? மறைந்தனவோ? தமிழ் பௌத்தமும், பௌத்த இலக்கியமும், சரித்திரமும் பிராமணியத்தால் அழிக்கப்பட்டது போலவே தலித்துக்களின் எழுச்சித் தடயங்களும் அழிக்கப்பட்டுவிட்டன. வரலாற்றின், சமூக – பண்பாட்டின் அழிமதிகளுக்கு ஊடாக ஒரு கடினமான பயணத்தைப் பின்னோக்கி நடத்தினால் சிதைவுண்ட தரவுகள் கிடைக்காமலா போகும்? இதற்கு இன்றைய சாதிய சர்க்கார்கள் முன்வருமா?

●

# 9

## • அயோத்திதாசரின் ஆதிவேதம் •

இதுவரை இந்நூலில் எழுதிவந்தவற்றைக் கொண்டு அயோத்தி தாசரைப்பற்றிய ஓர் ஒட்டுமொத்த பார்வை உருவாகியிருக்கலாம். அவரது வாழ்வின் ஒரே குறிக்கோள் சாதி இழிவை அகற்றுவது; சாதி பேதமற்ற சமுதாயத்தை அற அடிப்படையில் உருவாக்குவது; இதற்கு எதிராக வஞ்சகமாகச் செயல்பட்டுவரும் சக்திகளைத் தோலுரிப்பது; நேச சக்திகளை ஆதரிப்பது; சாதிபேதமும், மதபேதமும், இல்லாத அறவியல் இலட்சியங்கொண்ட ஒரு நெறியை, பௌத்த தன்மத்தை மீட்டெடுப்பது என்ற ரீதியில் அமைந்துள்ளது. இருபதாம் நூற்றாண்டில் சாதி எதிர்ப்புக்காக, சமத்துவத்திற்காக, ஒழுக்கமான நவீன வாழ்வுக்காக அவர் கட்டி எழுப்பிய பௌத்த தன்மத்தை ஆதிவேதம் என்றழைத்தார். 'ஆதி வேதம்' தாசரது முழுக்கற்பனையோ படைப்போ உருவாக்கமோ அல்ல; சாதி எதிர்ப்பு என்ற நோக்கம் அவருடையதாக இருந்தாலும், அதன் மற்ற அம்சங்கள் அவர்காலத்தில் செயல்பட்ட இலட்சுமிநரசு, ஆல்காட், தர்மபாலா முதலான பௌத்த சான்றோர்களின் உறவாடலால் உருவாயின என்று கூறுவதில் பிழையிராது.

178 ராஜ் கௌதமன்

*1898இல் இலங்கை சென்று புத்தமதம் தழுவிய தாசர், திரும்பி வந்து ராயப்பேட்டையில் தென்னிந்திய சாக்கைய புத்த சங்கத்தை நிறுவினார். இது ஒரு பத்தாண்டுகளில் தமிழக புத்தசமய நடவடிக்கைகளின் மையமாயிற்று. இச்சங்கத்தின் சார்பாக அவர் 1907, ஜூன் 19இல் தொடங்கிய 'தமிழன்' இதழைத் தாம் இறக்கும்வரை (மே, 1914) தமது ஆசிரியத்துவத்தில் தாசர் நடத்தி வந்தார். தாம் உணர்ந்து அறிந்த பௌத்த தன்மத்தை 'புத்தரது ஆதிவேதம்' என்ற தலைப்பில் 'தமிழன்' முதல் ஆண்டு முதல் இதழிலிருந்து தொடங்கி தொடர்கட்டுரையாக நான்காம் ஆண்டு 11ஆம் இலக்க மிட்ட இதழ்வரை எழுதிமுடித்தார். 29 அத்தியாயங்களாக அமைந்த இச்சிறு நூலை தாசர் பாலிமொழிப் பிரதிகளைக் கொண்டும், தமிழ்ப் பிரதிகளோடு, பரம்பரை சுருதி வாக்கியங்களைக் கொண்டும் எழுதினார். இத்தொடர் மாரிக்குப்பம் (கோலார் தங்கவயல்) சாக்கைய புத்த சங்க சபாநாயகர் ஆ. லு. முருகேசர் மற்றும் சங்க காரியதரிசி சி. குருசுவாமியார் ஆகியோர் செய்த பொருளுதவியால் 1912இல் தனி நூலாக வெளிவந்தது. இது வெளிவந்தபோது, சென்னை தத்துவ விசார சங்கம் இதனைப் பாராட்டி நற்சான்றிதழ் வழங்கியது.*

*இந்நூலின் பாயிரத்தில், மணிமேகலை, பின்கலைநிகண்டு, பெருங்குறவஞ்சி – குலமுறைச் சிறப்பு ஆகிய நூல்களிலிருந்து புத்தர் அவதரித்த செய்தி கூறும் வரிகளை மேற்கோளிடுகிறார். பின்னர் அவரது நடையில் புத்தர் அவதரித்த சரித்திரம் தொடங்குகிறது. இந்நூலை எழுதுவதற்காகத் துணைபுரிந்த மூலநூல்களைக் குறிப்பிட அவர் தவறவில்லை. அவை: 1. அருங்கலச்செப்பு, அறநெறிச்சாரம், நிகழ்காலத்திரங்கல், மணிமேகலை, சீவகசிந்தாமணி, சூளாமணி, சிலப்பதிகாரம், திரிக்குறள், திரிமந்திரம், திரிகடுகம், யாப்பருங்கலை, திரியறக்கலை. 2. சமணமுனிவர்களில் சித்திபெற்ற சித்தர்களின் சித்துநூல்கள். 3. சாக்கைய வம்சத்தார் கூறிவரும் கர்ணபரம்பரைச் சுருதிகள். 4. சென்னை சாக்கைய புத்த சங்கத்துக்கு வருகை புரிந்த யு. சாந்தவார் (மாண்டலே), யு. வினயலங்காரா (சிலோன்), யு. பிரஞ்ஞா (மோல் மென்), யு. தேஜோவன்ஸா (என் சடா), ஆகிய சமணமுனிவர்கள் பாலிமொழியில் எழுதிய 'அபிதம்ம சங்கஹ', 'பட்தானா', 'தம்மசங்கினி', 'சம்ஹிதசுத்தா' எனும் பௌத்த தன்ம நூல்களின் மொழிபெயர்ப்பு (தாசர்).* ***(II. 1907 : 186).***

*மேலும் தாம் எழுதும் பௌத்தநூல், அன்னியமதத்தார் எழுதிய பௌத்த நூல்களிலிருந்து மாறுபட்டேயிருக்கும் என்று எழுதிய தாசர் அதற்கான காரணங்களை வரிசைப்படுத்தியுள்ளார். அவை: 1. பாலிமொழியிலிருந்து மொழிபெயர்த்ததால் ஏற்பட்ட பேதங்கள். 2. செய்யுட்களிலிருந்து பொருள் பிரித்ததால் ஏற்பட்ட பேதங்கள். 3. தேசத்துக்கு வந்த யாத்ரீகர்கள் எழுதியவற்றில் ஏற்பட்ட பேதங்கள்.* (II. 186).

தாசரின் ஆதிவேதத்தைச் சுருங்கக் காண்பதற்குமுன் தாசர் பௌத்தம் என்றால் என்ன என்று வரையறுப்பதை அறிவது சில ஐயங்களை அகற்ற உதவும். தமிழகத்திலும் சரி, இந்தியாவிலும் சரி, பௌத்தம், சமணம் ஆகியவற்றைத் தனித்தனி மதங்களாகவே வரலாற்றாசிரியர்களும், பிறரும், இச்சமயத்தைச் சேர்ந்தவர்களும் கூறிவருகிறார்கள். ஆனால் தாசர் சமணத்தைத் தனி மதமாகக் கருதவில்லை. சமணர் என்பது பௌத்தசங்கத்துச் செயலுக்குரிய பெயர் என்றும், 'சைனர்' என்பது பௌத்த மார்க்கத்திலிருந்து பிரிந்து சென்ற ஒரு கூட்டத்தாரின் பெயர் என்றும் ஒரு சந்தர்ப்பத்தில் தாசர் விளக்குகிறார். இந்த 'சைனர்' கூட்டத்தார் தற்காலத்தில் சாதிசமய ஆசாரங்களை அனுசரிப்பதாக தாசர் எழுதுகிறார் (II. 151). சமணர் (சிரமணர்) வேறு; சைனர் (ஜைனர்) வேறு என்பது தாசர் கருத்து. பாலியியல் சமணர் என்றும் சமஸ்கிருதத்தில் சிரமணர் என்று அழைக்கப்படுபவர்கள் பௌத்த சங்கத்தார்களில் முற்சாதன நிலை; இச்சமண / சிரமண முனிவர்களில் தேர்ந்தவர்களை பாரத தேசத்தார் சித்தர்கள் என்று அழைத்ததாக தாசர் கூறுகிறார் (II. 1910 : 151).

வேறொரு இடத்தில், 'ஜைனம்' என்பது புத்தரின் நாமங்களில் ஒன்றான 'ஜினர்' என்பதிலிருந்து வந்தது என்று தாசர் முரண்பட எழுதுகிறார் (II.1908 : 78 - 79). ஜைனமதக் கடவுள் அருகன் என்பது பொய் (II.79); ஜைனர்கள் தனிமதத்தார் அல்லர், எதார்த்தத்தில் அவர்கள் பௌத்தர்களே என்கிறார் தாசர். சங்கத்தாரை (பௌத்தரை) வசியிலும், கழுவிலும் அறைந்து வதைத்த படங்களை மதுரைச் சிவாலயச் சுவர்களில் வரைந்து வைத்துள்ளதை தாசர் குறிப்பிடுவதி லிருந்து அவர் தமிழகத்தின் சமணத்தை பௌத்தம் என்றே கருதியது புலப்படுகிறது. ஆனால் தேவாரங்களில் தேரர் – சமணர்; சாக்கியர் – சமணர் என்று பௌத்தரும், சமணரும் தனித்தனி மார்க்கத்தவர் களாகவே வசைபாடப்பட்டமை பதிவாகியுள்ளது.

இன்னொரு இடத்தில் பௌத்தர், சமணர் குகைக்கல்வெட்டு எழுத்துக்களைப்பற்றி தாசர் எழுதுகிறார். ஆனைமலை, புவிலுடையார் மலை, வீரசிகாமணிக் குன்று, வரிச்சியூர்மலை, மெட்டுப்பட்டி மலைக்குகை, திருப்புறங் குன்றம், அழகர்மலை முதலிய மலைகளி லுள்ள குகைகளில் 'பிராஹ்மி' சாசனம் கண்டுபிடிக்கப்பட்டதைக் குறிப்பிடும் தாசர், இக்குகைகளை பௌத்தர் அல்லது ஜைனர் ஏற்படுத்தியிருக்க வேண்டும் என்கிறார். இவ்விடத்தில் இரண்டும் தனித்தனி மதங்கள் என்பதை அவர் மறைமுகமாக அங்கீகரிக்கிறார். இருமதத்தாரும் பிராஹ்மியில் எழுதியிருந்தாலும் பிராஹ்மி எழுத்து பௌத்தருடையது. எனவே குகைச்சாசனம் யாவும் பௌத்தர்களுடை யவையே என்று தீர்மானிக்கிறார் (III. 1909 : 17 - 18). தாசருக்குச் சமணத்தை என்ன செய்வதென்று தெரியவில்லை. சாதி எதிர்ப்பு என்ற தமது திட்டத்திற்குச் சமணம் ஒரு நெருடலாக இருந்திருக்கிறது. எனவே

அதனை பௌத்தத்தோடு இணைக்கிறார்; சாதிபேதம் பார்த்த ஒரு கூட்டத்தை விலகிப்போன ஜைனர் என்று ஒதுக்குகிறார். பிராமணியத்தை ஒரு முனையிலிருந்து தாக்குவதற்கு வசதியாக சமணத்தை பௌத்தத்தோடு சேர்த்துவிட்டதாகவே தெரிகிறது. பௌத்தம் கூறிய நிருவாணம் வேறு; இதனையறியாத ஜைனர், ஆடைகள் ஏதுமற்ற அம்மணத்தை – திகம்பரத்தை – சந்நியாசிகளுக்குக் கூறியதாக தாசர் எழுதுகிறார். காட்டுமிராண்டிகளே அம்மணமாகத் திரிந்தார்களேயன்றி சந்நியாசிகள் அல்லர் என்கிறார் (II. 1910 : 151). ஜைனரில் திகம்பரர் பிரிவினை தாசர் ஏற்கவில்லை; அவர்களை விடுத்து மற்ற சமணப் பிரிவை (ஸ்வேதாம்பரர்) பௌத்தத்தோடு ஒன்றாகச் சேர்த்திருப்பார் எனக் கருத இடமுண்டு. சமணமுனிவர் என்பது பௌத்த சங்கத்தார்க்கு உரிய பெயர் என்று தாசர் எழுதுவது கவனத்திற்குரியது (II. 158). ஒரு வாசகர், 'தமிழனில்', பௌத்தரும் ஜைனரும் ஒன்றா வேறா என்று விளக்கம் கேட்டு எதியபோது, இரண்டும் ஒன்றுதான்; ஆனால் நடைமுறையில் வேறுவேறு மார்க்கமாகவே அவை அனுஷ்டிக்கப்பட்டன என்று பதிலிறுத்தார் (III. 1913). தாசர் கருத்தில் பௌத்தமே அவரது நவீன விடுதலைத் திட்டத்திற்கு ஏற்ற சமயம்; சமணம் என்பது அவ்வாறில்லை; அதில் சிக்கல்கள் உள்ளன. வைதீகத்துக்கு எதிராக அது தோன்றியபோதிலும், அது வைதீகச் சாதி பேதத்தை ஏற்றவர்களைக் கொண்டிருந்தது தாசருக்குப் பிரச்சினையாக இருந்தது. அவரேதான் அது சாதிபேதம் பாராட்டியது என்று கூறினார். பௌத்தம், சாதி, ஆன்மா, கடவுள், மோட்சம் அற்றது என்பதில் தாசர் உறுதியாக இருந்தார். சமணம் இப்படி இல்லை என்பது அவர்கருத்து. '... புத்தபிரான் காலத்தில் கடவுளென்னும் மொழி தோன்றியதுங் கிடையாது, எந்த சாஸ்திரிகளும் அவற்றை வற்புறுத்திக் கூறியதுங் கிடையாது' என்று தாசர் கூறியது கவனத்திற்குரியது (III.1910 : 36). சமணத்தில் வைதீகம் கற்பித்த கடவுள், வழிபாடு, பக்தி, சடங்கு, சாதி இவையெல்லாம் இருந்ததாக தாசருக்கு ஒரு கருத்து உறுதிப்பட்டதால் அவர் சமணத்தின் தனித்ததொரு இருப்பினை ஏற்றதில்லை என்று தெரிகிறது. இலட்சுமி நரசு போலவே தாசரும் பௌத்தத்தின் அநாத்மம், அநித்தியம், கடவுள் இல்லை, மோட்சம் இல்லை என்ற கருத்துக்களை ஏற்றிருந்தார். ஏனெனில் இவற்றுக்கு மாறான ஆத்மம், நித்தியபிரம்மம், கடவுள், வழிபாடு, மோட்சம் ஆகியவற்றை சாதிமதபேதம் பாராட்டிய வைதீகம் – பிராமணியம் தனது ஆதாரமான கொள்கைகளாக ஏற்றிருந்தது! சமணத்தில் கடவுள், ஆத்மா, நித்தியம், வழிபாடு, சாதி எல்லாம் இருந்தது தாசருக்கு ஒத்துவராதது வியப்பன்று.

○

புத்தர் தாமே மொழிந்தவை என தாசர், திரிபேதவாக்கியங்கள், திரிபீடவாக்கியங்கள், திரிமந்திரவாக்கியங்கள், திரிசுருதிவாக்கியங்கள் ஆகியவற்றைக் குறிப்பிட்டார். இவற்றைத் தொகுத்து மொத்தமாக, ஆதிநூல், எழுதாக்கிளவி, ஆரணம், ஓத்து, சாகை, சுருதி, இருக்கு

என்று ஏழு பெயர்களிட்டு தாசர் குறிப்பிட்டார். (ஆதாரம்: பின்கலை நிகண்டு) (II. 187 - 88).திரிபேத – , திரிபீட – , திரிமந்திர–, திரிசுருதி – வாக்கியங்கள் என தாசர் கூறுபவை: 1. பாபம் செய்யாதே (இருக்கு – கர்மபாகை – மெய் அறம்) 2. நன்மை செய் (யசுர் – அர்த்தபாகை – உட்பொருள் நிலை); 3. இதயத்தை சுத்தி செய் (சாமம் – ஞானபாகை – பேரின்ப நிலை) (II.188).

தாசர் தமது ஆதிவேதத்தை 'சித்தார்த்தர் உற்பவக்கதை' முதல் 'ஆதிவேத விளக்கம்' வரை 29 அதிகாரங்களில் விவரித்துள்ளார். புத்த அவதாரத்தைத் தொடங்குமுன் தாசர் அறுவகைச் சங்கத்தார் களின் கொள்கைகளைப் பற்றி அறிமுகப்படுத்துகிறார். பௌத்தத்திற்கு முன் நாட்டில் நிலவிய கொள்கைகள் இவை.

1. முதலாவது சங்கம்: பஞ்சபூதங்களை வணங்குவோர் சங்கம். இறப்பு பிறப்பு, உயர்வு தாழ்வு, நன்மை தீமை எல்லாம் பஞ்சபூதங் களால் உண்டாவன என்பது இவர்கள் கொள்கை (சாருவாகம் – லோகாயதம்?)

2. இரண்டாம் சங்கம்: இறந்தபின் மனிதன் மனிதனாகவும், மிருகம் மிருமாகவும் பிறக்கும்; இது மாறாது. எனவே எந்த ஒன்றையும் வணங்கிப் பயனில்லை. வணங்காவிடினும் பயனில்லை என்பது இதன் கொள்கை (scepticism).

3. மூன்றாவது சங்கம்: மனிதனின் பிறப்பு என்பது தொடக்கம் (ஆதி); இறப்பு என்பது முடிவு (அந்தம்). இறந்தபின் சகலமும் சூன்யம். எனவே சூன்யத்தை விசாரிப்பதில் ஒரு சுகமுமில்லை என்பது இதன் கொள்கை (சூன்யவாதம்?)

4. நான்காம் சங்கம்: நடப்பன எல்லாம் தற்செயலே என்பது இதன் கொள்கை (காரண – காரிய மறுப்புவாதம்)

5. ஐந்தாம் சங்கம்: பசி, தாகம், அக்கினி, சூரிய வெப்பம், ஆகியவற்றைத் தாங்கி அடக்குபவன் எக்காலும் சுகம்பெறுவான்; தாங்காதவன் சுகம் பெறமாட்டான் என்பது இதன் கொள்கை (II.194) (கடும்தவம்)

6. சாக்கைய வம்சத்தாரின் ஆறாம் சங்கம்: இதுவே பௌத்த சங்கம்.

இதையடுத்து காலப்பாகுபாடு, நட்சத்திரம், ராசி, கிரகம், குறித்த சோதிடக் கணிப்பைப்பற்றி எழுதுகிறார். ஏழு கிழமைகள் ஒருவாரம்; ஏழு வாரத்தில் 15 திதிகள், இரண்டு பட்சங்கள், இரண்டு பட்சங்களுக்கு முப்பது நாட்கள், முப்பது நாட்களில் தோன்றும் நட்சத்திரங்கள் 27, ராசிகள் 12. இவற்றில் தங்கும் கிரகங்கள் ஒன்பது – (வடவோட்டுக் கிரகங்கள் ஏழு; இடவோட்டுக் கிரகங்கள் இரண்டு) மழை, வெயில், பனிக் காலங்கள் மூன்று. கிரகங்களைச் சோதித்து கணித்து சோதிடம் பார்ப்பதில் வல்லவர் சாக்கையன். இவரது இயற்பெயர் கலியன். இவனே மகதநாட்டு மன்னன்; பெயர் கலிவாகு. இவர் ஆண்ட

காலத்தின் பெயர் கலிகாலம்; இவர் பட்டத்துக்கு வந்தது முதல் கலியுக வருடம் ஆரம்பம்; இவருக்குப் பின் வந்தவர்கள் ஒன்பது மன்னர்கள்; இவர்களிலிருந்தே ஆறாம் சங்கத்தார் தோன்றினர் (II 194 - 95). கலியன் கலிவாகு பட்டம் ஏற்றது முதல் நாட்டில் செழிப்பு, விளைச்சல். சூரியன் மேஷராசிக்கு வந்த அந்த மாதத்தை ஆண்டின் முதல் மாதமாகவும்; சூரியன் மீனத்துக்கு வரும் மாதத்தை இறுதிமாதமாகவும் கொண்டு ஒரு வருடம் என வகுத்தார். இந்த முதல் வருடத்தைப் பாலி மொழியில் 'பிரபவ வருசம்' என்று கலிவாகு பெயரிட்டார். தொடர்ந்து விபவ, சுக்கில, பிரஜோத்பத்தி, ஆங்கிரீஸ . . . என்று பெயரிட்டார். அவர் ஆட்சிக்கு வந்த 60 – வது வருடத்தை அக்ஷய வருசம் என்று பெயரிட்டு இறந்தார். இப்படிச்சரித்திரத்தின் தொடக்கத்தில் வம்சாவளியை விவரிப்பது பௌராணிக மரபாகும். தாசர் இதனைப் பின்பற்றியுள்ளார்.

இந்தக் கலியுகம் 1616–ல் சாக்கைய குல வீரவாகு வம்சவரிசையில் மண்முகவாகு (சுத்தோதனன்) என்ற அரசனுக்கும் மாயாதேவிக்கும், சித்தார்த்தி வருசம், வைகாசி மாசம் 13ஆம் நாள் பௌர்ணமி திதி, கேட்டை நட்சத்திரம், மீனலக்னத்தில் ஆதிவாரம் அதிகாலையில் புத்தர் ஜனனம் நடந்தது (II.195). கௌதமருக்குப் பதினாறு வயதில் திருமணம், இருபதுவயதுக்குமேல் புத்திர சந்தானம்; பின்னர் துறவுபூண்டு வெளியேறி முப்பதுவயதில் புத்த நிலை அடைந்தார். இவ்வாறு புத்தர் வெளியேறியதன் இலட்சியம், துக்கங்களின் உற்பவங்களைக் கண்டறிந்து சர்வசீவர்களும் நித்திய சுகம் பெறுதற்கே. வாரணாசியில் (காசி) முதல் பௌத்த சங்கத்தை நிறுவினார். உயிர் வாழ்க்கையின் நான்கு பரிசுத்தங்களைக் கண்டறிந்தார். அவை 1. துக்கம் 2. துக்க உற்பத்தி 3. துக்கநிவாரணம் 4. துக்கநிவாரணமார்க்கம். 1. துக்கம்: பற்றுக்களால் வருவன அவை: பிறப்பு, பிணி, மூப்பு, மரணம் (II : 237) அநித்தியமானதெல்லாம் துக்கமே என்பது புத்தர் வாக்கு. எவனொருவன் தன்தேகத்தால் (ரூபஸ்கந்தம்), உணர்ச்சியால் (வேதனா ஸ்கந்தம்), காட்சியால், அறுவகை இந்திரியங்களால் (காது மூக்கு நாவு கண், தேகம், மனம்) உண்டாகும் உணர்ச்சிகளால் (சன்ஹாஸ்கந்தம்), அறிவால் (விக்ஞான ஸ்கந்தம்) ஆனந்தப்படுகிறானோ, அவன் துக்கத்தில் ஆனந்தப்படுகிறான்; அவனால் துக்கத்திலிருந்து தப்பமுடியாது (II : 239).

2. துக்க உற்பத்தி: அவா, பற்று, வேட்கை.

   i) மெய், வாய், கண், மூக்கு, செவி, மனம் ஆகிய இடங்களில் (பொறிகள்) அந்தந்த அவாக்கள் (புலன்கள்) உதித்து நிலைபெறும். அவை,

   ii) அறுவகை சேதனா இந்திரியங்களில் (உருவம், ஒலி, கந்தம், சுவை, ஸ்பரிசம், எண்ணம்) நிலைபெறுகின்றன.

   iii) அறுவகை இந்திரியங்களின் பற்றுக்களால் ஏற்படுகிற அறிவு, உணர்ச்சி ஆகியவற்றில் அவா நிலைபெறும்.

iv) ஐம்புலன்களின் சுகங்களை மனம் பற்றுகிற பாசப்பற்றுக்களில் அவா நிலைபெறும்

v) காட்சி, கேள்வி, முகரல், ருசித்தல், ஸ்பரிசித்தல், எண்ணுதல் ஆகிய சேதனா இந்திரியங்களிலிருந்து உதிக்கும் உணர்ச்சிகளின் இடங்களில் அவாக்கள் நிலைபெறும் (II. 240).

vi) அறுவகைச் சேதனா இந்திரியங்களின் பேரிலுள்ள சிந்தனைகளும் நோக்கமும் மாந்தரைச் சுகப்படுத்தும் இவ்விடங்களில் அவாக்கள் நிலைபெறும்.

vii) மேற்கூறிய அறுவகை அவாக்களும் பற்றுக்களிடத்தில் தோன்றி நிலைபெறுகின்றன (II. 241).

viii) காட்சி, கேள்வி, முகரல்... முதலானவைமீது எண்ணுவது, மறப்பது மறுபடியும் தோன்றுவது ஆகிய உணர்வுகளிடத்தில் அவாக்கள் நிலைபெறும் (சிந்தனை)

— சீவகோடிகள் இம்மிருதுவான அவாக்களின் ஐக்கியத்தினால் நடமாடுகின்றன (II. 242).

துக்கம் உற்பத்தியாகும் முறைகளை 12 நிதானங்கள் என்று புத்தர் கூறினார். அவை:

1. பேதைமை (அறியாமை)யிலிருந்து வினைகள் உண்டாகும்
2. வினைகளிலிருந்து உணர்வுகள் உண்டாகும்
3. உணர்ச்சியிலிருந்து அருவுரு உண்டாகும்
4. அருவுருவிலிருந்து வாயில்கள் உண்டாகும்
5. வாயில்களிலிருந்து ஊறு உண்டாகும்
6. ஊறிலிருந்து நுகர்வு உண்டாகும்
7. நுகர்விலிருந்து வேட்கை உண்டாகும்
8. வேட்கையிலிருந்து பற்று உண்டாகும்
9. பற்றிலிருந்து கருமக்கூட்டம் உண்டாகும்
10. கருமக் கூட்டத்திலிருந்து பிறப்பு உண்டாகும்
11. பிறப்பிலிருந்து வினைப்பயன்கள் உண்டாகும்
12. வினைப்பயன்களே மூப்பு பிணி மரணம் அழுகை துன்பம்...
    (II. 367 - 68)

> 'மஹாசமுத்திரமும் காய்ந்து தண்ணீரில்லாமல் வரண்டு போகுங்காலம் வரினும்வரும். ஆனால் இத்துக்கத்தின் முடிவு சொல்லத்தரமன்று. இறப்பதும் பிறப்பதும், பிறப்பதும் இறப்பதுமான கன்மச் சக்கரத்தின் முடிவை யாவரால் சொல்ல முடியும்' (II. 242)

— புத்தர்

3. துக்கநிவாரணம்: புத்தரின் அட்டாங்கமார்க்கமே துக்க நிவாரணம். நல்ல காட்சி, சிந்தை, வசனம், செய்கை, வாழ்க்கை, ஊக்கம், கருத்து, அமைதி என்பவை அந்த எட்டு வழிகள். இவை பற்றுக்களை அகற்றும்.

'சிரசை மொட்டையடிப்பதில் பயனென்ன?
தாடியைச் சிறைத்து விடுவதில் பயனென்ன?
மஞ்சளாடையைப் புனைவதில் பயனென்ன?
மனதிலுள்ள பற்றறுக்க வேண்டும்' – புத்தர் (II. 252).

4. துக்க நிவாரணமார்க்கம்: பௌத்த சங்கமே இதற்கான அமைப்பு சங்கத்தில் ஐந்துவகைப்பட்டவர்கள் உள்ளார்கள்.

1. உத்த மக்கள் 2. விதரணமக்கள் (வெள்ளாடை உடுத்திய சிறுவர், சிறுமியர்). 3. உள்விழிமக்கள் (பூணூலணிந்தவர்கள்) 4. விஞ்ஞைமக்கள் (சாரணர், சித்தர்) 5. ஐந்திரமக்கள் (அறஹத்துக்கள்) (II. 280 - 81).

இதைத் தொடர்ந்து அவா பற்று அகற்றி நல்வாழ்வு நடத்துவதற்காக புத்தர் போதித்த சில உபதேசங்களை தாசர் எழுதுகிறார்.

'நம்மிடமுள்ள காம அக்கினியும், கோப அக்கினியும் விஷம் போன்றவை. இவை அகன்று, சாந்தம் அன்பு எனும் குளிர்ந்த நிலை பெருகி அமுதுண்ட கருணை அதிகரிக்க வேண்டும். விஷத்தை நீக்கி அமுதை நிரப்புங்கள்!' –புத்தர் (II. 289).

'நம்முடைய எண்ணங்களே நாமாயிருக்கின்றோம்
நம்முடைய எண்ணங்களே நமக்காதாரம்
நம்முடைய எண்ணங்களால் நாம் அமைந்திருக்கின்றோம்' – புத்தர் (II. 289)

'அவன் என்னை அவமதித்தான்,
அவன் என்னை அடித்தான்,
அவன் என்னைத் தோற்கடித்தான்,
அவன் என்னை வஞ்சித்தான்

என்று எழும் எண்ணங்களுக்கு ஒருவன் இடங்கொடாதிருப்பானேல் பகை அவனை விட்டகலும்' – புத்தர் (II. 289)

'மனம் வாக்கு காயத்தால் உயிர்கட்கு யாதொரு துன்பமும் செய்யாதிருப்பவன் எவனோ அவனே பிராஹ்மணன்' – புத்தர் (II. 291).

'நோய்களில் கொடிது பசி; துன்பங்களில் கொடிது தேகம்' – புத்தர் (II. 293)

'எதுவரையில் ஒருவன் ஸ்தீரியின்பேரில் அவாவை விடாது இருக்கின்றானோ அதுவரையில் அவன்மனம் அடிமைத்தனத்திலிருந்து விலகாது' – புத்தர் (II. 295).

‘சகல தானங்களிலும் நிதானமே சிரேஷ்டம்’ (II. 296).

‘அயலாரிடம் தவறுகளையும் குற்றங்களையும் காணும்போது விவேகி, தனது தவறு குற்றங்களைப் பற்றி எண்ணிக் கவலையுறுவான்’ (II. 296).

‘தானே தனக்குச் சொந்தமல்லாதபோது மக்களும் சொத்துக்களும் எவ்விதத்தில் சொந்தமாவார்கள்?’ (II. 297).

‘உரோமம் நரைத்தால் போதாது; ஆசையும் நரைத்தால்தான் ஒருவனைப் பெரியவன் எனச் சொல்லமுடியும்’ (II. 298).

‘பிறர் குற்றத்தை உணர்வது எளிது; தன் குற்றத்தை உணர்வது அரிது’ (II. 299).

‘மரம் பற்றி எரியும்போது ஒருபட்சியும் அதனருகில் அணுகாமல் திகைக்கும்; அதுபோல நம்மிடம் கோபம் காமம் லோபம் என்ற அக்கினி பற்றி எரியும்போது உள்ளத்தில் உண்மை சேராது திகைக்கும்’ (II. 346).

‘பிறவியின் தோற்றத்திற்கும் அதன் மடிவுக்கும் அவனவனே காரணம் . . . வேறுயாரும் ஒருவனைப் பிறவியினின்று விடுவிக்க மாட்டார்’ (II. 347).

‘எண்ணங்களின் தோற்றமே பிறப்பு; அவற்றின் மறதியே அதன் இறப்பு’ (II. 347).

இதுவரை தாசர் காட்டிய புத்தரின் உபதேசங்கள் ஒருவன் இந்த உலகில் தனக்கும் பிறருக்கும் இதமாக வாழுகின்ற நடைமுறை பற்றியனவாக உள்ளன என்பது குறிப்பிடத்தக்கது. இங்கே மானிட நல்வாழ்வுக்கு, அவனுக்கும் அப்பாற்பட்ட ஒரு சக்தியைத் தொழுது கும்பிட்டு வழிபடுவதோ, பலியிடுவதோ, பக்தி செலுத்துவதோ கூறப்படவில்லை. தன்னைத் தானே ஒழுங்குப்படுத்துகின்ற – மட்டுப் படுத்துகின்ற வழிமுறையே கூறப்படுகிறது. இல்லறம் நடத்துகிறவர்களுக் காக புத்தர் கூறிய உபதேசங்களில் சில 1. பேராசை 2. கோபம் 3. பயம் 4. அறியாமை ஆகியவற்றால் வரும் பாவங்களைச் செய்யக் கூடாது. (II. 356)

இத்தகைய பாவங்கள் பின்வருமாறு:

1. பிற உயிர்களை நேசிக்காது கொலைபுரிவது
2. தன் தாரம் இருக்கப் பிறர் தாரத்தை இச்சிப்பது
3. அறிந்தே பொய் கூறுவது
4. பிறன் மனமுவந்து ஈயாத பொருளை அபகரிப்பது

ஒருவனது மூதாதையர் சேர்த்துத் தந்த செல்வ இழப்புக்குக் காரணங்கள்:

1. கள் முதலிய போதை வஸ்துக்களை அருந்துவது
2. ஒரு தொழிலும் பாராது சோர்ந்திருப்பது

3. நடனம், சங்கீதம், நாடகம் முதலியன நிகழும் இடங்களுக்குப் போவது.
4. கல்வி முயற்சிகளை அசட்டை செய்வது; சூதாடுவது
5. வஞ்சகம், குடிகெடுப்பு கொண்டோரிடம் நேசம் பாராட்டுவது
6. பெருந்தீனி உண்டு சதா உறங்குவது (II. 356 - 57).

புத்த சங்கத்தில் சேர்ந்தோர் அனுசரிக்கவேண்டிய எட்டுவித சீலங்கள்:

1. களவு செய்யாமை 2. கள் அருந்தாமை 3. பொய் கூறாமை 4. பிறன்மனை நயவாமை 5. கொலை செய்யாமை 6. அகாலபோஜனம் அருந்தாமை 7. இசை கூத்து வாசனைக்கு இடங்கொடாமை 8. பஞ்சணைமெத்தை உயர்படுக்கையில் துயிலாமை (II. 381).

ஒருபிறவியில் ஒருவன் புரியும் நல்வினை (குஸலா), தீவினை (அகுஸலா) யாவும் எவ்வாறு காரண – காரியவாத தொடர்ச்சிமூலம் மறுபிறப்பில் தொடர்கின்றன என்பதற்கு தாசர் தரும் விளக்கம் அவர்கால பௌத்த பிக்குகள் தந்தவை; புத்தரைக் கடவுளென வழிபட்ட மகாயான பௌத்தத்தில் உள்ளவை. ஒருவன் மரணமடை யும்போது அவனைச் சேர்ந்த ஐம்புலன்கள் (பஞ்ச ஸ்கந்தங்கள்) யாவும் பிரிகின்றன. இந்நிலையில் அவன் வாழ்ந்தபோது செய்த நல்ல – தீய வினைகள் யாவும் விஞ்ஞான ஸ்கந்தத்தில் (மனம்–உணர்வு) விதைபோல் கட்டுப்பட்டிருக்கும். நல்ல – தீய வினைகள் அந்த விஞ்ஞான ஸ்கந்தத்தைத் தகுந்த பிறப்பில் ஏனைய நான்கு ஸ்கந்தங்க ளோடு (புலன்கள்) சேர்ந்து மறுபிறப்பை உண்டாக்கும் (II. 368).

தாசர் காலத்திலும், பின்பும் வாழ்ந்த அறிவியல் பேராசிரியர் P. இலட்சுமி நரசு வினைகளால் மறுபிறவி தொடரும் என்ற கருத்தை வேறுவிதமாக விளக்கினார். ஒருவனுடைய வினை, அவனது மனம், மொழி, செயல் மூலம் ஏற்படுகின்றன. இந்த உருவாக்கத்தில் அவனுக் கும், அடுத்தவர்களுக்குமான உறவு சம்பந்தப்படுகிறது இயல்பு. தனிமனிதனின் கர்மாக்கள் (வினைகள்) பிறரிடம் செல்லுகின்றன; சேகரமாகின்றன. அவன் இறந்த பிறகுங்கூட அவனது வினைகள் பிறரிடம், அவனோடு உறவுகொண்டு பாதிக்கப்பட்டவர்களிடம் பேணப்படுகின்றன. இப்படித்தான் ஒருவனது வினை தொடர்கிறது. இதுதான் காரண – காரியத் தொடர்ச்சி. எனவே ஒருவன் இறக்கிறான்; ஆனால் அவனது வினை மற்ற நபர்களிடம் மீண்டும் பிறக்கிறது. இந்த வினைத் தொடர்ச்சியில் ஓர் ஆன்மாவின் மறுபிறவிக்கு இடமில்லை. அதாவது இறந்தபின்னும் மனிதன் தனது வினைகளில் தொடர்ந்து வாழ்கிறான் (1993 : 119 - 20). எப்படி ஒருவன் செய்த வினைகள் மறுபிறப்பெடுக்கின்றன என்பதை தாசர் நரசுபோல அறிவியல் முறையில் விளக்கவில்லை. அதை அவர் ஏற்கவில்லை என்று தெரிகிறது. நரசுவின் பௌத்த விளக்கத்தை விஞ்ஞானவாதமாகவே தாசர் புரிந்திருந்தார்.

புத்தரின் போதனையிலுள்ள நவீனத்தன்மையும், பகுத்தறிவும், அற அடிப்படையும், சமத்துவ நிலைபாடும், தாசருக்கு அவர்காலத்தில் ஒரு நிம்மதியை, பெருமிதத்தை, செயல்படுவதற்கான ஊக்கத்தை, பிராமணியத்தை உறுதியாக எதிர்ப்பதற்கு ஆற்றலை வழங்கியிருக்கும் என்பது தெளிவாகிறது. பௌத்தர்கள் என்றால் பகுத்தறிவாளர்கள், கற்றவர்கள், ஒழுக்கசீலர்கள், உயிர் இரக்கமுள்ளவர்கள், மரணமிலாப் பெருவாழ்வை இலட்சியமாகக் கொண்டவர்கள்; சாதிமத பேதமற்றவர்கள் நவீனத்துவமானவர்கள், அறிவியலை வரவேற்பவர்கள், விடுதலையை ஏற்படுத்துபவர்கள் என்கிற பெறுமதிகள் தாசரை ஈர்த்திருக்கும் என்பதில் ஐயமில்லை. இத்தகைய பெறுமதிகளோடு சாந்தமாக வாழ்ந்த சாதிபேதமற்ற பூர்வ பௌத்தர்களை, இவை ஏதுமற்ற வெற்றுப் புரட்டர்கள் வஞ்சனை, சூது, வேஷம், கபடம், மித்திரபேதம் போன்ற தீவினைகளால் பறையர் எனத் தாழ்த்தியதாக உணர்ந்ததும் தாசரால் சகித்துக் கொள்ள முடியவில்லை; பறையர்கள் மீண்டும் பூர்வ பௌத்தர்களாக விழுமிய வாழ்க்கையை மேற்கொண் டால் புரோகிதத்தையும் சாதியையும் வைத்திருக்கும் பிராமணியத்தால் ஏதும் செய்யமுடியாது; இறுதியில் பிராமணியத்தைத் தூக்கிப் பிடித்தவர்களே உலக நீதியின் முன் மிக இழிந்த ஜென்மங்களாக ஆக்கப்படுவார்கள் என்ற நம்பிக்கையோடு தாசர் சாகும் வரை சமூக விடுதலைக்காகப் போராடினார். அவருடைய வழிமுறைகளில் ஹிம்சை இல்லை; உயிர் இரக்கமே அவரை வழிநடத்தியது. காலத்திற்கு ஒவ்வாத ஒரு பௌராணிக பிராமணியத்தால் மனித குலத்துக்கு இழப்பே வரும் என்பதை தாசர் முன்னறிவித்தார். பௌத்தத்திலுள்ள கருத்துக்களால் உலகம் நன்னடைபெறும் என்ற உத்திரவாதத்தை தாசரும், அவர்கால பௌத்த அறிவாளிகளும் ஏற்படுத்திச் சென்றார்கள்.

மனிதன் தன்னளவில் எவ்விதத்திலும் முக்கியமானவனில்லை. அவனது செயல் (Work) தான் முக்கியம் (P. L 2000 : 119) என்று நரசு எழுதிய வாசகம் அயோத்திதாசர் வழியாக செயல்முறைப் படுத்தப்பட்டதாகக் கொள்ளலாம். பிராமணியம் ஒரு மனிதனின் பணியையோ பண்பையோ பார்த்ததில்லை; பார்க்கிறதுமில்லை. அதனால் அப்படி பார்க்க முடியாதவாறு அதன் கருத்தியலால் விளைக்கப்பட்டுள்ளது. ஆளைத்தான், அவனது பிறப்புத் தகுதியைத் தான், அவனது சாதியைத்தான் அதனால் பார்க்க முடியும். அதுதான் அதற்கு அடிப்படை. அதை வைத்தேதான் ஒருவனது செயலைப் பார்த்தது, பார்க்கிறது. அயோத்திதாசரை சிவராமசாஸ்திரியார் இப்பிடித்தான் பார்த்தார். இன்றைக்கும் அயோத்திதாசர் அளவுக்கு இல்லாவிட்டாலும், தம்மளவிற்கு அறிவு, அன்பு, ஒழுக்கம், கருணை கொண்டு மானிடப் பணியாற்றுகின்ற எத்தனையோ தலித்துக்களையும் ஏழைச் சூத்திரர்களையும் பார்ப்பனியக் கவசம் அணிந்த பிறபட்ட, உயர் சாதியார்கள் சாதிப் பிறப்பை மட்டும் அளவாக வைத்துக் கண்டுகொள்வதுமில்லை; புரிந்து கொள்ளுவதுமில்லை; புறக்கணிப்பும் அவமதிப்புமே அவர்களது ஆயுதங்கள். பார்ப்பனியத்தை ஏன்

விடமுடியவில்லை என்று ஒவ்வொரு ஆத்திக / நாத்திக இந்துவும் ஆத்மசோதனை செய்து பார்க்கட்டும். சக மனிதனோடு சகஜமான உறவுகொள்ள விடாமல் எவ்வாறெல்லாம் பார்ப்பனியம் கண்ணை மறைக்கிறது என்பது விளங்கும். இது விளங்காதவரை, பார்ப்பனியத்திலிருந்து தன்னை முற்றாக அறுத்துக் கொள்ளாதவரை இங்கே ஒருவன் எவ்வளவுதான் கற்றுக் கல்விமானாக இருந்தாலும் அவன் ஒரு பேதையே என்பதை அயோத்திதாசரும், இலட்சுமிநரசுவும் நன்கு புரியவைத்துள்ளார்கள். இந்நூல் இந்தப் புரிதலைச் செய்யும் என்று நம்புவோமாக!

●

## பயன்படுத்திய நூல்கள்/ கட்டுரைகள்

1. 'அயோத்திதாசர் சிந்தனைகள் – I', (தொகுப் பாசிரியர். ஞான. அலாய்சியஸ், நாட்டார் வழக் காற்றியல் ஆய்வு மையம், பாளையங்கோட்டை : 1999)
2. 'அயோத்திதாசர் சிந்தனைகள் – II', (தொகுப்பாசி ரியர். ஞான. அலாய்சியஸ், நாட்டார் வழக்காற்றியல் ஆய்வு மையம், பாளையங்கோட்டை : 1999)
3. 'அயோத்திதாசர் சிந்தனைகள் – III', (தொகுப்பாசி ரியர். ஞான. அலாய்சியஸ், நாட்டார் வழக்காற்றியல் ஆய்வு மையம், பாளையங்கோட்டை : 2003)
4. 'க. அயோத்திதாஸப் பண்டிதர் சிந்தனைகள் – தொகுதி நான்கு, 'இந்திரர் தேச சரித்திரம்', (தலித் சாகித்ய அகாடமி, சென்னை : 1999)
5. மயிலை சீனி வேங்கடசாமி (1940), 'பௌத்தமும் தமிழும்' (கழகம், சென்னை : 1972) 5 ஆம் பதிப்பு.
6. சோ. ந. கந்தசாமி, 'பௌத்தம்', (சென்னைப் பல்கலைக் கழகம், சென்னை : 1977) (சே. ந.)
7. உ. வே. சாமிநாதையர், (1898), 'பௌத்த மும்மணிகள் என்று வழங்குகிற புத்தசரித்திரம், பௌத்த தருமம், பௌத்த சங்கம்' (மகாமகோபாத்தியாய டாக்டர். உ. வே. சாமிநாதையர் நூல் நிலையம், சென்னை : 1992)

8. 'கால வரிசைப்படுத்தப்பட்ட பாரதி படைப்புகள் – முதல் தொகுதி', பதிப்பாசிரியர் – சீனி. விசுவநாதன், (சீனி. விசுவநாதன், சென்னை : 1998) (பா. ப.)

9. 'காலவரிசைப்படுத்தப்பட்ட பாரதி படைப்புகள் – இரண்டாம் தொகுதி', பதிப்பாசிரியர் – சீனி. விசுவநாதன், (சீனி. விசுவநாதன், சென்னை : 2001) (பா. ப.)

10. டி. தருமராஜன், 'நான் பூர்வ, பௌத்தன்', (டாக்டர். அம்பேத்கர் பண்பாட்டு மையம், மதுரை : 2003)

11. R. Sundaralingam, 'Politics and Nationalist Awakening In South India, 182 - 1891' (The University of Arizona Press, Arizona : 1974) (R. S.)

12. P. Lakshmi Narasu (1907). ' The Essence of Buddhism' (Second Asian Educational Services Refound, New Delhi: 1993) (P.L.)

13. P. Lakshmi Narasu, 'Religion of the Modern Buddhist' (Edited by G. Aloysius, Wordsmith, Delhi : 2002) (P.L.)

14. 'A New Buddhism' - Introduction by (Christopher Queen to the book 'Engaged Buddhism in the West', (Wisdom Publications, Someritle, U.S.A : 2000)

15. 'Revival of Tamil Buddhism : A Historical Survey' (pp.529 - 542) by S.Perumal in the book 'Buddishm in Tamil Nadu - Collected Papers' (General Editor: G. John Samuel; Editors : R. S. Murthy and M.S. Nagarajan, Institute of Asian Studies, Chennai : 1998) (G J S: 1998)

16. 'Buddhist Themes in Modern Tamil Writings' by A. Mariappan in the book (G J S: 1998)

17. 'History of Buddhism in Tamil Nadu' by G.V.Saroja in the book (G J S: 1998)

18. 'Buddhism in Tamil Nadu During The Kalabhra Period' by V. Balambal in the book (G J S :1998).

19. 'Buddhism in Tamil Nadu' by R.Champakalakshmi, in the book (G J S: 1998).